Dhulma

Abdulrazak Gurnah

Kimetafsiriwa na

Ida Hadjivayanis

MKUKI NA NYOTA
DAR – ES – SALAAM

KIMECHAPISHWA NA:
Mkuki na Nyota Publishers Ltd
P. O. Box 4246
Dar es Salaam, Tanzania
www.mkukinanyota.com

ISBN 978-9987-08-545-3

Hii ni kazi ya kubuni. Majina, wahusika, biashara, mahala na matukio yoteyaliyotajwa ni matokeo ya kubuni kwa mtunzi tu. Kufanana kwa aina yoyote na mtu yeyote wa kweli, aliye hai au aliyekufa, matukio au maeneo ya kweli ni kwa bahati tu.

Tembelea tovuti yetu www.mkukinanyota.com, kujua zaidi kuhusu vitabu vyetu na jinsi ya kuvipata. Vilevile, utaweza kusoma habari na mahojiano ya waandishi pamoja na taarifa za matukio yote yanayohusu vitabu kwa ujumla. Unaweza pia kujiunga na jarida pepe letuili uwe wa kwanza kupata taarifa za matoleo mapya zitakazotumwa moja kwa moja kwenye sanduku la barua pepe yako.

Vitabu vya Mkuki na Nyota husambazwa nje ya Afrika na African Books Collective.
www.africanbookscollective.com

Kwa ujumla ni vigumu sana kwa mtu kusifika
Joseph Conrad, *Chance*

Kutoka kwa Mfasiri

Kwa miongo mingi sasa kumekuwa na mjadala mkubwa kuhusu baadhi ya lugha kuwakilisha maeneo na jamii nyingi duniani. Lugha hizi zilizorithiwa baada ya ukoloni, hasa Kiingereza na Kifaransa, zimetazamwa kitofauti na waandishi wa Kiafrika. Wengine wameziona kama hazifai na wengine wamezichagua kama lugha za maandishi yao. Hata hivyo, hatuwezi kuukataa ukweli kwamba lugha hizo zimekuwa na umuhimu wa kukabiliana na ukweli wa maisha katika sehemu ambazo zimesaidia mawasiliano barani Afrika na sehemu tofauti duniani. Kwa njia hiyo, zimeweza kubadilika na kuwakilisha maeneo hayo mapya. Kwa hivyo tunaweza kuzungumzia Kiingereza chenye lahaja tofauti kama ile ya Tanzania, Kenya, Nigeria na kwengine kwingi. Ni kweli kwamba ninaposoma kazi za Abdulrazak Gurnah, ninauona uhalisia huo. Si tu kwa sababu ananyunyizia Kiswahili hapa na pale, lakini, kwa kusudi, mara nyingi, anapendelea kuandika sentensi za Kiingereza ambazo zina muundo wa Kiswahili. Tukumbuke kwamba Abdulrazak ni profesa na mbobezi wa lugha ya Kiingereza.

Tukumbuke kwamba, ingawa kitabu ninachokitafsiri, *Theft* kimeandikwa kwa Kiingereza, uhalisia wa sauti za wahusika katika riwaya hii ulikuwa katika maeneo ambapo walizungumza Kiswahili kama lugha yao ya kila siku. Hivyo, katika kutafsiri kazi hii, kauli zao, mawazo yao na ukweli wao unarudi nyumbani. Kwa maneno mengine, *Dhulma* inarudisha kazi hii nyumbani. Kwa mfano, pale mhusika mmoja, Raya, anapomwuliza mhusika mkuu, Badar, '*what are you called*', - unaitwa nani, na hasemi '*what is your name*'. Si kawaida kwa mzungumzaji asilia wa Kiingereza kuuliza jina la mwengine kwa muundo huo, lakini katika Kiswahili, jadi yetu ni kutumia neno 'kuitwa'. Mfano mwingine ni ule wa salamu. Neno '*hello*' linajitokeza takriban mara tisa kitabuni. Mara zote hizo, salamu hiyo ina tafsiri tofauti kutokana na uhusiano kati ya wale wanaozungumza. Kwa mfano, pale salamu hiyo inapokuwa kati ya wapendanao ambao macho yao yanagongana ndani ya vichochoro vya mji mkongwe wa Unguja, ni tofauti na pale Karim anapomsalimu mama yake kwa kuushika mkono wake na kufanya tendo la kuubusu, '*hello*' hiyo ni chechei na si habari au hujambo au hata mambo!

Na hapa ningependa kugusia suala ambalo limekuwa likinipa changamoto katika dhana nzima ya tafsiri, hasa tafsiri za lugha za Kiafrika. Ni muhimu kwetu kutazama nini kinatafsiriwa, katika lugha gani na kwa nini. Pia, tafsiri hiyo imefanywa na nani na imemlenga nani. Pia, mfasiri huyo ana asili gani, ana mategemeo gani kwa kutafsiri, nani ameihariri na nani amechapisha kazi hiyo. Mwisho kabisa, hadhira lengwa ya wasomaji ipoje. Masuala haya ni muhimu kwani fikra, uelewa, itikadi na mengine mengi hujengeka kutokana na kile tunachokisoma. Kwa hivyo hatuna budi kuuliza maswali haya kabla ya kusoma kazi za waandishi duniani na hasa kuzitafsiri.

Abdulrazak Gurnah ni mwandishi anayefanya utafiti mkubwa anapoandika kazi zake, na pia hujumuisha ukweli wa kihistoria na ule wa maisha. Masuala kama athari za ukoloni, ufisadi, dhulma, mapenzi, pamoja na hatima za wanyonge na walio dhaifu yote ni kati ya ukweli unaojumuishwa katika kazi zake. Na ni muhimu kwetu kuusoma ukweli huu katika lugha yetu wenyewe ya Kiswahili. Nina bahati ya kuwa na asili ya Zanzibar kama yeye mwenyewe na hivyo nimefaidika na kuwahi kuusikia ukweli anaouandika au kuuishi katika maisha yangu mwenyewe. Kwa mfano, mjomba wangu, Abdulrahman Guy alikuwa mwanaharakati wa kisiasa huko Unguja enzi za upinzani dhidi ya ukoloni, na bibi yangu, Salama binti Rubeya, alikuwa kitovu cha simulizi nilizokuwa nazo za udhalimu, kashfa, vichekesho na nyingine ambazo Abdulrazak anazizungumzia humu ndani. Nilipoanza kutafsiri *Dhulma*, nilipata hisia ya kumwona Rafik akitembea kwa mbwembwe mbele ya nyumba yetu Mkunazini.

Katika kitabu hiki, mtindo wa kuandika wa Abdulrazak Gurnah ni tofauti na ule ambao tumeuzoea. Kitabuni humu hakuna alama za nukuu pale wahusika wanapozungumza. Mchapishaji wangu, Mkuki Bgoya na mimi tulijiuliza kama ingebidi kuziingiza kwani pengine hadhira yetu ingechanganyikiwa. Tuliamua kuzungumza na Abdulrazak mwenyewe na kuelewa kwamba, kama tunataka kujenga hadhira ya watu wanaosoma, ni muhimu kuwaonyesha mitindo ya kimataifa ya kuandika. Kwa hivyo, hakuna alama za nukuu katika tafsiri hii. Pia tafsiri hii ina sentensi na maneno ambayo si ya Kiswahili, tunaamini kwamba jambo hilo halitaleta changamoto kwani lugha nyingi zinazungumzwa hapa kwetu na hivyo ndivyo kazi za kimataifa zilivyo.

Ni muhimu sana kwangu kuwashukuru wengi walionisaidia sana katika kazi hii. Kwanza kabisa ninawashukuru wazazi wangu, Salha Hamdani na George Hadjivayanis, ninawashukuru kwa kusoma tafsiri zangu za awali hadi za mwisho. Kwa muda mrefu, tulijikuta tukiwazungumzia wahusika wa kitabu hiki kama watu tulioishi nao na kuwafahamu. Ninamshukuru pia Mkuki Bgoya, mchapishaji wangu na rafiki yangu mkubwa, asante kwa fursa hii. Bwana Walter Bgoya, ninashukuru kwa kusoma, kuhariri na mazungumzo yaliyosisimua fikra zangu. Ninatoa shukrani za dhati kwa timu nzima ya Mkuki na Nyota kwa kazi kubwa waliyoifanya ya kuhariri, kusanifu na kutayarisha jalada la kitabu, hasa Tapiwa Muchechemera, Jackline Okore, Mariam Simbeye, Ferdinand Kamuzora na Peter Assenga. Pia, ninawashukuru sana wanafunzi wangu wa *SOAS University of London* ambapo mimi ni mhadhiri wa tafsiri. Tumezungumza mengi darasani na ushauri wao umekuwa na mchango mkubwa kwangu, shukrani zaidi kwa Sarah Slinker, Ndihokubwayo Monga, Wendy Muruli, Jordan Sheppard na Bruce Ding, mwanafunzi wangu wa shahada ya uzamivu.

Shukrani za dhati pia kwa mama zangu wakubwa kwa ushauri wao, Mariam Hamdani, Zakia Hamdani Meghji na Rabia Hamdani na mdogo wangu Inessa Hadjivayanis na bintiye Zenaida. Kazi hii isingewezekana bila ya mapenzi ya familia yangu, asante sana Abshir Warsame, Aaliyah, Hannah, Mikhail na Amin. Ninawapenda sana.

Ida Hadjivayanis

Sehemu ya 1

1

Ndoa ya Raya ilizingirwa na taharuki. Baba yake aligundua kulikuwa na kijana aliyeshindwa kuficha hisia zake kwa mwanawe. Mwanzoni kijana alimtazama kwa jicho la huba huku akitabasamu kwa chati pale apitapo. Halafu, kwa macho yake mwenyewe, akaona jinsi yule kijana alivyomsimamisha mwanawe mtaani na kusema naye kwa dakika kadhaa, bila shaka alikuwa akimlaghai kwa ahadi kemkem na aghalabu akipanga naye miadi. Yote haya aliyashuhudia mwenyewe. Ilikuwa utovu wa nidhamu uliokithiri, ukosefu wa adabu na ustaarabu, pia kuvunjiwa heshima kwa baba mtu. Alimfahamu fika kijana huyo, na ndiyo maana alihofia hisia hizo kuelekezwa kwa Raya. Bila shaka, ingalikuwa mbaya zaidi kama angalikuwa mtu baki, ingawa hili tayari lilikuwa balaa tosha. Jina lake lilikuwa Rafik, na alikulia mtaani, mtoto wa nyumbani aliyemfahamu. Wazee wake wakiwa majirani walioshibana katika uhaba uliokumba maisha yao yote miaka nenda miaka rudi. Rafik akikimbizana majiani na watoto wenziwe wa kiume na kucheza mpira katika fukwe za bahari. Halafu, katika misukosuko na mikanganyiko ya mapambano ya kujinasua na Mwingereza, alijiunga na makomredi, kama walivyojiita, na kuwa mwanachama wa Chama cha Umma. Pamoja na makomredi wenziwe alipelekwa Cuba kwa mafunzo ya jeshi, tena chini ya upeo wa mamlaka ya kikoloni ya Mwingereza ambaye inawezekana hakuelewa maana hasa ya safari hiyo au hakujali hata kidogo. Mwingereza alikuwa akijitayarisha kurudi kwao.

Rafik alirejea akiwa amenawiri hasa, amebadilika na kuwa nguli, shujaa aliyekomaa, mtanashati katika sare yake ya khaki ya kijani kibichi pamoja na chepeo ya duara, nzito, tofauti na yoyote waliyowahi kushuhudia awali. Yeye na makomredi wenzake walirejea na kuwahi kushiriki katika mapinduzi na yale yaliyojiri. Mashujaa wa nyakati hizo, ambamo Rafik alikuwa mmoja wao, watu waliofahamu jinsi ya kutisha watu kwani hakukuwa na adui aliyeonekana wazi. Kulikuwa na wananchi tu, tena waliogubikwa na vitisho. Hata hilo neno, wananchi, lilikuwa na mzozo, tena mashujaa wakipenda kulichezea. Unafikiri wewe ni mwananchi. Tuone cheti chako cha kuzaliwa. Una maana gani hunacho? Watu wengi wa rika fulani hawakujishughulisha kupata vyeti, kwa hivyo karatasi hiyo ilionekana kutakiwa pale palipokuwa na hamu ya kunyanyasa au kutishia, na mara nyingi, vyote. Wewe ni mnyonya damu wa aina gani, unayejidai kuwa mwananchi? Yote haya yalijiri kama sehemu ya tamaa ya mamlaka, kuadhibu, kutisha au kufukuza kwa kujiamulia kiholela tu.

Kwa vyovyote vile, Rafik alirudi kutoka Cuba, maridadi ndani ya sare yake na chepeo kama ile ambayo Fidel Castro alipenda kuvaa – au ili kubadilisha mwonekano alivaa kofia ya bereti nyeusi kama aliyovaa Che Guevara - akiwasalimu makomredi wenzake kwa salamu ambazo zilikuwa mpya kwa kila mtu lakini ambazo hazikuchukua muda kuzoeleka: *vinceremos*, *a luta continua*, *vamos*. Pia alianza kumtupia macho Raya na kumsemesha majiani huku akitabasamu kwa chati. Yeyote aliweza kuona mpango wake. Raya alikuwa na miaka kumi na saba na mrembo, na yeye sasa alivuma kwa kuwachanganya watoto wa kike.

Sipendi alivyokuwa akikusemesha. Unafahamu jinsi watu hawa walivyo, baba yake alisema kwa hamaki. Usijaribu kunidanganya. Usin'danganye. Nimekuona ukimchekea kama vile umefurahia mazungumzo yake. Anakutaka. Hukuweza kuona hiko? Atakufedhehesha. Atatuaibisha sote.

Raya alijitetea. Sasa yeye angefanyaje? Hawezi kujidai kama hamfahamu. Hakutaka kumkera. Baba yake alirusha mikono hewani akimwonyeshea anyamaze, halafu akapunga mikono yake akiashiria

Raya atokomee zake huko, mbali na uso wake. Akashauriana na kaka yake mkubwa, Hafidh, aliyejaa woga wa kukumbwa na aibu, kama ilivyokuwa kwake yeye mwenyewe, kwa hivyo angalielewa taharuki aliyokuwa nayo kwa Rafik kumtaka Raya. Wanawaua wanetu wa kiume halafu wanataka kuwavunjia heshima wanetu wa kike, alisema Hafidh. Wote wawili walielewa alilokuwa akilizungumzia. Basi wale kaka wawili wakaanza msako wa hali na mali wa kumpata yule ambaye angalimwokoa Raya, angaliwaokoa wote kutokana na kudhalilishwa na fedheha. Kawaida, baba yake alisaka hikma za kaka yake alipojiamulia kuwa anaihitaji, au kama alihitaji kukopa pesa, au vyote viwili, kama ilivyokuwa safari hii. Ilikuwa hivyo kwa sababu mipango yoyote ambayo wangeipanga sharti ingehitaji pesa za kulipia hafla, zawadi na vyakula pia. Baba yake Raya hakujaaliwa mkono wa kutengeneza pesa, kama vile ilivyokuwa kwa kaka yake – na mkono wa kaka yake haukuwa wa birika, ulikuwa wazi.

Ndipo wakampata Bakari Abbas. Mwanamme maridhia, umri wake ukiwa miaka arobaini na aliyeishi Pemba. Alishawahi kuoa na alijiweza kiasi. Alikuwa mkandarasi, na jamaa walioulizwa walimzungumzia vema. Ndipo wazee wake Raya walipompangia maisha yake na huyo mume. Baba yake alipomwarifu, alijifanyisha mwenye huzuni, aliyehitaji kuhurumiwa, njama aliyoitumia kila alipomtaka yeye au mama yake wakubaliane naye. Naye hakufikiri kwamba kulikuwa na uwezekano hasa wa kujichagulia, ingalibidi ama akubali mipango itakayotunza heshima na hadhi ya wazee wake na yake mwenyewe au amchague askari muhuni. Haikumpitia yeyote, isipokuwa yeye mwenyewe, kumwuliza kama angalitaka kuweka mkono kizani na yule shujaa. Akalimezea wazo hilo na hakulitamka kwa yeyote. Mambo yalishapangwa na kupangika na labda kila kitu kingenyooka na kuwa sawa tu.

Basi ndiyo ikawa alivyotaka baba yake, mtu dhaifu kimwili lakini mwenye silika ya kutaka kudhibiti kila kitu, akamfanya Raya akubali kuozwa kwa mtu ambaye alihofia angalimchukia. Hivyo ndivyo alivyolelewa na ndivyo kila aliyemfahamu alivyoishi maisha. Akavumilia maandalizi ya ghafla bin vuu, na ushauri wa mashangazi na watu wengine ambao hata hakuwafahamu vizuri. Walijitokeza kumwosha, na kumsinga na kumsimulia hadithi zilizohusu utii kwa matamanio ya wanaume. Walimnong'oneza kuwa kupendwa kutamwivisha na kumpa joto joto, kuwa mapenzi matamu ya mume yangemtosheleza yeye na ndoto zake ulimwenguni, na jinsi ambavyo Mwenyezi Mungu angeleta kheri kwao. Halafu, ilipowasili siku ya kukamatika kwake, alilala katika kitanda cha Bakari Abbas na kuelewa kwa mara ya kwanza, mshtuko wa misuli yenye nguvu iliyojaa tamaa na msisimko inapojitwika kwa lazima juu ya mwili usio na upinzani wowote. Hakuweza kupinga, si usiku huo na zile zilizofuatia, kwa sababu hivyo ndivyo alivyofundwa. Ilikuwa ni haki ya mumewe, na yeye wajibu wake ulikuwa unyenyekevu.

Bakari Abbas alikuwa na rika la miaka ya arobaini, maridhia na aliyevutia, mwembamba mwenye ushupavu na mwenye kimo cha kati kwani alikuwa na zaidi ya futi tano. Huko nje alikuwa mchangamfu, mtu wa biashara mwenye heshima na umaridadi wa wazoefu wa kazi hiyo. Lakini kwa Raya, wakati mwingine alimkata maini, na hakupumzika katika tamaa yake ya kumtaka, tena kila siku, wakati mwingine mara mbili au tatu kwa siku. Kitu ambacho awali kilikuwa cha ajabu na kutisha kikatanuka na kumvunja na hata kumfanya ahisi kudhalilishwa, lakini alitii kwa sababu hakujua angalifanya nini cha zaidi. Akajiambia kwamba hivyo ndivyo ilivyokuwa kwa kila mwanamke, kuvumilia uvamizi uliokithiri ambao ulihitajika ili kuridhisha matakwa ya mumewe. Naye akajitafutia furaha za hapa na pale hivyo hivyo. Angaliweza kufanya usanii na kujidai kuwa alipata raha, jambo ambalo lingaliweza kupunguza tamaa ya mumewe ya kumtaka ajisalimishe kwake, lakini alikuwa mdogo sana na alichukizwa mno. Hakuweza kujizuia kujikunyata pale mumewe alipotaka raha zake, huku yeye kakunja uso na kufumba macho. Alicheka alipomwona kajikunyata namna hiyo na akajitahidi kumbembeleza kwa kumnong'oneza polepole huku akimbusu hapa na pale, na aliposhindwa, alimlazimisha aonyeshe furaha zaidi kwa bidii alizofanya. Kusita kwa Raya na ubishi wake wa kimyakimya ulimfanya Bakari ang'ang'ane katika lengo lake la kumwamsha mwanamme, kama alivyodai. Ni nyakati hizo alipoliona tabasamu lake. Njoo bulbul wangu, guna kidogo kwa raha walau mara moja, alimnong'oneza pale alipotumia nyonga zake zilizokuwa mifupa mitupu ili kutwanga zile nyama nyama laini za mapaja ya mkewe yaliyotanulika.

Akajifunza kukwepa maumivu na kujirahisishia maisha kwa kuutayarisha mwili wake ili kumpokea. Akajifunza kujizuia kiasi ili asitegemee huruma yake kila mara, acheleweshe na aahirishe, na kujidai kuwa na starehe. Akakataa kwa kusema hapana pale alipoweza, na kujitetea alipomkemea, akirusha maneno makali kujibu ufidhuli wake wa vitisho. Ilikuwa ndoto mbaya ambayo hakuweza kumwambia yeyote. Mara nyingine alijiuliza kama ingalikuwa bora kama angeenda kwa maridadi Rafik, lakini alifahamu jinsi ambavyo jambo hilo lingeishia. Rafik alifariki baada ya kupigwa risasi katika umwagaji damu uliokithiri ambao ulitokea mwaka mmoja baada ya harusi ya Raya.

Ugomvi na Bakari uliendelea milele kama alivyohisi Raya, na ulizidi baada ya kujifungua mwanawe wa kiume, Karim. Muda mfupi baada ya kujifungua, Bakari alizidi kukosa subira kutokana na Raya kutomruhusu alale naye. Na hasira zake pale alipozuiliwa zilipita kikomo na kutodhibitika. Ripoti za ucheshi wake hazikutiliwa chumvi. Kwa jinsi Raya alivyoona, alikuwa mcheshi kwa wengine na aliuelekeza ukatili wake kwa mkewe, tena aliufurahia, na kumfanya Raya aogope kwamba ipo siku uovu wake ungegeuka na kuwa vurugu.

Hakujua kama ilikuwa bora kuonyesha woga na kutetemeka mbele yake kama ishara ya kusalimu amri, jambo ambalo alifahamu fika kuwa Bakari alitamani, au ingefaa zaidi kuwa mkaidi na kumrudishia matusi yake. Alikuwa akijifunza kuishi na dharau yake na kujichukia kwake mwenyewe, lakini alihofia usalama wa mwanawe. Alijiuliza, wakati mwingine, kama hivyo ndivyo yalivyokuwa maisha ya wanawake wengi, ikiwa nao waliishi vile, wamejawa woga kwa wanaume wao. Kwa nini hawakusema kitu? Hakujua angeweza kuongea na nani.

Karim alipotimiza miaka mitatu, baada ya kufanya mipangilio ya kimyakimya na ukaidi wake wa kijanja, akamchukua na kurudi naye Unguja, huku akimwacha mumewe. Alikwenda Unguja kuwatembelea wazee wake na kugoma kurudi. Maisha yake na Bakari Abbas yalimfunza kwamba utii aliolelewa nao haukufaa kitu na mwishowe alipata hasira tosha akaamua kugoma. Alipuuza ujumbe aliotuma wa kumlazimisha arudi, na akapuuzia vitisho vyake vya kumtaliki na kumwacha bila hata senti nyekundu. Alipuuza nukuu zake za sheria zote, za kiraia na za kidini, zilizotaka amrudishie mwanawe. Kwa hivyo, kwa ufupi, waliachana kwa ugomvi, kwa upande wa Raya, ilikuwa kwa kuchukizwa na vurugu zake, tamaa zake za kiasherati na shuruti zilizomlazimisha kuolewa naye. Kwa Bakari, ilikuwa hasira ambayo aliionyesha kwa kukataa kumpa msaada wowote wa kifedha, daima milele. Angeweza kulazimishwa na sheria au hata kwa desturi za mila na utamaduni, lakini Raya alifadhaika sana na alikuwa na uchungu mkubwa hata hakutaka kujisumbua, licha ya matakwa ya baba yake na ami yake. Hakuweza kuwa mkweli kwao kuhusu ukatili wake. Aliona aibu kubwa sana. Alichoweza kusema ni kwamba walikuwa wakigombana kutwa kucha na hakutaka kuishi hivyo. Kisha, akawakataza kuomba hata shilingi yake moja katika pesa alizokuwa nazo.

Raya na Karim wakahamia katika nyumba ya familia. Wazee wake wakikodi vyumba viwili vilivyogubikwa kiza katika ghorofa ya kwanza na walitumia jiko na choo cha jumla jalama, pamoja na wapangaji walioishi ghorofa ya juu yao. Kwa Raya vyumba vilionekana kama vimejiinamia kwa kiza kutanda na pia nyumba yote ilikuwa na harufu iliyojaa uchachu. Kulikuwa na kichochoro kati ya nyumba yao na ya jirani. Tena, mara nyingine wanaume walipopita walikojoa kichochoroni. Karim alilala sakafuni chumbani kwa bibi na babu yake na Raya alikung'uta matandiko katika chumba kingine wakati wa kulala ulipowadia. Alihamia kwashingo upande, hakuwa na hamu ya kurudi tena katika lile tundu lililokosa hewa ambalo alikulia, ingawa alishukuru pale mama yake alipomsaidia katika kazi za kumtunza mwanawe. Na baba yake hakufurahia kurudi kwake, alinong'ona kuhusu suala la wajibu na masikini mwanamme wa watu kaachwa peke yake bila ya yeyote wa kumtunza. Raya alikuwa na wasiwasi kuhusu ubabe wa baba yake ambao ulijificha. Hakuna aliyenisikia nikiita? Hii kahawa ni baridi, ni chungu, ni nyepesi. Je, sisi ni maskini kiasi kwamba hatuwezi kumudu kahawa nzuri? Kwa nini hakuna mtu anayenisikiliza? Maji yangu ya kukoga yako wapi? Mgongo wangu unauma. Siwezi kulala kwa kelele zote kutoka ghorofa ya juu. Hivi nyinyi wanawake hamwezi kuacha kusema sema tu?

Tabia yake moja iliyoleta afueni kwa Raya ilikuwa uwezo wake wa kusimulia hadithi. Hadithi hizo ziliupa utoto wake furaha. Aliziamini kama za kweli, na hata pale alipotambua kuwa hazikuwa za kweli, hakuweza kuukwepa ukweli wao. Baadaye alielewa kwamba hakutunga zile hadithi. Yeye pia alihadithiwa hadithi hizo hizo utotoni, kama vile alivyosimuliwa mama yake, ingawa mama yake hakuwa na kipaji cha kusimulia na mara nyingi alisahau mambo muhimu na kutabasamu kwa kuomba msamaha huku kipeo cha hadithi kilichofanya hadithi isisimue, kikiwa kimemponyoka. Baba yake alisimulia hadithi vizuri mno. Alipokuwa mtoto zilikuwa hadithi zilizohusu wanyama waliozungumza na baadaye zilikuwa zile za njozi na matukio ya kusisimua yaliyotokea ulimwenguni. Aliigiza sauti tofauti, kwa uzito na wembamba wake huku akiwa na uelewa wa ajabu wa kusimulia. Lakini hata hivyo, hadithi zilikauka. Alifahamu sababu ya hilo. Uchungu uliingia katika fikra za baba yake baada ya mapinduzi, na masimulizi ya dhulma na malalamiko yakachukua nafasi ya zile hadithi zilizofurahisha utoto wake.

Ukame wa hadithi ulihusiana na kile kilichotokea kwa binamu yake, Suleman, mtoto wa Hafidh, kaka mkubwa wa baba yake. Suleman alijiunga na kikosi kipya cha usalama ambacho kiliundwa uhuru ulipokaribia. Wakati huo huo Fidel Castro alikuwa akiwafunza makomredi ili warudi kufanya mapinduzi. Serikali mpya ilikuwa ikijitayarisha kuchukua mamlaka kutoka kwa Mwingereza hivyo iliunda kikosi cha polisi cha kulinda usalama. Jeshi la polisi lililokuwepo liliundwa na himaya, hivyo lilikusudiwa kudhibiti raia wake wa kikoloni, hivyo ndivyo walivyoambiwa na serikali iliyokuwa ikisubiri kuingia mamlakani. Kitengo kipya cha usalama kingekuwa mwanzo mpya, kikosi chenye wajibu wa kulinda raia wake badala ya kuwatisha. Walioajiriwa wengi walikuwa wamemaliza shule nyakati hizo kwa hivyo hawakuwa na miaka mingi baada ya kubalehe. Hata hivyo, kamanda wa kikosi alibaki kuwa Mwingereza kwani hawakuona sababu ya kutotumia utaalamu wao wakati walikuwa bado wapo kisiwani. Usiku mmoja, kulitokea uvumi kuwa kulikuwa na fujo iliyopangiliwa, na kamanda hakutaka wahuni waweze kuingia kwenye ghala ya silaha wakati yeye akiwa kwenye karamu ambayo ilishapangwa tangu zamani. Kwa hivyo alitumbukiza funguo za ghala ya silaha mfukoni mwake au labda ilikuwa nyumbani kwenye mkoba wake au pengine mahala pengine. Kwa vyovyote vile, aliwaacha vijana hao bila silaha katika kambi zao, na wale vijana, ambao walikuwa wamepewa mafunzo kidogo tu, vijana ambao hawakujua la kufanya, vijana ambao hawakuwa na njia ya kujitetea, walikatwakatwa, vipande-vipande. Kitendo hicho ndicho kilichoyafungulia mapinduzi mlango. Mtoto wa Hafidh, Suleman, alikuwa mmoja kati ya vijana hao. Alijiunga mara tu baada ya kumaliza shule mwezi wa Desemba na alipata mafunzo kwa wiki mbili tu kabla ya jambo hilo kutokea.

Hawakuweza kumpata. Hakuwamo kati ya waliojeruhiwa, waliokatwakatwa na hata waliokufa. Na katika matukio yaliyojiri na hadithi zilizofuata, na majigambo ya walioshinda, waliamini kwamba alikuwa miongoni mwa waliopotea. Kaka wawili hawakumtaja mtoto yule wa kiume isipokuwa palipokuwa na du'a. Mama yake alimwombolezea na kumlilia, na katika maumivu ya kufiwa alijiona kama asiye na thamani na asiyefaa kuishi. Ilimvunja Baba, ingawa hakuwa baba mzazi. Kuna kitu kilimtoka, na ndipo hapo hadithi zilipokauka au zilipogeuka kuwa maombolezo yaliyojaa uchungu. Kadiri muda ulivyopita, kumbukumbu za hadithi zilizidi kuwa hafifu, lakini bado aliweza kukumbuka kuwa nyingine zilikuwa za kuchekesha na zenye upendo. Ilikuwapo ile iliyomhusu ombaomba aliyeshitakiwa kuiba harufu ya karamu ya sultani, na jinsi Abunuwas alivyomsaidia kulipa kwa kurusha sarafu kwenye sakafu ya ikulu na kumwomba sultani akubali kelele ya pesa katika malipo. Au kulikuwa na moja kuhusu mbuni ambaye tamati yake ilikuwa mbaya ingawa hakuweza kukumbuka tena maelezo yake ya kina. Kulikuwa pia na ile ya kutisha iliyohusu ngome iliyokuwa katika kilele cha mlima mweusi uliokuwa na sumaku hivyo kuwafanya adui washindwe kuiteka kwani walipokaribia, mapanga na mikuki yao iliwaponyoka mikononi mwao na kuelekea mlimani. Au ile ya wale dada wastaarabu waliokula wali mmoja mmoja kwa sindano. Kumbukumbu za hadithi hizo hazikuweza kufidia miguno na manung'uniko yaliyozidi kukua kwa marefu na mapana kadiri alivyozeeka. Hakuweza kustahamili, Raya alifahamu hilo, lakini hata hivyo ilikuwa vigumu kushuhudia na kuyaona maumivu na machungu yake.

Jambo la kwanza ambalo mama yake alilazimika kufanya kila asubuhi lilikuwa pia jambo la mwisho alilolazimika kulifanya kila usiku - kumkanda mwili mzima. Pia alimkanda wakati wowote aliposhikwa na hamu ya kukandwa. Mama mtu alipiga magoti kwa kuchutama na kumkanda kutoka shingoni na mabegani hadi kwenye vidole vyake vya miguu, huku baba mtu akiguna kwa ashiki ya kuridhika aliyoihisi. Baada ya kukandwa asubuhi, alivaa na kungoja aletewe kikombe cha kwanza cha chai pamoja na maandazi moto kutoka kwenye karai la mafuta. Mara nyingi kulikuwa na hitilafu katika chai au maandazi yangekuwa matamu mno, ili mradi kungekuwa na jambo ambalo lingemkera. Raya aliporudi na Karim, baba mtu alijaribu kumwingiza kwenye utumishi wa kumshughulikia, hivyo angemwita amkande pale mama yake alipokuwa na kazi nyingine, lakini aligoma. Alishapata somo tosha baada ya kuishi na Bakari Abbas kwa hivyo alipuuza manung'uniko yake.

Akiwa na miaka ishirini na moja, Raya alikuwa mzuri ajabu, ingawa yeye mwenyewe hakutambua hilo kwa hakika. Kwa vyovyote, hakujali kufuatwa na wanaume. Alidhani kwamba alishatosheka na njaa hiyo na sasa alitaka aachwe mwenyewe, aishi maisha ya kawaida na awe na furaha kidogo. Licha ya yote, alijikuta mwenye kushukuru kwa kurudi nyumbani kwa mama na baba, na kupunguziwa mzigo wa wajibu aliokuwa nao wa kumlea mwanawe, pia kulikuwa na usalama fulani kwake na kwa mwanawe. Kasi aliyoichukua kumruhusu mama yake achukue jukumu la kumlea Karim ilimshangaza ingawa polepole, kujisuta kwake kwa kutomtazama mwanae kulipungua na akajikuta amejinasua kutoka kwa mwanawe ambaye alimhusisha na nyakati za shida maishani mwake.

Kwa baba yake, Raya alikuwa bado mwari ambaye angeleta aibu na kuvunjiwa kwa heshima kwa kuwavutia wanaume wenye sifa mbaya. Hebu mfikirie mwanao, alimwambia.

Ninamfikiria mwanangu, alijibu.

Atakua bila baba, aling'ang'ania kusema, Ni haki ya mumeo kutaka mtoto arudi. Mrudie. Una wajibu; mwanao wa kiume anamhitaji baba yake. Au basi tukutafutie mume mwingine. Talaka si mwisho wa dunia, si kitu.

Raya alipandisha mabega na hakujibu. Kimoyo moyo akajiambia, Wewe ulifanya kazi nzuri ile mara ya kwanza. Hakuna usemalo litakalonifanya nimrudie Bakari Abbas.

2

Karim alikuwa na kaka mkubwa wa tumbo jingine, Ali. Mama yake Ali, Ma'mkuu, alitalikiwa na Bakari Abbas wakati mwanawe alipokuwa na miaka minane, na baada ya hapo akawahamisha wote wawili kutoka Pemba kurudi Unguja. Bakari Abbas alimwoa Raya baada ya miaka miwili hivi, kwa hivyo watoto walikuwa na tofauti ya takriban miaka kumi.

Ali alikuwa bado yupo shuleni Karim na mama yake walipohamia Unguja. Ndugu hao hawakufanana hata chembe. Alipokuwa na miaka kumi na nne, Ali alikuwa mkuza na alionyesha tayari umbo lake la utu uzima. Uso wake ulikuwa na wembamba kama ule wa baba yake ingawa yeye alikuwa mfupi zaidi, hakutimia futi tano kwani urefu wake ulikuwa takriban inchi moja pungufu ya futi tano. Mwili wake ulikuwa na misuli na ilionekana wazi angekuwa na mwili wa kipipa uzeeni wakati baba yake alikuwa kimbaombao, yaani mifupa mitupu. Hata hivyo, tofauti na baba yake, uso wa Ali uling'aa kwa utundu wa ujana na alikuwa mwepesi kutabasamu. Alipenda bahari na urafiki wa wavuvi, wengi wao wakiwa vijana tu, wakubwa kidogo zaidi yake na walioishi mtaani, tena walikuwa rafiki zake tangu utotoni. Wakati mwingine alitoroka skuli na alienda kuvua na rafiki zake, na ingawa alijitahidi kuficha utoro kutoka kwa mama yake, mara zote alimfuma.

Unanukia kama bahari. Umetoroka skuli tena, angesema, na yeye alitazama chini kwa shingo upande, akiongeza chumvi katika kuonyesha majuto yake hadi kumfanya mama yake amchape kidogo tu na asimtandike kama alivyostahili, kwa maneno ya mama yake. Ma'mkuu alitia wasiwasi urafiki wake na wavuvi kwani walijulikana kuwa na fujo na walivuta bangi, au tuseme ni vinginevyo, yaani walivuta bangi na kuwa na ghasia na jeuri.

Alipata wasiwasi kwa Ali kukosa skuli, kutembea kwa kunesa majiani, na aliimgombeza kila mara ingawa haikusaidia kitu. Alimwahidi kuwa mtoto mwema, lakini alitumia hila kwenye utundu wake. Alimpenda sana mama yake na hakutaka awe na wasiwasi ingawa pia, alipenda kwenda baharini. Alikuwa kijana mwenye nguvu na aliyefahamu jinsi ya kujiangalia, na hakukuwa na jambo hasa la kumshurutisha Ma wake awe na wasiwasi.

Si kwamba alichukia skuli. Alikuwa na marafiki, na mara nyingi walifanya maskhara yaliyowalenga walimu. Ali alikuwa kinara wa vichekesho kwa uchale wake skuli, na hakuhitaji kufanya jitihada yoyote ili wenziwe wacheke. Kitimbi chake kimojawapo kilikuwa kile cha kusanifu jinsi walimu walivyotembea na kuzungumza. Aliweza kuwaiga takriban wote, kwa kutembea kwa hatua ndefu, kujikokota, kufanya umaluuni, wakati wanafunzi wenziwe wakicheka na wakati mwingine walijiunga naye. Alimwezea zaidi mwalimu wa Hisabati, mtu aliyewatisha kwa vurugu zake na ukimya wa kikatili. Ilikuwa shuruti kwa angalau mtu mmoja kuchapwa au kuburuzwa na kutandikwa mgongoni kwa kiboko. Kwanza kabisa, Ali hakulielewa somo hilo, halafu vitisho vya mwalimu darasani vilimfanya ashindwe kuwa makini kwa lolote zaidi ya kujitahidi kunusurika hadi mwisho wa somo. Safari moja Ali alikuwa akirukaruka mbele ya darasa akiiga mwendo maalumu wa mwalimu huyo, akawakodolea macho wavulana wenziwe na wao wakachekelea maigizo yake. Ghafla mwalimu akatokea nyuma ya Ali. Papo hapo Ali alihisi tumbo joto na makalio yake yakaanza kumwasha kwa woga, lakini akajikaza kiume, akamtabasamia mwalimu na kuanza kuelekea kwenye dawati lake. Kabla hata hajachukua hatua mbili tatu, mwalimu alimvamia na kumpiga konzi moja kali sana kisogoni. Nguvu ya konzi ilimfanya Ali ahisi kama kizunguzungu na akateterekea dawatini. Siku hiyo Ali alikuwa shujaa kwani hakubandua tabasamu usoni mwake ingawa baada ya hapo, hakuthubutu tena kumsanifu mwalimu huyo, ikawa mwisho.

Alihisi matarajio mengi yaliyohusu skuli yalimtaabisha ingawa alijikakamua kiasi cha kutosha kudumisha heshima yake asifikiriwe kuwa mbumbumbu. Pia kulikuwa na michezo. Alikuwa mwanariadha jasiri, sifa iliyomfanya kuwa mshindani, si mshindi, na ambayo ilimsaidia kuingia kwenye timu ya soka ya shule, ambako alisifika kama beki shupavu na mwenye nidhamu.

Karim pia alikuwa na sura na umbile jembamba kama baba yake, ingawa alikuwa na macho yaliyojaa haya kama ya mama yake. Alipokuwa mdogo, macho yake yalionekana kama vile angalijaa machozi ya kulia wakati wowote. Tofauti na kaka yake aliyejaa uchangamfu, Karim alizoea kutulia kimya aliposemeshwa, na kununa alipogombezwa ndugu hao. hawakushughulishana kwani mama zao hawakupatana, au labda hawakujitaabisha kujuana. Ma'mkuu alikaribia miaka arobaini, hivyo alimpita Raya kwa takriban miaka ishirini. Tofauti hii ya umri ilikuwa kubwa mno kuwezesha urafiki, alihisi Raya, na pia labda alihisi aibu kwa kuogofya kwake na kukubali makombo ambayo yule Bi mkubwa alishayafahamu na kuyakataa. Aliamini kwamba Ma Mkuu alimdharau kwa ule utiifu wake wa kukubali ndoa kwa heshima na taadhima, ingawa Ma'mkuu alibaki na Bakari Abbas kwa muda mrefu zaidi ya alivyosalia Raya.

Tofauti ya umri wa ndugu wale pia ilionekana kubwa walipokutana. Watoto wa miaka kumi na nne na miaka minne hawawezi kutegemewa kuwa na mengi ya kushirikishana, hasa pale mmoja wao anapokuwa maluuni na mwingine akiwa amevurugwa akili kwa matukio yaliyomkumba maishani mwake. Zaidi ya hayo, waliishi maeneo tofauti ya mji, na Karim alikuwa mdogo sana kuzurura majiani, ambapo ndipo Ali angaliweza kupatikana, hivyo ilikuwa nadra sana kwao kubahatika kukumbana. Hata hivyo, miaka ilivyoenda, wakaja kufahamiana. Wakati wa Idi, kila mmoja wao alikwenda kutoa mkono wa Idi kwa mama wa mwenziwe, na pia kulitokea nyakati ambapo walikutana katika shughuli au mchezo.

Karim alipoanza shule, Ali alishamaliza na alijiunga na ofisi ya forodha, ambayo Ma'mkuu alipendelea zaidi ya uvuvi kwani ilikuwa upande sahihi kisheria.

Karim alisoma shule moja na ile aliyosoma Ali, na walimu wengi walikuwa ni wale wale. Waliwazungumzia kama kaka na kufananisha tabia zao na mafanikio yao, kama walimu wafanyavyo kwa ndugu. Miaka ilivyoenda na jinsi Karim alivyosonga mbele, yeye ndiye aliyesifiwa hasa katika ulinganishi huu, huku walimu wakimsifia kwa uwezo wake na utiifu wake, tofauti kabisa na kaka yake aliyejaa maudhi na kero. Kaka yako alikuwa shetani mdogo alipokuwa hapa, walimwarifu. Mwalimu mkuu, aliyeishi mitaa miwili kutoka kwa akina Karim, aliwatembelea nyumbani na kumwambia mama yake Karim, huyu mwanao ni dhahabu. Kupitia redio kifua, haikuzuilika kwa habari hii kumfikia Ali ambaye alichekelea kwa furaha akikumbuka utundu wake alipokuwa skuli. Alipomwona Karim majiani ilikuwa shurti amwulize kwanza kuhusu skuli, Vipi unaendeleaje? Wewe ni nyota? Alimbembeleza ajisifie kuhusu ushindi wake wa hivi karibuni, ambapo kamwe Karim hakusita kusimulia. Wakati mwingine Karim mwenyewe alianza kuhadithia habari za ushindi wake. Ali alimwulizia Anti, njia yake ya kumzungumzia Raya. Kama angekuwa na mtu yeyote, basi angemfahamisha Karim kama kaka yake mdogo mwerevu na alimgonga bega kama aliyemkinga na dunia. Karim alipenda sana kukutana naye, na moyo wake ulijaa furaha Ali alipomshika mgongo au kumgusa bega kirafiki. Alihisi fahari kukubalika namna hii.

Mama yake Karim alimchukulia kama mali ambayo alikuwa akiipenda lakini ambayo ustawi wake alifurahia kuwaachia wazazi wake. Halikuwa jambo la ajabu kwa shangazi au bibi kuwa mama mlezi, au kwa mtoto kukua na hisia ya kuwa na zaidi ya mama mmoja. Inaweza kutokea kwa ajili ya ujana wa mama mzazi, au kutokuwa na uwezo wa kukabiliana na watoto wengi, au malengo yake. Kwa upande wa Raya, aligundua maisha mapya na alipata kazi katika duka kubwa la nguo, jambo ambalo lilimwezesha kujifunza kuhusu mitindo na kujifurahisha katika mapenzi yake ya mitindo.

Alikuwa na shauku ya kuwashauri wateja kuhusu mitindo na mavazi, na kuwaonyesha ukhalat mpya. Kwa njia hii, alijenga ushoga mpya na baadhi ya wanawake na kufidia ile miaka ya kero aliyoilazimisha baba yake. Katika kushughulika na maisha yake mapya, akajitenga na mwanawe kidogo, na labda alikuwa na hasira naye. Wakati mwingine, baada ya muda, alijishtukia na kujisuta kwa ule ukosefu wake wa subira, ilimbidi ajikumbushe kumwonyesha mwanawe upole.

Ilikuwa bibi yake Karim aliyemhangaikia, aliyemwamsha asubuhi na kumpa kikombe chake cha chai kabla ya kumharakisha kwenda skuli. Ilikuwa ni kwa bibi yake ambapo alihadithia maajabu yote aliyogundua kila siku : madai ya kuvuruga akili kwamba kiini cha ulimwengu kilikuwa myeyusho, na hadithi alizosoma katika kitabu chake cha hadithi za Wayunani : kukatwa kichwa kwa Medusa, mtu aliyeiba moto kutoka kwa Miungu ya Wayunani, shughuli za Herkules. Kutoka kitabu chake cha shule, alimsomea kuhusu safari za Sindbad. Wakati mwingine bibi alitia shaka, kama katika ile hadithi ya farasi wa Troi. Basi walikuwa wapuuzi, hao watu wa Troi, kuamini hila kama hiyo. Ilikuwa yeye aliyemwekea dawa ya iodini iliyochonyota pale alipodondoka na kuumiza goti, aliyempaka mchanganyo wenye harufu kali wa dawa na mafuta pale aliporudi nyumbani kwa kilio cha juu baada ya kujiumiza kifundo cha mguu au mkono. Yeye aliipenda harufu ya mchanganyo huo na kulipenda jina lake, Mafuta ya Kipasi. Pasipokuwepo yeyote ndani, alifungua chupa, alinusa yaliyomo ndani yake na kukunja uso kutokana na harufu iliyochoma.

Karim alikua haraka, na baada ya miaka michache alikuwa mrefu kumshinda kaka yake. Kila baada ya miezi michache, Ali alimsimamisha mbele ya ukuta na kumpima urefu huku akiweka alama. Yalah, mrefu kama mnazi, kimbaombao kama mwiko wa pilau na huna misuli, alisema. Karim alikua na kuwa kijana njorinjori, mwenye upole anaposema, kijana thabiti ambaye alipotazama hakubabaika, jambo lililowafanya watu wazima wapate wasiwasi wakati mwingine. Ali alizidi kuwa na fahari kwa mdogo wake, na mara kwa mara alikuja nyumbani kumchukua ili waende kuogelea au kutazama mechi ya soka au kutembea tu pamoja.

Baba yao alifariki wakati Karim alipokuwa shule ya sekondari. Katika miaka yake ya mwisho, Bakari Abbasi alisumbuliwa na kisukari na pia tezi dume lililovimba. Lakini aliamua kuwa hakutaka lipasuliwe pale daktari alipomshauri kwamba kisukari chake kingeingilia ganzi ambayo angehitaji wakati wa kupasuliwa au kingeweza kuleta matatizo. Hakuelewa kila alichoambiwa ingawa upasuaji ulionekana kuwa hatari, hivyo akaamua kuishi na maumivu. Lakini hata hakuishi muda kwani moyo wake uliacha kupiga mapigo yake. Alikuwa na umri wa miaka hamsini na nane tu alipofariki.

Karim hakuwa na mawasiliano yoyote na baba yake baada ya mama yake kumchukua kutoka Pemba, kwa sababu mama yake alimkataza, ingawa hakutoa sababu yoyote. Jinsi sura yake ilivyoonekana na vile alivyoonyesha kupuuza kwa ishara aliyotoa pale jina lake lilipotajwa, ilionesha wazi kwamba hakuwa na muda naye. Karim hakujua baba yake alifanya nini hadi ikawa hazungumziwi, lakini alifahamu kwamba ilikuwa jambo baya. Kwa hivyo kufariki kwa Bakari Abbasi hakukuwa na huzuni kama ilivyokuwa hisia ya kujuta kwamba chuki kati ya wazee wake ilimnyima kile ambacho wengi walikiona kama cha kawaida. Tofauti yake na wenziwe kuhusu hilo ilimfanya ahisi aibu alipokuwa mdogo, na kulikuwa na wakati ambapo alimzungumzia baba yake huko Pemba kama vile alimfahamu na walikuwa na ukaribu mkuu, wakati ukweli ni kwamba mara ya mwisho kumwona ilikuwa miaka kumi na moja iliyopita, alipokuwa na miaka mitatu.

Wakati mwingine Karim alijiuliza kwa nini wazazi kama wake, ambao hawakuwajali na hawakuwa na upendo, walijisumbua kupata watoto. Alikuwa na kumbukumbu ya mbali tu ya baba yake, na mara nyingi mama yake alimkemea kwa kile alichokiita ucheshi wake, na mara nyingi alionekana kukereka, na ilikuwa ni nadra kwake kumsemesha kama alivyofanya bibi yake.

Mara nyingine mama yake alimshangaza kwa kumpa tabasamu laini ambalo alilipenda sana, tena hata kumkumbatia na kumbembeleza, lakini kawaida alimsemesha kwa miguno au alitoa amri zilizojaa kisirani. Acha hayo mabio na kelele zote hizo, kisirani wee. Kwa nini usiende nje na kucheza na watoto wengine? Hakujua ni lini alianza kufikiria hivi, na labda awali hakulifikiria jambo hili kwa ufasaha na kwa uhakika tosha, lakini, tangu utotoni, alielewa mfadhaiko uliotokana na jambo hilo. Yeye atafanya mambo kwa njia tofauti atakapokuwa baba, hilo lilikuwa hakika. Angehakikisha kwamba mtoto wake anafahamu fika kwamba anatakiwa, na anapendwa. Ingalikuwa hivyo kama angejisumbua kumpata huyo mtoto. Hakumwambia yeyote mawazo hayo hadi baadaye kabisa, kwani alihisi kwamba, kuyawaza ulikuwa ni ukosefu wa shukrani au hata dhambi kabisa, na wakati ulipowadia kuyasema, maneno hayakuwa na maana kama vile ambavyo yangaliweza kuwa pale zamani.

Ali alikuwa mtoto mtiifu zaidi kwa baba yake na kabla ya kufariki alimtembelea kule Pemba mara kwa mara. Hivyo ndivyo Karim alivyoweza kuyajua machache aliyoyafahamu kuhusu baba yake, ikiwa ni pamoja na maradhi yake. Raya alisema hizo safari za Pemba ilikuwa njama tu za mama yake Ali, Ma'mkuu. Mwanamke alikuwa laghai hasa. Anampeleka mwanawe kutembea ili ahakikishe anarithi kitakachoachwa na baba yake.

Na ndivyo ilivyokuwa. Bakari Abbas alioa tena baada ya Raya, kwa hivyo hakuwa peke yake siku zake za mwisho. Mkewe alirithi nyumba waliyoishi na vyote vilivyokuwa ndani, fanicha, mikeka, masufuria na vikaango na Ali akarithi mabaki ya biashara. Si mama yake Ali, mama yake Karim na wala Karim waliotajwa kwenye mirathi ya Bakari Abbas, ingawa Raya angaliweza kubisha kwa kutumia sheria za dini, kupigania haki ya Karim, akaamua kupuuza uhabithi wa Bakari Abbas. Ma'mkuu alifurahia urithi wa Ali, kama alivyoufurahia Ali mwenyewe. Ali akauza biashara, akamwoa Jalila, ambaye alishamchumbia kitambo, na akanunua nyumba Unguja. Ma'mkuu hakutaka kuhama kutoka nyumbani kwake, nyumba aliyoirithi miaka mingi iliyopita kutoka kwa mama yake. Wakati huo Ali alikuwa afisa wa forodha kamili na sare yake aliyoipiga pasi ikanyooka uzuri huku akitembea kwa kunesa, hatua zake zikimwonyesha kuwa mtu mwenye azma fulani. Akiwa mwanandoa mpya, Ali alikuwa mtu katika watu duniani.

Wakati wa kifo cha baba yake, mama yake Karim alikuwa haishi tena na wazazi wake, au tuseme hakusalia nyumbani. Alitoroka taratibu. Alikodisha chumba katika ghorofa ambapo mmoja wa mashoga zake alikuwa akiishi na mama yake, na kila baada ya siku chache alikuja kukaa katika vile vyumba vya wazazi wake na mwanawe. Kadiri miezi ilivyopita, ndivyo alivyozidi kuongeza mwanya wa siku kati ya zile alizowatembelea, hadi mwishowe alipita tu kwa saa moja au mbili kisha akarejea kwenye chumba chake alichopanga. Hakukuwa na nafasi kwa mvulana aliyebalehe katika makazi yake mapya, Raya alisema, kwa hivyo alilazimika kubaki na bibi na babu yake. Bila shaka angeweza kwenda kumtembelea pale alipopata hamu ya kufanya hivyo, lakini alilazimika kuelewa kwamba ilibidi Raya ahame pale nyumbani. Alihitaji hewa safi zaidi. Vile vyumba vilimfanya ahisi kama kabanwa, alimwambia mwanawe huku akinong'ona ili mama yake asisikie. Nahisi kukabwa, siwezi kukaa hapa. Kila kitu kina harufu ya kuchacha na ni kibaya. Ni uchafu wa miaka nenda miaka rudi. Bafu chafu, kichochoro kina harufu ya mikojo. Na wewe… wewe umekua sasa, mkubwa mno kuendelea kulala chumba kimoja na bibi na babu yako.

Sasa nifanyeje? Wakati unapokuwa haupo nyumbani, mimi hulala chumba hiki. Wewe hupendi mimi kulala chumba kimoja na wewe, alilalamika akiwa ameumizwa roho kwa kuchambwa kule.

Basi kichukue, mama yake alisema huku akitabasamu kuona mwanawe alivyoonyesha kununa kitoto na kisauti chake. Ninakupa kwa moyo mkunjufu.

Miezi michache baada ya kifo cha baba yake Karim, bibi yake alidondoka ghafla. Maisha yake yote alikuwa hapumziki, wa kwanza kuamka, kuchemsha maji, kutengeneza chai, kufua, kupika, kusafisha, tangu alfajiri hadi mwisho wa siku, na pia wa mwisho kulala usiku.

Asubuhi moja hakuweza kuinuka kutoka kitandani kwake bali alilala pale macho akiwa ameyafumbua huku akihema kwa upole. Kuanguka kwake kulizua taharuki nyumbani. Alikuwa na nguvu za kutosha kumtuma Karim kwenda kumwita Raya ili apike na kumhangaikia baba yake na mahitaji yake. Usiku wa siku yake ya pili ya kulala kitandani, aliaga dunia kimyakimya, akiondoka bila tafashi kama alivyoishi maisha yake. Siku zilizofuata, maisha yao yalitawaliwa na taratibu za kifo, kuoshwa mwili, maandalizi ya maziko, sala, mazishi ambayo mume wa marehemu na Karim pekee waliweza kuhudhuria kisomo msikitini na nyumbani. Kwa Karim ilionekana kana kwamba kila kitu kilikuwa kimetokea kwa ghafla pasipo kutegemewa. Baba yake aliyekuwa mbali na ambaye hakumjua alifariki, halafu mama yake hakuishi nao tena, kisha bibi yake naye ghafla akamwacha, mambo yalitokea ghafla bin vuu.

Ujue inabidi ubaki hapa kumtazama babu yako, mama yake alinena. Atakuhitaji hapa. Itabidi tutazame jinsi ya kujipanga. Mie siwezi kurudi kuishi hapa *voo*. Nitapanga na watu wanaokaa ghorofa ya juu wapike chakula cha mchana, na nitapita kila siku, usijali. Kila kitu kitanyooka.

Na iwe hivyo, alisema kwa mnuno, lakini mama mtu hakujali, akiwa amegubikwa na mawazo yake mwenyewe.

Kitu ambacho Karim hakukijua ingawa muda si mrefu angekuja kukielewa kwa ukamilifu ni kwamba, kwa muda, mama yake alikuwa akijiandaa kuondoka. Kwa takribani mwaka mzima, Raya alikuwa kwenye uhusiano wa kimapenzi na mtu kutoka Dar es Salaam ambaye jina lake lilikuwa Haji Othman. Walikutana pale Raya alipoenda kumtembelea rafiki yake jijini Dar. Hakukuwa na kitu chochote kilichotokea baada ya kukutana kwao mara ya kwanza isipokuwa labda Raya alipenda mwonekano wa huyo jamaa na pia uchangamfu wake. Pia alizungumza naye na watu wengine pia, kwa takriban dakika kumi hivi. Halafu siku chache baada ya kurudi kwake, jamaa alimpigia simu pale dukani alipofanya kazi ya kuuza nguo. Nitakuja Zanzibar wiki ijayo, unaonaje tukutane na kula chakula cha mchana? Baadaye, aligundua kwamba alimwulizia kwa shoga yake kule Dar na kutaka kujua kama alikuwa na bwana. Alipogundua kwamba hakuwa na yeyote, akamwomba shoga yake nambari yake ya simu, naye akaitoa haraka haraka, bila ya kusita kwani alimpenda Haji na pia alimpenda Raya na alikuwa na hamu ya kuona mambo yangeendeleaje. Hivyo ndivyo mambo yalivyoanza. Akaja Zanzibar, wakala pamoja, baada ya hapo akampigia simu kila baada ya siku chache na mengine yakafuatilia kwa siri. Raya aliitembelea hoteli yake alipokuwa Zanzibar, na wakati mwingine alikwenda Dar. Baada ya miezi michache wakaanza kuzungumzia ndoa. Wakati huo Raya alikuwa akiishi mwenyewe tayari katika kile chumba alichokodi. Kifo cha mama yake kikafanya aharakishe uamuzi wake. Hakuwa na mpango wowote wa kurithi nafasi ya mama yake kama kijakazi wa baba yake.

Karim alikuwa na karibu miaka kumi na tano wakati mama yake alipoolewa tena na kumfuata mumewe mpya huko Dar es Salaam, ambako alikuwa na duka la dawa katika Barabara ya Fire Station, maarufu kama Faya. Karim hakushangazwa kabisa na kuondoka kwake. Aliposikia kuhusu ujio wa ndoa yake, alishuku kwamba hakukusudiwa kumfuata. Wakati huo hakukosa raha ya kuwa nyumbani ambapo mama yake alipadharau mno, ingawa alikereka na uamuzi wa kijuujuu alioufanya mama yake wa kutegemea kwamba yeye Karim angemtunza babu yake aliyejaa manung'uniko. Majirani walioishi juu walipika chakula ambacho yeye alikifuata alipotoka shule na kumpakulia babu yake pamoja na yeye mwenyewe. Alikuwa akifanya vizuri mno shuleni, akitambulika na walimu pamoja na wanafunzi wenziwe kuwa mtu mwenye kipaji cha hali ya juu na hakuwa na hamu ya kuhamia Dar es Salaam, mahala ambapo hakuwahi hata kukanyaga. Alifahamu kwamba babu yake ambaye alishazoea kushughulikiwa kwa kina kuhusu mahitaji yake yote ya kila siku, alielewa kwamba mjukuu wake asingeweza kumshughulikia kama alivyozoea. Kijana aliyebalehe hakuweza kupika na wala hakujua jinsi ya kumpikia chai yake kama ilivyotakiwa kila asubuhi. Pia hakuwa na subira ya kumkanda kila siku, asubuhi na usiku, na wala kumfulia nguo vizuri, ila angecheza mpira wa miguu anapokuwa na nafasi au angezurura majiani na marafiki zake au angezama ndani ya vitabu vyake. Basi ikawa kwamba, baada tu ya Raya kuondoka na kwenda zake Dar es Salaam, babu yake alivirudisha vile vyumba walivyopanga na akaenda kuishi na familia ya kaka yake mkubwa, naye Karim akaenda kuishi na Ali na Jalila, na wao wakampokea bila ya kusita. Ilionekana kwa Karim kuwa alimpoteza mama yake kwa mkupuo mmoja tu.

Hii ni nyumba yetu. Nimeinunua kwa pesa ambazo baba yetu aliniachia mie, kwa hivyo ni yako pia, Ali alimwambia baada ya Karim kupata mlo wake wa kwanza katika nyumba mpya. Jalila alitikisa kichwa kukubali, na baadaye Karim alikuja kuelewa kutikisa huko kuwa ni kukubali bila ushindani. Hakukuwa na haja ya mazungumzo zaidi.

Bila shaka, Ali aliendelea na tabasamu lake la maskhara, ipo siku kutakuwa na watoto watakaokimbia juu na kushuka ngazi, lakini muda huo bado kidogo, eti ee habibi. Kwa sasa ni sawa kwa mdogo wangu kuja kuishi na familia yake.

Ilikuwa ni nyumba ndogo, nyembamba karibu na Mnazi Moja, nyuma ya madrasa ya zamani ambayo sasa ilikuwa ikitumiwa kama ofisi na biashara ya usafiri. Nyumba yenyewe ilikuwa ya ghorofa mbili, chumba cha kulala na jiko lilikuwa juu na eneo kubwa la ukumbi ambapo watu walifika walipowasili lilikuwa ni eneo lao la kulia chakula na ndipo wakati mwingine waliketi na kuzungumza. Bafu lilikuwa chini, na chumba kingine kikubwa karibu na mlango wa mbele kikawa cha Karim. Chumba kilikuwa na kitanda cha chuma, dawati dogo na mkeka uliofumwa kwa ukili. Dirisha kubwa lilitazama barabara na lilikuwa na nondo pamoja na vilango vya dirisha vilivyotengenezwa kwa ubao ambavyo vilifungwa Karim alipotoka. Alilazimika kufunga vilango vya dirisha vya chini hata alipokuwa chumbani ili kupata faragha kutoka kwa wapita njia ambao hawakuona haya kuchungulia pale walipopita. Au hata kusimama kwa muda na kuchungulia kwa dakika mbili tatu ili kuchunguza hasa nini kilichoendelea. Jua lilijitokeza mchana na kuakisi kivuli cha mraba kilichosogea upande mmoja wa ukuta, na kufichua ukuta uliopakwa chokaa iliyoacha vilima.

Ni chumba cha msomi, kitakufaa sana tena sana, Ali alimwambia akimtania. Furaha iliyoje kuwa hapa nawe. Lakini sikia, lazima usifanye mchezo kuhusu mambo haya. Mie na Jalila hatukuwa na bahati na mambo ya skuli na kusoma. Nilizidi kufanya mchezo bure tu. Kusema kweli, nilikuwa na ari ya kuacha skuli. Skuli aliyosoma

Jalila haikumfunza chochote. Kwanza hakukuwa na walimu wa kutosha; wakati mwingine ilikuwa mwalimu mmoja kwa wanafunzi mia moja. Hakukuwa na mpangilio, watu wakifanyiwa ubabe kutwa kucha na ilikuwa vurugu tu, mabuku yalikuwa machache na hata hakukuwa na madawati ya kutosha, wacha viti. Kila kitu kilikuwa kimevunjika au kichafu. Kwetu sisi na kwa miaka yetu, kelele na ukosefu wa nidhamu ndivyo tulivyovipata skuli. Unanisikiliza? Una bahati kuliko sie, na ni haki yako. Kichwa unacho, na akili ndiyo usiseme, sivyo? Ni sababu pale wanaharamu wa serikali ambao hawajaiba vya kutosha kutoka nchini ili kulipia shule za bweni ambapo wanafunzi walilala huko nje ya nchi, wanapowapeleka watoto wao. Wewe umeingia sababu una akili na umefaulu vizuri mno mtihani wako. Usilazie damu bahati hii, ushan'fahamu?

Jalila hakuchoka kumkumbusha Karim kuhusu bahati aliyoipata, na alimhangaikia afanye kazi zake za shule na pia hakuisha kujisifia kuhusu vipaji na mafanikio yake kwa yeyote aliyemsikiliza. Alikuwa na miaka saba tu zaidi ya Karim, lakini kuanzia siku Karim alipohamia, alimfanya kama mdogo wake waliopishana miaka tele, tena ambaye alihitaji maelekezo na kutiwa moyo. Karim hakulalamika, lakini wakati mwingine alijichekea kwa jinsi Jalila alivyokuwa mjuaji na alivyomdekeza kama vile alikuwa mama yake. Unadhani mimi ni mjuba, sivyo? Ni kwa faida yako mwenyewe, alimwambia. Wakati mwingine Ali alikuja chumbani kwa Karim na kudurusu vitabu vyake wakati mdogo wake akifanya kazi zake za shule, au alizungumza naye kuhusu michezo au jambo jingine lolote lile. Alipokuwa na hamu, alihadithia kuhusu utundu wake alipokuwa skuli au alikumbuka ujasiri wake katika michezo na kumhadithia Karim. Safari moja alimwonyesha kwa vitendo ngwara aliyoipiga na kuokoa mpira ambao bila shaka ungalikuwa goli.

Miaka miwili baada ya mama yake kuondoka kwenda Dar es Salaam, ghafla Karim akaalikwa kumtembelea. Mwaliko wenyewe ulikuwa wa kushtukiza, kwani hakuwa na ukaribu hasa na mama yake tangu alipoondoka. Alifahamu mwaliko ulikusudiwa kama aina ya zawadi kwa kuhitimu masomo yake ya kidato cha nne kwa kufaulu vizuri, na pia ingekuwa likizo kabla ya kuingia kidato cha tano. Safari yenyewe ingekuwa ya kwanza tangu alipowasili kutoka Pemba, na hakukumbuka lolote kuhusu safari hiyo ya awali. Siku ya safari ilipokaribia, Ali alimpa ushauri mwingi, kana kwamba yeye mwenyewe alikuwa ni balozi wa misafara mwenye uzoefu mkubwa. Usiache begi lako bila kulitazama. Usikwame kwenye umati. Lazima kutakuwa na kibaka katika umati. Keti katikati kwenye boti, usikae nyuma. Utatapika ukikaa nyuma. Alimnunulia Karim tiketi ya boti, na alitumia sare zake za polisi wa forodha kumpitisha getini kama vile Karim alikuwa Mheshimiwa, *VIP*. Karim alikuwa na wasiwasi kuhusu ujio wake kwa sababu alijua hakukuwa na mtu wa kumpokea. Utakapofika bandarini, chukua teksi tu nenda zako nyumbani kwa Anti, Ali alimwambia, usitie shaka yoyote. Karim aliitikia kwa heshima japo alijua wazi kuwa Ali hakuwahi kufika Dar es Salaam pia.

Siyo tu kwamba Karim hakuonana na mama yake kwa miaka miwili, lakini pia hakupokea barua au hata kadi ya posta kutoka kwake, ingawa wakati mwingine alipata habari zake kutoka kwa watu waliokutana naye Dar. Ilimchukua muda wote huo kuonyesha ishara hii ndogo ya upendo, lakini yeye alishakubali hali ya mama yake ya kutokuwa na shauku ya kuwa naye ingawa yeye angalijitahidi kuwa mtiifu. Hakuwa na hofu ya kukutana naye tena, ila tu hakujua mambo yangeendaje. Zaidi ya wasiwasi huo, alitaka kuhakikisha kwamba hapotei na haonekani mshamba. Alichukua teksi kama alivyoagizwa na kufika nyumbani bila shida, akahisi amefanya jambo gumu na la kupigiwa mfano.

Furaha iliyoje kukuona, mama yake alisema, akimshika mabega na kutabasamu. Karibu chakula halafu utanihadithia yote yanayoendelea maishani kwako. Hebu tazama jinsi ulivyorefuka, unavyopendeza na mwenye akili ajabu!

Alitabasamu kusikia sifa na alifurahia raha yake. Katika roho yake, pale kilipotulia kiini cha unyenyekevu wake, hakufikiri kwamba maneno yale yalikuwa ya kumdanganya. Mama yake hakuwa wa kwanza kusema yeye alipendeza, na alifahamu kwamba alikuwa mwerevu. Alikuwa na umri wa miaka kumi na sita na alianza kujaajaa kifuani na mabegani. Nywele zake zilibadilika na kujaa huku zikiwa nyepesi na ndefu na alipenda kuziacha ziote, huku akijisahaulisha maagizo ya mara kwa mara ya Jalila aliyetaka azikate. Unaonekana kama mwenda wazimu, Jalila alisema, lakini yeye alijiona kuwa shwari kabisa.

Mume wa mama yake, Haji, alikuwa mwanamme mwembamba, mwenye pirika nyingi na mwenye ngozi ya kahawia na nywele zilizojisokota katika mawimbi madogomadogo huku zikiwa zimekatwa fupi. Karim alikisia kwamba alikuwa na takriban umri sawa na mama yake. Ilikuwa ni mara yao ya kwanza kukutana mbali na wakati walipoonana kwa muda mfupi siku ya harusi, lakini haikuchukua muda kwa Karim kustarehe mbele ya Haji aliyekuwa mtu wa mzaha usio kifani, tena akicheka hata kama ni yeye aliyefanyiwa maskhara. Raya na Haji walikaa na kuzungumza naye alipokula chakula cha mchana, kabla ya Haji kurudi kwenye duka lake la madawa. Mama yake alimwonyesha chumba chake, na baadaye Karim akamfuata mama yake kwenye sebule ya juu. Yeye alimwuliza maswali kuhusu Ali, kuhusu elimu yake, na alionekana kuzama katika tabasamu alipomsikiliza kwa makini pale aliposimulia kuhusu kufanikiwa kwake katika mitihani yake hivi karibuni. Alishangaa kuona jinsi ilivyokuwa rahisi kutulia na mamaye sasa.

Waliishi ghorofani katika nyumba iliyojaa nafasi ambapo baba yake Haji aliishi nao na alikuwa na vyumba vyake ghorofa ya chini. Sebule iliyokuwa mbele ya nyumba ilitumiwa naye pekee, pamoja na redio yake na marafiki kadhaa waliokuja kusikiliza redio jioni. Karim hakuingia mule ndani, na alikutana na mzee yule mwenye kusononeka na kutulia kimya, nyakati za mlo tu. Alizungumza kwa nadra, uso wake ulionekana kujaa machovu na ulitazama chini, kichwa chake kilikuwa kimenyolewa, na macho yake yalionekana kuwa mekundu. Karim alipomwona mara ya kwanza, alitoa sauti ya mshtuko kwa jinsi mzee alivyokuwa, ingawa alijaribu kumezea mshangao wake. Alionekana kama mtu mwenye huzuni. Mchana mmoja Karim alimwona akitabasamu. Hakukumbuka ni nini kilimfanya atabasamu, lakini tabasamu lilionekana kwa muda mfupi na lilikuwa pana na ungedhani liling'aa kama mionzi ya mwanga wa jua siku ya mawingu. Ilimfanya Karim ajiulize kama pengine sura yake ya machovu haikuwa huzuni bali ni suala la afya, kwamba hakujisikia vizuri tu. Alipomwuliza mama yake, hakujibiwa bali mama mtu alitingisha mabega tu. Ilikuwa ni kitu ambacho hakupaswa kuwa na hamu ya kudadisi. Akaamua kutoingilia mambo hayo na akachukua tahadhari ya kuwa mbali na yule mzee.

Mama yake alimwita mume wake mganga, yaani kama yule tabibu anayehusika na mitishamba. Hata hivyo, uganga ulihusishwa na shaka na uchawi, na mumewe alijishughulisha na bidhaa za dawa zilizoheshimika, si za kienyeji. Yeye alimwita mkewe habibi, mpenzi, na walizungumza kwa uwazi, kwa upendo bila ya kuonyesha mihemko, kana kwamba hivyo ndivyo walivyozungumza walipokuwa katika faragha yao wenyewe. Walikuwa na mafanikio ya kutosha kumwajiri mtu kutunza bustani, mzee Juma kama Haji alivyomwita, ambaye alikuja mara moja kwa wiki, na Farida, mwanamke ambaye alikuja kufua na kusafisha nyumba mara mbili kwa wiki. Karim alikutana na Farida siku ya pili baada ya kuwasili pale. Alikuwa mtu mzima, mwenye kuzungumza kwa upole na asiyetabasamu aliposalimia. Baada ya hapo aliendelea na majukumu yake na alizungumza naye mara moja tu, alipomwuliza kama Raya alikuwa mama yake. Karim alihisi bibi huyo amechoka.

Raya alikuwa na mashaka yake juu ya Farida.

Najua anahitaji kazi, maana ana watoto kibao ambao binti yake anaendelea kujizalia. Anaishia kuwalea watoto hao, najua hilo. Lakini mimi sipendi watumishi ndani ya nyumba, wakichokonoa hapa na pale na kukuibia, alimwambia Haji.

Alimtazama Karim alipokuwa akisema maneno hayo kuhusu Farida kuwalea watoto wa bintiye, na mwanawe alijiuliza kama mama yake aliusikia mwangwi wa kitendo chake cha kutomjali au alikuwa kama nyani asiyeuona utupu wake na kuucheka wa mwenziwe.

Hulipimi jambo hili kwa njia sahihi, habibi. Ndiyo, anahitaji kazi, lakini pia anakusaidia na kazi zinazokera, kwa hivyo wewe unahitaji kupika tu, jambo unalopenda kufanya. Naam, yeye huchukua chakula kutoka kwetu, jambo linalomsaidia. Hatumlipi kiasi hicho. Fikiria jambo hili kama fursa ya kufanya mema na kuwa na wakati wa mazoezi kidogo, Haji alisema, akijaribu kumfanyia mzaha. Huhitaji kwenda kazini, na usipofanya mazoezi utanenepa.

Aka! Utanenepa mwenyewe, alijibu Raya, jambo ambalo lisingewezekana kwani wote wawili walikuwa wembamba hasa. Ninakuja kusaidia kwenye duka la dawa unaponihitaji. Sipendi kusafisha na kufuta vumbi, lakini sipendi kuwa na mtumishi.

Nani atafua ikiwa hayupo? Haji aliuliza kwa sauti iliyoashiria alifahamu hiyo ndiyo turufu yake.

Kuna kitu kama mashine ya kufulia, alijibiwa, ambapo Haji alikunja uso na kutazama kwengine.

Safari hiyo ya kwanza alipowatembelea, Karim alikaa mwezi mzima. Alichelewa kuamka na kutwa alirandaranda katika mitaa ya Dar es Salaam. Mwanzoni alitembea Independence Avenue na kisha Ocean Road. Baadaye alipinda hapa na pale, alikunja kona bila mpangilio na kuamini bahati ingemchekea. Ilikuwa raha ajabu kutembea huku na huko na kutokutana na yeyote aliyemfahamu. Haji alimpa pesa kidogo alipofika mara ya kwanza – kiasi ambacho kilionekana kuwa kikubwa kwa Karim - na ikawa katika matembezi yake, angesimama kwenye migahawa na kujinunulia vitafunio na kikombe cha chai, chapati, kipande cha samaki, sahani ya sambusa au sahani ya ndizi za kukaanga. Alipozidi kuuzoea mji, alielekea sehemu tofauti kila siku ingawa mara zote, alijitahidi kwenda baharini. Iwapo alipata sehemu yenye kivuli na starehe kwenye ufuo, aliketi na kusoma moja wapo ya riwaya za upelelezi alizozipenda mno wakati huo. Alipata hisia ya hatari alipokuwa akitangatanga na kupotea mara chache, lakini baada ya muda, alijikuta anawasili mahala anapopatambua, bandari, kituo cha basi au barabara aliyoijua ambayo angeweza kuichukua kurudi nyumbani. Kawaida alirudi alasiri, wakati jiji lilipokuwa likijitayarisha kuwawezesha wafanyakazi kukimbilia majumbani. Kisha baada ya chakula cha jioni, Haji alienda kukaa na kusikiliza redio na baba yake katika sebule ya chini. Karim aliweza kumsikia alivyozungumza wakati yeye akiwa ametulia na mama yake kwenye sebule ya juu.

Walikuwa na mengi ya kuambiana, wakijaribu kujaza ukimya wa utoto wake. Alikuwa na hamu ya kumwulizia baba yake, lakini kila alipokaribia suala hilo ni kana kwamba mama yake alihisi na kujikurupusha.

Unajua, sijawahi kwenda Pemba, Karim angeanza kusema, na mama yake angejibu haraka haraka, aah ipo siku utaenda, hakuna lolote la kipekee. Je, unamtembelea babu yako? Anaendeleaje? Sidhani yeye pia aliwahi kutembelea Pemba.

Wakati ulipofika wa Karim kuondoka baada ya ile safari yake ya kwanza, walihakikisha anaahidi kurudi tena, na Haji akamwekea pesa zaidi kiganjani. Karim alidhani mama yake alionekana mwenye furaha na mrembo zaidi kuliko alivyomkumbuka. Pia, alihisi kuwa kuna kitu kilibadilika kati yao, na kwamba alimwonyesha upendo zaidi kuliko zamani. Ilikuwa ni matokeo ya furaha yake mwenyewe, alishuku, au labda kwa vile sasa alishatoroka, aliweza kutambua kwamba alimtelekeza mwanawe na alitaka kuurekebisha uhusiano wao.

Kwa miaka miwili iliyobaki kwa masomo, Karim aliishi na Ali na Jalila, akiwa ameridhika na utaratibu wake uliokuwa hauna tatizo zaidi ya wahka na wasiwasi na upuuzi ambao hauepukiki katika miaka hiyo ya ujana. Kama Karim alikuwa chumbani kwake, Ali aliingia alipotoka kazini na kuzungumza kwa dakika chache, au alipokuwa na hamu, alimfanyia vishindo na kelele, alimsukuma na kumpiga ngumi za mzaha na kumvuruga kidogo, kabla ya kuingia ghorofa ya juu nyumbani kwa mkewe. Jalila alijifungua mtoto wao wa kwanza mwishoni mwa miaka hiyo miwili, mvulana waliyemwita Ibrahim. Alizaliwa wakati Karim alipopokea taarifa kwamba ametunukiwa ufadhili wa masomo ya juu katika Chuo Kikuu cha Dar es Salaam. Angalishangaa kama asingaliupata. Ni ishara, alitamka Ali, kwanza akimkumbatia kaka yake mdogo na kisha akambusu mtoto wake mchanga. Ibrahim mdogo atakuwa msomi kama baba yake mdogo mwenye akili.

Shahada aliyochaguliwa Karim kufanya ilibainishwa bila ya yeye kushauriwa, Jiografia na Mafunzo ya Mazingira. Angalipendelea kitu kikubwa zaidi, udaktari au uchumi, lakini hakulalamika, aliazimia kufaidika kwa kile alichojaaliwa. Ufadhili huo pia ulijumuisha malazi yake ya Chuo Kikuu.

Anaenda likizo, Ali alisema. Wanamlipa pesa kwenda likizo.

Kama ungalitumia kichwa chako ulipokuwa skuli badala ya kuwatafash walimu na kwenda kuvua samaki, na wewe ungalienda Chuo Kikuu pia, Jalila alifoka.

Kwani nimesema nataka likizo kama hiyo? Ingeniumiza kichwa tu, Ali alisema. Itamfaa msomi wetu, mwenye bongo lake. Mmoja wa aina hii katika familia inatosha kabisa.

Basi ikawa kwamba miaka miwili baada ya ile ziara yake ya kwanza, Karim alirudi Dar es Salaam ili kuanza Chuo Kikuu, akiwa hana wasiwasi tena kuhusu kupotea majiani, akajikuta kwenye kizingiti cha nyakati za kusisimua na pia uhuru mpya kimaisha. Baada ya kutimiza matakwa ya kujiandikisha, akaenda bwenini na kutulia kwenye chumba ambacho angalikaa na mwenziwe. Halafu akaelekea kwenye duka la dawa la Haji. Haji alimtarajia na pamoja wakaendesha gari kuelekea nyumbani kwa chakula cha mchana huku wakimwacha msaidizi pale dukani kwa muda.

Hivyo ndivyo ilivyokuwa ule mwaka wa kwanza wa kuwapo Dar es Salaam: Kila baada ya wiki chache aliwatembelea, wakampa chakula cha mchana au cha jioni, wakanogesha burudani za kumpa habari tofauti na kuulizia zake yeye, kisha akarudi masomoni na kwa rafiki zake huko Chuo Kikuu. Kila alipowatembelea, Haji alimwambia, Kuna chumba tayari kwa ajili yako ghorofani. Kwa nini usihamie hapa na sisi, badala ya kubanwa kwenye bweni na kula vyakula vibaya vya kantini? Njoo ujichane hapa kwa chakula cha mama yako.

Mapishi yalitokea kuwa kitu ambacho Raya alipenda sana tangu aolewe na Haji. Karim hakukumbuka kumwona akijishughulisha na upishi alipoishi na wazazi wake. Lakini licha ya mvuto wa chakula cha mama yake, ambacho kwa hakika kilikuwa kizuri, Karim alikataa kusalimu amri katika ushawishi wa Haji. Alipenda hisia ya uhuru na ushikaji wa rafiki zake, kwa hivyo alijichekesha mwaliko ulipotolewa na kusema kwamba malazi tayari yameshalipiwa, lakini labda mwaka ujao.

Ilikuwa rahisi kwake kusoma. Alishazoea kufanya hivyo. Alikuwa na uwezo wa kuzama katika kazi yake, kumezwa nayo kabisa kiasi kwamba hakuna kitu kingine kilichoweza kuingilia kwa muda, si njaa, si kelele, si watu. Awali alipoambiwa kuhusu mipango ya malazi, alijiuliza ingekuwaje kulala chumba kimoja na watu watatu ambao hakuwafahamu. Ikawa si kero kama vile alivyotarajia. Hakukuwa na nafasi ya kujisomea chumbani, na walipokuwa wote mule ndani, walikuwa kama watoto wa mbwa kwenye tundu, lakini uchangamfu na vicheko vyao vilifanya iwe rahisi kwa kila mtu kuelewana, angalau hadi pale upya wa maisha yale ulipopita na wakaanza kugundua maudhi dhahiri ya kila mmoja wao. Karim akawa na marafiki wengine pia, aliocheza nao mpira wa meza na mpira wa vinyoya na mpira wa wavu, na wakati mwingine wachache kati yao walikwenda kutazama filamu pale chuoni au kutazama mechi ya soka. Walitumia muda mwingi katika mazungumzo, wakati mwingine walizungumza hadi usiku wa manane, kuhusu masomo yao, walimu wao na wanafunzi wengine. Mara nyingi mazungumzo yao yalijipenyeza katika tafakari za fikra zao za moyoni kuhusu kumbukumbu na hisia zao, au wakati mwigine walizungumzia mambo makubwa yaliyoizonga dunia yao. Aligundua kwamba wengine walimsikiliza alipozungumza. Ilibidi wajifunze kuaminiana kabla ya kujiachia na kuzungumza kwa uhuru, kwani kulikuwa na minong'ono kuhusu mashushushu kati ya wanafunzi ambao waliripoti mazungumzo yao kwenye mamlaka serikalini. Hakuna aliyejua ni nini hasa kilichoripotiwa au nini kingetokea baada ya kuripotiwa, lakini uvumi ulikuwepo. Hizo zilikuwa siku ambazo wangekumbuka milele, walijiambia, kilele cha furaha katika upeo wa maisha yao.

Asubuhi moja akiwa darasani, Karim alikuta karatasi imepenyezwa katika kabrasha alililoliwacha kwenye dawati la maabara wakati alipoenda kusoma uwingi wa mvua kwenye kitalu cha miche. Kikaratasi kilikunjwa kwa rangi ya midomo ikionyesha kwamba aliyeifunga alikusudia kubandika busu kwenye karatasi. Maneno yake yalikuwa: *Mpenzi wangu Karim. Najua utashangaa kupokea maandishi haya yaliyojaa upendo. Ninakuhusudu. Siwezi kumezea siri hii tena. Silali nakuwaza weye, mwili wangu waniuma kwa hamu ya kuwa nawe. Umbile lako zuri ajabu. Ninataka kuwa wako. Tafadhali, usinidharau. Itaniumiza. Tafadhali nisubiri kwenye ngazi za maktaba jioni ya leo saa kumi na mbili. Nitabeba mkoba wa kijani na mtandio mweupe. Nina hamu ya kuwa mikononi mwako.*

Aliisoma ile barua na kuiweka kwenye dawati kando yake huku akirekodi matokeo ya kitaluni. Moyo wake ulidunda kwa mshangao na msisimko fulani. Alikuwa ni nani? Alikisia kuwa yeyote aliyeweka barua hiyo kwenye kabrasha lake alikuwa chumbani mule, anamwangalia. Darasa lao lilikuwa na mchanganyiko wa watu ishirini, watano kati yao wakiwa wanawake, na bila kuangalia huku na huko, alikizunguka chumba akilini mwake na kujiuliza kama angeweza kumtambua mtuma barua. Saada mwenye miwani minene, yenye fremu nyeusi alikuwa mkali mno na mshindani kiasi cha kushindwa kuandika barua ya kipuuzi namna ile. Rahma alikuwa na wema wa kiswahiba na tabasamu la kimaskhara, lakini alionekana kwa Karim kama msichana ambaye ni ndugu mdogo wa mtu kuliko mwanamke anayethubutu kuandika *mwili wangu waniuma kwa hamu*. Lakini mtu hawezi kujua. Tasnim alikuwa binti mchamungu, zaidi ya hapo, alikuwa mtu wa heshima kubwa aliyethamini staha , kichwani alijitanda hijabu na nguo zake zilikuwa na vifungo kote, kwenye vifundo vya mikononi hadi miguuni. Hata hivyo aliwahi kumtupia jicho na akapata hisia za cheche kati yao. Je, ingeweza kuwa yeye? Kulikuwa na weusi hafifu juu ya mdomo wake wa juu, mwanzo wa masharubu. Hata hivyo, lazima kuna njia ya kuondoa vinywele hivyo. Fortuna alikuwa mkubwa kuliko wengine na tayari alikuwa mama, isingewezekana kuwa yeye. Yeye hukimbia zake baada ya masomo na hakukuwa na uwezekano kwake kujipweteka kwenye ngazi za maktaba saa kumi na mbili jioni. Aliyemvutia zaidi kuliko wote ni Jamila. Mwili wake uliumbwa ukaumbika, ana uhakika katika mienendo yake, na mwenye haya ambayo ilimvutia. Alipenda kwamba macho yake yaling'aa kama aliyeburudika pale macho yao yalipogongana. Mwanzoni alifikiri ilikuwa dharau kwa sababu alishahisi Karim anamhusudu, na akimpa ishara ya kukaa mbali naye, kana kwamba kulikuwa na uwezekano wa Karim kuthubutu kufanya lolote la ziada - uwezekano wake kumfuata haukuwepo kabisa hadi kuwa kichekesho cha dunia. Siku zote alifuatana na wanafunzi wenziwe wanawake, ambao kwa kiasi kikubwa walikaa pamoja, wakilindana dhidi ya kero za kutakwa bila kutaka kutakika.

Kwa ujumla aliyazoea maisha ingawa hakujua mengi kuhusu ngono, jambo lililomkasirisha. Hakustarehe alipokuwa na watu kama vile alivyokuwa Haji, ingawa wakati mwingine alijisikia vizuri na alijiona kama mstaarabu katika uwepo wake. Hakika hakuwazoea wanawake. Hakuwahi kuwa na rafiki wa kike, ingawa yeye na rafiki zake walizungumza kuhusu wanawake mara kwa mara. Aliitazama ile barua mara mbili tatu, akijiburudisha kwa njozi ya uwezekano wa karatasi ile kutoka kwa Jamila, huku akijaribu kujidai kama mambo yalikuwa kawaida tu. Hakutaka kuonekana mwenye shauku na mjinga, kwa hivyo aliendelea na kuandika matokeo yake na kufanya mahesabu hadi alipohisi kuwa muda wa kutosha ulishapita, kisha akaangaza huku na huko akimtafuta aliyemtumia ile barua. Alipoyashtukia macho mawili yakimtazama huku yakijibaraguza kama vile hayamwoni, wazo jipya likamjia papo hapo. Alikuwa ni Seif, mwanafunzi mwingine kutoka Unguja, ambaye mara nyingi mazungumzo yake yalihusu kutongoza ambako kila mtu alikisia kuwa hadithi zilisheheni njozi zisizo na maana. Ghafla uhakika ulimjia Karim akatambua kwamba barua ile ilitoka kwake. Akatabasamu akiwaza jinsi ambavyo angaliweza kujichoresha na kiasi gani angalionekana mjinga, halafu akaitumbukiza barua kwenye kabrasha lake.

Siku ya pili kulikuwa na barua nyingine: *Jamani Karim, hukuja! Unauvunja moyo wangu. Sikulala usiku kucha kwa jinsi nilivyojaa masikitiko na huzuni. Kwa moyo mkunjufu nilitazamia kukushika mikononi mwangu, lakini hukuja. Nimemwomba rafiki akuletee barua hii maadam unafikiri nilikuwa nikidhihaki. Usiniache. Nitakusubiri jioni ya leo mahala pale pale.* Alitikisa kichwa kwa uwongo ulio dhahiri na kuiweka ile barua pembeni, wala hakujishughulisha kumtazama Seif. Siku iliyofuata kulikuwa na barua nyingine: *Nihurumie!* Akaangua kicheko cha sauti kubwa aliposoma hivyo na wanafunzi wengine kadhaa wakafanya hivyo pia, ndipo ilipoonekana kwamba wote walihusika, ikiwa ni pamoja na baadhi ya wanawake. Seif akacheka zaidi ya wote huku akijitangaza kuwa kinara wa mpango ule.

Karim alishuku kwamba, kwa viwango tofauti, wengi kati yao waliteseka na ndoto kuhusu ngono, lakini wengi wao hawakujua la kufanya kuhusu hilo. Hiyo haikuwa kweli kwa wanafunzi wote kwani baadhi yao walienda na kurudi mjini kwa siri halafu wakiringa na kujiona hasa. Kutojua la kufanya kulikuwa ni uhalisia wa wale waliotoka visiwani, ambao walilelewa na fikra za matokeo na hatari za ngono inayotendwa kama jambo lisilo na mashiko yoyote. Ilikuwa pia kweli kwa wanafunzi wa Kiislamu kutoka pwani, hasa kwa wanawake. Ni mwanamke gani angekubali kushikwashikwa na sharobaro mmoja aliyejawa na nyege huku wakiwa kwenye kona zenye kiza pale Chuo Kikuu, halafu sharobaro aje kujivunia ujasiri wake? Maneno kumhusu yangeenea ndani ya saa chache, na sifa hiyo ingemganda maisha yote. Basi wale vijana walitazama, wakazungumza, lakini ilikuwa waliokosa haya waliojikausha na kwenda kupata wapenzi mjini. Karim alitafuta njia zilizokuwa za tahadhari zaidi, njia za faragha zilizomsaidia kudhibiti njozi zilizojaa mapenzi na hisia zake za kutostahili, na kwa mawazo yake, hivyo ndivyo wanafunzi wenzake wengi walivyofanya.

Alirejea nyumbani Unguja mwishoni mwa mwaka ule wa kwanza, ikiwa si tu kwamba aliweza kumaliza mwaka, moyo mkononi, bali aliukanyagakanyaga ule wasiwasi wa awali wa kujikuta amezama bila kujua jinsi ya kuelea. Kinyume chake, Karim alifaulu katika masomo yake yote. Chumba chake nyumbani kwa Ali na Jalila kilikuwa kama alivyokiacha, dirisha likiwa limefungwa kuzuia vumbi na wadudu wasiingie, na vitu vyake vichache, riwaya za upelelezi na madaftari machakavu, yalipangwa vizuri kwenye meza yake. Ni chumba chako ati, Ali alisema Karim alipoonyesha mshangao kwamba hawakukigusa chumba alipoondoka. Kwa muda wote utakaoishi hapa, hiki ni chumba chako. Niambie kuhusu hiyo skuli kubwa, ina ukuu kama ninavyofikiri? Umefanikiwa kwa kishindo? Vipi hali ya Anti? Ulimpa salamu zetu?

Karim hakuweza kujizuia kuwapa maelezo kamili ya mafanikio yake, na baadaye kumsikia Jalila akiyarudia maneno yake kwa watu wengine huku akiwa na shangwe na furaha, alama alizopata zikiongezwa chumvi, walimu wake wakisemekana kupendezwa naye kuliko ilivyowahi kutokea. Yeyote ambaye angemsikiliza Jalila angedhani kwamba jiji lote la Dar es Salaam lilipigwa na butwaa kwa mshangao wa kuwa na uwepo wake pale jijini. Alipojaribu kupinga na kusema kwamba yeye alishukuru tu kumaliza huo mwaka bila balaa, Jalila alimkonyeza na kutabasamu. Furahia kupendwa, Ali alimwambia. Jalila anakupenda.

Mwanzoni mwa mwaka wake wa pili, alihamia kwa mama yake na Haji. Hawakwisha kwa mialiko yao na mapenzi kemkem, tena chumba cha Chuo Kikuu kilimpa hisia ya kukandamizwa kidogo. Ikawa kwamba, ingawa kuishi na wanafunzi wengine watatu kulionekana kuwa jambo la kusisimua mwanzoni, mwishowe kufurumushwa kwa maguo machafu ya huyu na mazungumzo yasiyoisha ya yule, kuanguliwa kwa vicheko na lawama zisizotabirika, na kutoweza kuyakimbia mazungumzo yaliyokuwa hayana mbele wala nyuma kulimchosha na kumkera.

Ilikuwa rahisi kwake kuzoea maisha ndani ya nyumba hiyo. Mlango wa mbele haukufungwa kamwe wakati wa mchana na mara nyingi uliachwa nusu wazi, kwa hivyo aliingia na kutoka kama alivyopenda, akimkwepa yule mzee mwenye huzuni. Kulikuwa na geti la bustani ambalo ilibidi kulipita ili kufika sehemu ya kuegesha magari ambapo Haji aliweka gari lake. Geti lilifungwa isipokuwa siku ambazo Juma alikuja au wakati Haji alipoleta nyumbani mzigo mkubwa, gunia la mkaa au gunia la mchele ambalo lilikuwa na bei nzuri hivyo ilikuwa muhimu kulinunua au kikapu cha maembe ambacho alikitamani. Haji alikuwa na ufunguo mmoja wa geti hilo, na mwingine ulining'inizwa kwenye ndoana ndani ya mlango wa nyuma.

Dirisha katika chumba cha Karim lilitazama bustani na kuelekea Kusini-Magharibi, hivyo mwanga wa asubuhi ulionekana kama hariri na ulikuwa mwororo, uligeuka na kuwa mkali mchana na kisha mwepesi na wa kahawia jioni. Aliweka meza yake kando ya dirisha na mara nyingi alikaa akichungulia nje na kutafakari kwa kumwangalia Juma alivyoshughulika na kazi zake. Mara zote Juma

alipowasili aliingia nyumbani, lakini alisalia ghorofa ya chini ili kumwona mzee. Alihangaika huku na kule kama mwajiriwa aliyepazoea pale kwani alishafanya kazi pale kwa muda mrefu. Wakati mwingine mzee alitoka kwenye bustani na kukaa kwenye benchi, akitazama au kusinzia huku Juma akipogoa au kupalilia. Wakati mwingine wawili hao walitulia huku wakizungumza kwa muda, wakiwa mbali na Karim hata asisikie minong'ono yoyote.

Kutoka dirishani kwake, aliona kwamba walistarehe pamoja, wakati mwingine wakitazamana na kutabasamu au hata walitetema kwa kicheko. Hakuwahi kumwona mzee huyo akistarehe hivyo na mtu mwingine yeyote, hata Haji.

Ilipofika ukingoni mwa mwaka huo, Farida, yule mwanamke aliyefanya usafi aliugua na hakuweza kuja kazini. Mama yake alilazimika kuwafulia nguo na kusafisha nyumba, jambo ambalo hakulipenda. Alipuuza kazi nyingi za nyumbani kama ilivyowezekana, alifagia ua na ukumbi lakini aliliwacha bafu walilotumia wote ambalo lilikuwa ghorofani na pia vyumba vya kulala, vijijali vyenyewe. Baada ya siku chache Haji alianza kulalamika.

Mashuka yananuka jasho, na kuna vumbi kila mahali, alisema.

Mama yake Karim alitingisha mabega na kusema, Hebu usitie chumvi. Ilipobainika kuwa Farida hangerudi tena, ugonjwa wake ukimlazimu kulazwa kitandani, Haji alimshauri Raya aajiri mtu wa kuchukua nafasi yake. Kwa namna moja au nyingine, Raya hakuweza kupata mtu aliyemfaa. Mwishowe, Haji alinunua mashine ya kufulia nguo na kuiweka kwenye moja ya ghala za nje. Karim alielewa kuwa mashine ya kufulia nguo ilikuwa ndiyo tuzo la shindano hili, jambo ambalo mama yake alilitaka kwa muda mrefu na Haji alilipinga. Kwa muda, mashine ya kufulia nguo ikawa mada ya gumzo la Raya na Haji. Kelele inazopiga pale inapozungurusha nguo na kuzikamua, tena sasa wamekuwa nyumba ya kisasa. Hakuna tena haja ya kuvunja mgongo ili kufua, achilia mbali gharama yake. Huyo alikuwa ni Haji, mwenye kugeuza kushindwa kwake kuwa kejeli ya chini kwa chini. Karim hakuingilia, akachukulia mabishano yao kuwa aina ya mapenzi.

Mwanzoni upweke wa chumba chake ulimwezesha kufanya kazi bila bughudha, na miezi ikapita kwa raha. Na safari ndefu ya basi kwenda na kurudi chuoni, ambayo nyakati fulani ilichukua zaidi ya saa moja, ilimruhusu kuona jiji zaidi. Lakini mwisho wa mwaka, alianza kuchoka na ule utaratibu wa safari ya kila siku. Alikosa ushikaji wa wanafunzi wenziwe, urafiki wao uliowachangamsha na utani wa kipuuzi ambao alihadithiwa baadaye na kuhisi kama mkosefu aliyetengwa. Hakusalia chuoni kwa shughuli na matukio ya jioni kwani alijua kuwa Haji na mama yake hawakufurahia yeye kuchelewa kurudi nyumbani. Wote hawakumwambia lolote, lakini mara chache alizobakia kwa muda alifika nyumbani na kukuta mlango umefungwa na nyumba imegubikwa kwa kiza kinene na akalazimika kugonga ili apate kuingia.

Mlango ulifungwa kila mara baada ya vile vipindi vya redio pale sebuleni kumalizika na jamaa wa mzee kuondoka. Karim alipochelewa kurudi, Haji alifungua mlango bila ya kuzungumza halafu aligeuka huku akiguna polepole, akimwacha Karim afunge mlango. Ilikuwa tofauti kabisa na desturi yake ya kawaida na Karim alihisi kama anakaripiwa. Karim aliamua kwamba atakaporudi mwaka wake wa mwisho, angekaa katika chumba cha Chuo Kikuu tena. Akaweka ombi kwa muda uliotakiwa kabla ya kurejea Unguja kwa majira ya kiangazi lakini hakuwaambia Haji na mama yake. Angefanya alivyotaka kuhusu suala hilo na hakutaka kubishana au kuonekana hana shukrani.

3

Siku kadhaa baada ya Karim kurejea Zanzibar majira ya kiangazi, Badar alipelekwa kufanya kazi kwa Bibie. Ilikuwa ni kabla tu ya kuanza kwa mwezi wa mfungo, na yeye na baba yake walisubiri chini ya mti kando ya barabara kungojea basi lililoenda mjini. Lilipofika, basi lilikuwa limejaa abiria na lilirundikwa magunia juu yake, pia mabunda, na vikapu kwenye paa lake. Utingo ambaye alikusanya nauli na kusimamia upakiaji na upakuaji wa magunia na vikapu, aliruka kutoka kwenye kiti chake na kuwaingiza Badar na baba yake huku akiwapigia debe abiria wengine wajibane na kuwaachia wakae. Yeye mwenyewe alisimama kwenye ubao wa nyuma, akiliegemea basi huku mkono mmoja ukizunguka nguzo iliyoshikana na paa na wakati mwingine alikaa kitako miguuni mwa abiria. Lilikuwa basi kuukuu ambalo awali lilikuwa wazi juu kama lori halafu likajengewa kijumba na kuwekewa mabenchi. Turubali zilifungwa kwenye safu pembeni, zikiwa tayari kushushwa mvua iliponyesha.

Mngurumo wa injini, kelele za sehemu tofauti za gari na ghasia za matairi barabarani vilinyamazisha kila mtu isipokuwa utingo, kijana mwembamba mwenye takriban miaka kumi na nane, ambaye aliendelea kuzungumza kama mtu aliyepagawa, akiwasemesha abiria na watu waliokuwa kando ya barabara pale basi hilo lilipopunguza mwendo. Ilikuwa ni safari ndefu, na tayari ilishapita saa sita mchana walipofika mjini. Badar alimfuata baba yake kwa nyuma walipokuwa wakipita kwenye stesheni ya magari makubwa iliyosheheni hiki na kile. Wakaelekea barabara kuu iliyosongamana magari, baiskeli, watembea kwa miguu, wafanyabiashara na ghasia zilizogubikwa vumbi, joto, moshi wa petroli na foleni ya magari yaliyonguruma. Walipita majumba ambayo yalikuwa na maduka na ofisi chini, usawa wa barabara, na roshani kwa juu, kisha wakavipitia vichochoro vilivyopinda ambavyo havikuwa na lami bali mifereji iliyovunjika na marundo ya vifusi pamoja na mchanga wa kujengea. Halafu, kama kuwashusha pumzi na kuwatuliza bila ya wao kutarajia, wakawasili kwenye eneo pana lililojaa vumbi.

Kulikuwa na nyumba pande tatu za uwazi wa eneo hilo na msikiti upande wa nne. Ulikuwa mkubwa na mzuri kuliko msikiti wa kijiji chao, ukiwa na ukuta wa rangi ya buluu upande mmoja na taswira ya vilele vya miti kwenye ua nyuma yake. Lango la chuma lililojaa mapambo na lililokuwa na muundo wa nusu mwezi lilikuwa wazi. Waliupita msikiti ule na kusimama kwenye nyumba safi na nadhifu ya ghorofa mbili iliyokuwa mbali kidogo na hapo. Pembezoni kulikuwa na eneo la kuegeshea gari lililofunikwa. Upande mmoja wa mlango wa mbele ulikuwa wazi na pazia lilipunga kwenye uwazi huo. Baba yake ambaye hakumwambia Badar hata neno moja tangu walipotoka nyumbani, alipita kwenye kijia chembamba kilichotoka barabarani na kugonga upande wa mlango uliokuwa umefungwa. Akasema hodi, akitangaza ujio wao, kisha akaita tena. Muda mrefu ulipita kabla ya mtu kutoka.

Mtu aliyekuja mlangoni alikuwa mzee. Alikuwa kichwa upara na pia kidevu chake kilikuwa kimenyolewa, na alikuwa amevalia shati la kijivu na suruali nyeusi. Alisimama kwenye mlango wa nyumba hiyo kwa muda bila kuongea, uso wake ulionyolewa kila kitu ukiwa umejaa mikunjo. Alichungulia kwa kupitia mng'ao uliopenya mlangoni, kisha akainua mkono wake kwa salamu na kulivuta pazia pembeni ili waingie. Badar alikwaa mguu wake wa kushoto mlangoni wakati akiingia ndani, akafahamu kuwa nyumba hiyo haikuwa na furaha. Akavua malapa yake na kuyaacha kwenye jamvi lililowekwa kizingitini.

Mwanamme huyo aliwaingiza kwenye chumba kikubwa kilichokuwa ndani ya mlango wa mbele. Chumba kilikuwa na zulia pana na masofa makubwa yenye mito ya foronya za hariri iliyotawanywa juu yake. Badar alijihisi mchafu na aliyejaa vumbi, na alipoketi kwenye sofa karibu na mlango, alikunja miguu yake ili isionekane. Picha zilizokuwa na fremu tofauti zilitundikwa ukutani: mbili zilikuwa za makundi ya watu, wengine wamekaa na wengine wamesimama nyuma yao, na moja ilikuwa ya msikiti mkubwa uliokuwa na minara minara kadhaa. Redio kubwa yenye vifundo vya rangi ya pembe za ndovu iliwekwa kwenye meza ya chini iliyokuwa kwenye pembe ya chumba, kando ya kibao cha kusomea palipokuwa na nakala ya Kurani. Alitambua kwamba ilikuwa Kurani kutokana na maandishi yaliyokunjwa kwenye jalada lake jekundu. Chumba hicho kilikuwa na harufu iliyochanganyika ya ubani wa zamani, moshi wa tumbaku, na kitu kingine ambacho hakuweza kutambua, kitu kilichompa hisia ya starehe na umaridadi.

Baba yake ndiye aliyezungumza kwa kuulizia afya ya mtu huyo kwa sauti iliyojaa staha kisha akazungumzia hili na lile kwa heshima huku mwenyeji wao akigunaguna na kutikisa kichwa ikiwa ndiyo majibu yake, huku polepole akionekana kupunguza kule kukunja kwake sura. Ghafla Badar akagundua kuwa waliacha kuongea na wote wawili walikuwa wakimtazama yeye. Alifikiri kwamba labda hakusikia maelekezo fulani, akajawa na wasiwasi huku akisubiri kukemewa. Kisha wote wawili walisimama wima, naye akasimama pia. Utabaki hapa na Ami Othman, baba yake alisema, akimwonyesha mtu waliyekuja kumtembelea. Hakumtazama Badar alipokuwa akisema haya.

Baba yake alipeana mkono na Ami Othman, na bila ya kunena neno jingine kwa Badar akageuka kuelekea mlangoni huku bwana yule akimfuata ili kumsindikiza nje. Badar alijawa mshangao hata hakuweza kuuliza maswali. Je, baba yake alikuwa akimwagiza angoje hapo hadi yeye atakaporudi, au hapo ndipo alipoletwa kufanya kazi? Siku iliyopita, alimwarifu Badar kwamba alishampatia kazi mjini. Hakungekuwa na shule tena kwake. Hakukuwa na pesa. Alisikia maneno ya kuagana - Karibu. Tafadhali tutembelee safari nyingine utakapokuwa mjini - na kisha yule mtu ambaye baba yake alimwita Ami Othman akarudi mule chumbani. Alimtazama Badar bila kusema neno kwa muda mrefu, na kisha akafyonza, sauti ya ghasia iliyoonyesha ukosefu wa subira, akasema, Njoo.

Badar alikiokota kirago chake na kumfuata Ami Othman ndani ya nyumba. Upande wa kulia, kulikuwa na milango miwili, mmoja wazi, ambamo aliona viti kadhaa na meza iliyowekwa sahani na bilauri. Mkabala na mlango uliofunguliwa kulikuwa na mlango wa tatu uliofungwa. Walitembea kwenye ukumbi na kuelekea kwenye bustani ya nyuma. Mwanamke aliyevaa nguo kuukuu iliyofifia na kitambaa kichwani alikuwa ameketi kwenye kigoda cha chini mbele ya jiko la makaa mkabala na mlango wa jikoni. Mlango huo ulikuwa katika jengo tofauti nyuma ya nyumba. Yule mtoto wa kiume huyu hapa, Ami Othman alimwambia, kisha akageuka na kumwacha Badar pale. Yule mwanamke alimtazama kwa muda, uso wake mwembamba, macho yamemtoka na kung'aa, na tabasamu la kivivu likatanda usoni mwake.

Unaitwa nani? alimwuliza.

Badar, akajibu.

Alitikisa kichwa na kusema, jina zuri hilo. Keti hapo wakati namalizia hapa.

Alikuwa akichoma mkate wa ufuta, aliutandaza unga laini kwa mkono wake wa kulia na kushika kikaango kwa mkono wake wa kushoto, ambao kiganja chake kilimwagilia ufuta kikaangoni. Alinawa mkono wake wa kulia kwenye bakuli la maji lililokuwa karibu na miguu yake na kujipangusa kwenye gauni lake, tayari kuchota unga mwingine kiganjani. Alifanya hivi kwa utaratibu maalumu, bila haraka. Badar alipenda mkate wa ufuta, unono wake na kunata kwake kidogo unapokuwa moto, lakini hakuwahi kuuona ukitengenezwa hapo awali au labda ni muda ule alipogundua jinsi mchakato wa kuuchoma ulivyokuwa na taabu. Alikuwa kasimama anatazama upishi huku akiwa kama aliyepigwa bumbuazi hata ikabidi akumbushwe kuketi.

Mahali Badar aliposimama, kati ya jiko na mlango wa nyuma wa nyumba, palifunikwa na paa la mianzi myembamba iliyofumwa. Palikuwa na viti viwili na meza kando yake, na akajiuliza ikiwa hapo ndipo alipokuwa akimwelekeza kukaa. Badala yake alikaa sakafuni, ili kuepusha uwezekano wowote wa kumchukiza yeyote. Kando ya jiko na kwenye jengo lile lile kulikuwa na milango mingine mitatu, yote imefungwa na miwili ikiwa na kufuli. Kufuli ya ule wa kwanza ilikuwa inaning'inia wazi kwenye komeo. Kati ya milango miwili iliyofungwa palikuwa na karo la zege pamoja na bomba la maji. Nyuma ya ua kulikuwa na bustani iliyojengewa, iliyokuwa na vichaka na matuta yaliyolimwa ambayo yalizunguka kuta. Karibu naye kulikuwa na aina ya kichaka ambacho hakuwahi kukiona hapo awali, kilifunikwa kwa maua ya buluu.

Mwanamke huyo alitazama juu pale Badar alipokuwa akiketi. Una miaka mingapi? Aliuliza.

Kumi na nne, Badar alisema, ingawa alikuwa na miaka kumi na tatu. Alikuwa karibu mwishoni mwa umri huo, hivyo alihisi kuwa na haki ya kufaidika na kujiongezea muda huo katika umri wake.

Alikaa kimya ndani ya ule uwanja ambamo mianzi ilipunguza ukali wa jua la adhuhuri na kupitisha upepo mwanana, akangoja. Wakati wote yule mwanamke alimtazama. Bado alikuwa akitabasamu, ingawa hakumtazama, labda kulikuwa na kitu kingine kilichomfurahisha.

Badar alishaielewa hali yake ingawa hakuambiwa chochote. Hapa ndipo alipoletwa kufanya kazi, pengine kumhudumia mwanamke huyu. Alijiuliza kama alikuwa mke wa Ami Othman, au labda binti yake. Yule bibi alisema kitu kwa upole, kama mnong'ono, labda akijizungumzisha peke yake. Badar aliketi katika nafasi iliyokuwa kati ya jiko na nyumba, kifurushi chake katikati ya miguu yake, na akamtazama yule mwanamke, ambaye sasa alimaliza kuchoma mikate, akainuka kutoka kwenye kigoda chake na kuingia jikoni kwenyewe na sahani ya mikate ya ufuta ambayo aliiweka kwenye sinia chini ya kawa. Tayari kulikuwa na sahani nyingine kwenye sinia, na alipoinua mfuniko wake, Badar alipata harufu ya kitoweo cha maharagwe na tumbo lake likanguruma kwa hamu ya kula. Bibie alisimama kwa muda, mikono yake kaining'iniza bila ya kuwa na cha kufanya kwenye kaunta ya jikoni, kisha akashusha pumzi kwa nguvu. Pengine pumzi ilimtoka bila kutarajia kwa sababu alimtazama Badar kwa haraka halafu akashusha macho yake kabla ya macho yao kugongana. Baada ya muda, alichukua sinia ndani ya nyumba na akatoka tena kuchukua bakuli la wali na mboga za majani.

Badar akasikia sauti ya kiume ikinena kwa furaha, hodi, nimerudi. Baada ya muda mrefu ambapo alisikia sauti ya vyuma vikigonga vyombo na sauti ya yule mtu aliyepiga hodi kutangaza kuwasili kwake, mwanamke alirudi nje na sinia, ambayo sasa ilibeba vyombo vichafu, ambavyo aliviweka juu ya meza. Aliona kwamba yule bibi alishabadilisha nguo na kuvua kitambaa chake cha kichwa. Baadaye aligundua kwamba ile nguo kuukuu na kilemba alichokifunga fundo kali kisogoni, vilikuwa ni nguo zake za kazi. Yule bibi akanyooshea kidole karo lililokuwa karibu na jengo la ukuta wa jikoni.

Hapo ndipo utakapoosha. Ndoo yenye sabuni na kisugulio viko nyuma ya mlango wa jiko. Njoo sasa, nyanyuka, akasema, akitabasamu tena. Kuwa mwangalifu usivunje chochote.

Alienda kwenye sinki na kuanza kuosha vyombo huku bibie akiingia ndani kufuata vingine. Kulikuwa na wali uliobakia, ambao aliuweka kwenye sahani ya chuma aina ya enameli, akamimina kitoweo cha maharagwe kilichobaki juu yake halafu akaiweka sahani upande mmoja kwenye kaunta ya pale jikoni. Aliweka mkate wa ufuta uliobaki kwenye sehemu ambayo yeye alidhani ni kabati lakini baadaye akagundua kuwa ni friji. Alimwagiza atundike sahani zenye majimaji kwenye meza chini ya mianzi ili maji yachuruzike. Hayo yote yalipofanyika, alisimama kwa muda akitazama huku na huko, akihakikisha kwamba hakusahau chochote, kisha akanyooshea kidole kwenye chombo cha enameli kilichokuwa na wali aliouweka kwenye kaunta pale jikoni.

Hiyo ni kwa ajili yako. Kula. Nitarudi sasa hivi, alisema, akaelekea ndani tena.

Alikaa chini, pale mahali pake kwenye sakafu, akala. Alikuwa na njaa sana. Ilikuwa ndiyo mlo wake wa kwanza wa siku hiyo, na chakula kilikuwa kitamu. Baada ya kumaliza kula, aliosha sahani ya enameli na kukaa chini kwa mara nyingine tena akimsubiri arudi. Alirudi nje baada ya muda mfupi na kufungua mlango wa kwanza kwenye jengo la jikoni. Ilikuwa ule mlango uliokuwa na kufuli wazi iliyoning'inia kwenye komeo. Hiki kitakuwa chumba chako, alisema, akiwasha taa ya umeme. Kisafishe, lakini kwanza safisha jiko halafu weka kwenye kaunta vyombo vinavyochuruzika maji. Makaa yakishapoa unaweza kusafisha seredani na kuiweka huko kwenye pembe. Hakikisha unafunga mlango wa jikoni. Baada ya hapo unaweza kufagia ua. Utaupata ufagio kwenye chumba chako. Sasa, fuatana nami. Mlango ule mwisho ni choo kwa matumizi yako. Kuna bafu la manyunyu, kwa hivyo koga baada ya kazi. Utaupata ufunguo wa mlango kwenye chumba chako.

Alipomaliza kila kitu ilishafika alasiri. Kulikuwa na mtungi wa udongo mtupu kwenye pembe ya chumba pamoja na jozi ya makubadhi ya ngozi pembeni. Kikapu cha mianzi kilichokuwa na vitambaa vya kusafishia kilisimama kando ya mlango pamoja na ufagio alioutumia kufagia pale uani. Ndani ya sanduku la mbao lililoegemea ukuta wa nyuma, alikuta mkeka uliovirngishwa. Aliutoa nje pale uani ili kutikisa vumbi na kuangalia kama haukuwa na wadudu halafu akautandaza pale ambapo ungepigwa na jua. Baada ya hapo, alikaa kwenye sanduku katika kile chumba kilichokuwa nyuma ya ile nyumba iliyogubikwa ukimya, akiwa na furaha licha ya masaibu yake. Kelele za mbali barabarani zilimfikia, na mwito wa muadhini kwa waumini ulimshangaza. Alishasahau ujirani wao na msikiti.

Alitakiwa kuwa mtumishi wao, boi wao, alielewa hilo sasa. Ilitokea kwa ghafla, na hakuna aliyemfahamisha. Katika kirago alichopewa na mama yake kabla ya kuondoka nyumbani, alikuta fulana na kaptura, na sarafu kadhaa kwenye kitambaa chenye mafundo. Bado alikuwa amevalia nguo zake za shule, shati la buluu na kaptura ya khaki. Akatumia bafu kama alivyoagizwa na kurudi chumbani kusubiri asijue la kufanya.

Baadaye alisikia sauti kutoka uani, ilikuwa ni ya Bibie na yule mtu mchangamfu aliyemsikia akiwasili wakati wa chakula cha mchana. Mtu yule alisharudi ndani ya nyumba wakati Badar alipotoka kuchukua mkeka. Bibie alikuwa akiandaa chakula cha jioni. Badar alifanya alichoagizwa akiwa ameduwaa, akamfuata ndani ya nyumba akiwa na sinia la chakula huku Bibie akileta matunda na jagi la maji. Tajwid, yaani usomaji maalumu wa Kurani, ulikuwa ukisomwa redioni kwenye chumba cha mbele, ilikuwa kisomo cha Kurani. Badar aliiweka sinia ile kwenye meza ya pembeni kama alivyoambiwa kisha akarudishwa nje ambako alisubiri kwa muda mrefu hadi Bibie alipomwita ndani. Wanaume walikuwa wameshasogea kwenye chumba cha mbele kwa kahawa na redio yao.

Usiku ule alipokuwa peke yake kwenye mkeka katika chumba kile kilichokuwa ghala, alihisi kama anabanwa kizani, na kuuona woga ukimkata maini katika masaibu yake. Alinyanyuka kutoka pale chini huku akivuta hewa kwa nguvu. Alishakua mno kuanza kulia kizani, lakini hakuweza kuacha. Baada ya muda mrefu, kichefuchefu kilipungua, akajinyoosha kwenye mkeka pale sakafuni na kujaribu kulala. Alimkumbuka baba yake akiwa amekaa kimya na alivyonuna kwenye basi, kisha akasonga mbele pale walipopita msikiti wa buluu. Alikumbuka sura yake ya hasira, na maneno yake ya mwisho kwake. Mama yake aliinamia ndizi alizokuwa akimenya kwa ajili ya chakula cha mchana.

Alifahamu fika kwamba yule hakuwa mama yake. Alimwambia hivyo mwenyewe, ingawa alishajua tayari kwa sababu alikuwa na jina la baba tofauti na kaka zake na dada yake. Jina lake lilikuwa

Badar Ismail. Alijifunza hilo alipoanza shule. Kaka zake na dada yake walikuwa watoto wa Mohamed Rashidi, mtu ambaye alimfikiria kuwa baba yake pia ingawa alijua haikuwa hivyo. Hata kabla ya kuanza shule, alielewa kuwa alikuwa tofauti na kaka zake na dada yake. Labda mwanzoni hakuelewa lakini alihisi tofauti, kwa jinsi alivyoonekana, kwa jinsi alivyosemeshwa wakati fulani, kwa kazi alizotakiwa kufanya, kwa namna ambayo kinamna fulani alikuwa daima, wa mwisho.

Alipokuwa na umri wa miaka sita, siku ya kwanza shuleni, mwalimu alichukua daftari la majina kutaka kila mmoja asimame pale jina lake lilipoitwa ili apate kuwafahamu. Badar Ismail, aliita na hakuna aliyesimama. Akaita tena, Badar, uko hapa? Simama, naye akasimama. Hapo ndipo aliposikia jina lake kamili kwa mara ya kwanza.

Baadaye, alimwuliza mama yake kuhusu jina lake.

Tulikuchukua kwa sababu mama yako halisi alifariki ulipokuwa mtoto, mama yake alisema. Kipindupindu walikiita. Watu wengi walikipata, na baadhi yao walikufa, lakini hatukujua ni maradhi gani. Watu walijisikia vibaya, na siku iliyofuata waliaga dunia. Ilikuwa kipindupindu. Hata leo neno hilo linanifanya nitetemeke. Walituambia ni kwa sababu ya maji machafu, ndiyo yaliyokisababisha. Tangu wakati huo, kimekuwa kikirudi kutuadhibu kila mwaka, lakini hiyo ndiyo ilikuwa mara yangu ya kwanza kukijua, wakati huo mama yako aliporudi kwa Muumba wake.

Mama yako alikuwa jamaa upande wa mama yangu, binti wa kambo wa shangazi yangu, mama yake alisema, kwa hivyo siyo uhusiano wa damu kabisa, lakini nilimjua tangu utotoni mwake. Baba yako alikuleta kwetu. Hakukuwa na mtu mwingine aliyekutaka. Hakukuwa na mahali pa kukupeleka. Baba yako mzazi alikuleta kwetu kisha akaondoka kwenda kutafuta kazi bandarini Mombasa. Ndivyo alivyosema. Baada ya hapo, alitoweka. Alikuwa msumbufu namna hiyo, mtu asiyetulia. Hakuna hata anayejua kama bado yuko hai. Labda alikwenda baharini na hakurudi tena. Labda amefariki dunia. Wanaume huwa hivyo wanapotaka kujifurahisha roho zao wenyewe. Wanaenda zao mbali na hawafikirii taabu wanayowaachia wanawake. Alikuwa akigombana kila wakati, mwanamme yule, tena hata aligombana na familia yake, ambayo haikutaka chochote kinachomhusu yeye baada ya hapo, au na mama yako au na wewe. Watu wako hawakukutaka. Tungefanyaje? Hatukuwa na la kufanya zaidi ya kukuchukua.

Mara ya kwanza aliposimuliwa hadithi hiyo alikuwa na umri wa miaka sita, na baada ya hapo akamwambia zaidi ya mara moja, bila kuongeza chochote cha ziada. Badar alilia kila alipohadithiwa. Alijihisi mchafu kupindukia. Alimnyamazisha alipolia na kumfuta machozi yake kwa vidole vyake, lakini baadaye angemwambia tena. Tumekufanyia kadri tulivyoweza, na Mungu atatulipa.

Aliacha kumfuta machozi alipokua na kumwambia abebe mzigo wa maisha bila kunung'unika. Hivyo ndivyo kila mtu alivyopaswa kufanya. Alimfikiria yule kuwa mama yake na hakuweza kufikiria mama mzazi, ambaye hakujua jina lake na hakuliulizia. Hakuwahi kumfikiria baba yake mzazi, ingawa alibeba jina lake, Ismail. Alimjua baba ambaye hakuwa baba yake mzazi, na alimwogopa. Hakuchunguza undani wa jambo hilo. Alimwogopa tu. Wavulana wote waliwaogopa baba zao, na hakujua kama woga wake ulikuwa tofauti na ule wa wavulana wengine.

Baba yake alikunja uso Badar alipokatiza mbele yake na wakati mwingine alijikurupusha kumkwepa kama angemsogelea. Alikunja uso Badar alipolia baada ya kuanguka, au aliposema kwa sauti, au wakati mwingine hata alipozungumza kawaida tu. Hakufanya hivyo kwa kaka zake wakubwa ambao hawakuwa kaka zake, au kwa Aysha ambaye hakuwa dada yake, ingawa alipaza sauti yake mara kwa mara na kunung'unika alipokaripiwa. Ilikuwa ni Badar ambaye bila kukusudia alimkera na kumsumbua, na ambaye mara nyingi alimfukuzia mbali kwa kuupunga mkono wake. Baba yake hakuwa pekee kwa kukasirishwa na Badar, bali alikuwa pekee kwa Badar kumwogopa zaidi, na si kwa sababu alimpiga au hata kumtishia kumpiga. Yalikuwa ni macho yake ya dharau yaliyokosa furaha. Mara nyingi baba yake alitulia kimya alipokuwa nyumbani, akiwa amekunja miguu sakafuni ndani ya chumba chake, wakati mwingine viganja vyake vikishika panja zake kana kwamba kichwa kilikuwa kikimwuma.

Wakati fulani mama yake alimwambia, Wewe ni fidhuli mmoja, maluuni. Hakufahamu lipi alilotenda lililomfanya amwite hivyo. Kawaida zaidi alimkemea, Safari nyingine nikikuita, uje kwangu na usikimbie kucheza na rafiki zako. Unafikiri mimi ni mtumishi wako? Wakati mwingine alimfokea, Wewe ni mzigo wangu. Kisha bila kutarajia alimpapasa na kumwita moyo wangu, lakini alihisi kuwa alikuwa mateso kwake. Alipohitaji mtu wa kumfanyia kazi, mara nyingi alimwita yeye, hebu kimbia kwa Thabit na uninunulie kibati cha nyanya. Kuna wakati aliona karaha usoni mwake jambo lililomfanya aingiwe na aibu.

Kaka yake Sefu hakumkasirikia. Alikuwa mvumilivu kwa kila mtu na mara nyingi aliondoka kimyakimya pale sauti zilipopazwa. Wakati mwingine watu walisema jamani, maskini Sefu, kana kwamba kulikuwa na jambo la kuhuzunisha kumhusu au alikuwa na upungufu fulani. Omari, yule kaka mwingine, alikuwa mkorofi na mwenye kukurupuka na kila mtu isipokuwa baba yake, na hata naye, Badar alihisi kwamba ipo siku moja hivi karibuni angekataa kumtii. Kila mara Omari alikuwa akidhihaki na kucheka, akijifanya kana kwamba uovu wake ulikuwa ni mapepe tu na si ubaya. Kisha kulikuwa na Aysha, dada yao. Alikuwa mkubwa kwa mwaka mmoja zaidi ya Badar na hapakuwa na wakati katika kumbukumbu za Badar ambapo Aysha hakumwonea. Wiki chache zilizopita alimshutumu kumchungulia alipokuwa anavaa, mbele ya mama yake, akafunga mikono kifua chake kilichoanza kupata matiti, kana kwamba alikuwa akijifunika kutokana na kumbukumbu. Licha ya kujitetea kwake, aliona kwamba mama yake hakuweza kutomwamini mwanawe, na baadaye kutokana na sura iliyokazwa ya baba yake alielewa kwamba mama mtu alimwambia kuhusu mashtaka ya Aysha.

Akiwa kizani, amelala kwenye ghala iliyokuwa chumba, alijiuliza kama shutma za Aysha ndiyo ilikuwa sababu ya kufukuzwa. Alijiuliza kama kamwe angeruhusiwa kurudi. Hakupafahamu popote duniani zaidi ya pale kijijini. Alikuwa ametupwa na watu pekee aliowafahamu. Je, uwezo wake wa kufikiria wakati huu ulikuwa ni wa mabaya tu waliomfanyia? Kulikuwa na nyakati za furaha pia, pamoja na wavulana wengine, walipotembea kwenda shuleni pamoja, mguu mmoja baada ya mwengine katika barabara za mashambani, walipocheza mpira kwenye uwanja uliokuwa wazi, au kuketi tu kivulini wakisimuliana hadithi.

Alijipumbaza kwa kujiambia kwamba kero za familia zilizomhusu yeye hazikuwa tofauti sana au mbaya zaidi ya hasira zao wenyewe kwa wenyewe, lakini sasa aliona kwamba lazima walimchukia hasa. Kwani hakulifahamu hilo kwa muda mrefu? Aysha alimdharau akamwona kama mpiga bodi na kumwita Mchunguliaji, kila alipopata fursa, na tena kabla ya hapo alikuwa na majina mengine na kila mara alimrushia maneno makali. Jina alilopachikwa na Omari lilikuwa Kikojozi, kwa sababu alijikojolea na kulowesha mkeka wake alipokuwa mdogo. Alikuwa na woga mkubwa wa kwenda kujisaidia kwenye jumba la nje kule kwenye kiza. Mwishowe, hawakuwa na subra katika hamu yao ya kumtupilia mbali. Kutupwa lilikuwa jambo alilohofia kuwa lingetokea siku moja. Alishafahamu, aliihisi chuki yao wakati mwingine, kwa jinsi walivyomtazama, kwa maneno ambayo hawakujali kuchuja kabla ya kuyasema. Hebu toka hapa, mavi ya mbuzi we, Omari angesema, akisindikiza maneno yake kwa kofi au konzi kisogoni. Mara nyingi alimpiga Badar, wakati mwingine akisubiri kwa makusudi kumvizia na kumrushia ngumi ya tumbo na kisha kusimama huku akichekelea kumwona mwenziwe anatapatapa sakafuni. Omari alikuwa mtu wa kwanza kwa Badar kumchukia. Kwa kweli, hakushangaa kiasi hicho kwamba walimfukuza.

Ukimya wa usiku ulizidi kuwa mwingi huku mawazo hayo yakizunguka kichwani mwake. Kisha, katika kiza, aliona kiumbe kilichogawanyika kama funza, cheupe kwa rangi na chenye uso wa kibinadamu uliojaa tabasamu. Bado aliweza kukiona alipofumba macho. Kilisogeza kichwa chake kilicholegea na kujaajaa, kutoka upande mmoja hadi upande mwingine, macho yake yakiwa rangi ya buluu iliyokoza na yenye muundo mviringo kama gololi. Katika miaka yote ambapo kiumbe hicho kilimtokea kizani, hakuweza kuwa na uhakika wa maana yake kilipotikisa kichwa chake. Ilikuwa dharau au kejeli? Ilikuwa ni kiumbe cha awali kabisa cha ndoto zake za kutisha, jinamizi. Kilimjia kila wakati kama ilivyotokea ule usiku wa kwanza nyumbani kwa Bibie, bila kuitwa na bila ya kuwa na wajibu wowote. Kulikuwa na kitu cha majimaji kuhusu umbo lake, kana kwamba mwili wake uliumbwa kwa pingili zilizojaa kamasi nzito na pia rojorojo. Kiumbe kilionekana kikiyumbayumba, tayari kusogea, lakini hakikusonga mbele. Kilielea kwa umbali ambao hakuweza kubaini kina chake kutokea pale alipokuwa ingawa kilionekana kuwa karibu lakini pia kwenye ukingo wa upeo ambao haukuonekana, kilitazama huku tabasamu la kutisha likionekana. Mara ya kwanza kiumbe hicho kilipokuja, Badar alikuwa na hofu kubwa sana ya kusinzia, akiwa na hakika kwamba kama angefanya hivyo, kingesogea karibu na kumgubika huku kikimkaba. Baada ya muda alisahau woga huo lakini bado aliingiwa na wasiwasi kuhusu uwepo wa kiumbe, na ukaribu wake.

Ilimfanya atambue jinsi mwili wake ulivyokuwa laini na jinsi mifupa yake ilivyokuwa rahisi kuvunjika. Alijua kwamba kama angesubiri kwa muda wa kutosha, kingetokomea na kuzimika kabisa, lakini si wakati wote ambapo alikuwa na uwezo wa kusubiri muda mrefu na wakati mwingine alilala mbele yake, kama ilivyotokea usiku huo. Alipopitiwa na usingizi, licha ya kuwa na wasiwasi kuhusu kile kiumbe chumbani kwake, alipata hisia ya msisimko mdogo kuhusu matarajio yake ya kitakachotokea siku ya pili.

4

Fauzia aliifahamu vizuri ile sura ya wasiwasi ya mama yake. Khadija alijishughulisha na mambo mengi sana, kuhusu hatua alizosikia ngazini ambazo hakuna mtu mwingine yeyote aliyezisikia, kuhusu sauti za barabarani wakati wa usiku ambazo kwake zilimaanisha kulikuwa na majambazi wenye silaha, kuhusu uhaba, kuhusu vurugu, kuhusu ukatili wa dunia, na Fauzia alijua kwamba alikuwa na wasiwasi kuhusu yeye pia. Mama alipokuwa ameshikwa na wasiwasi wake, hakuna chochote ambacho Fauzia angeweza kufanya ili kumpoza na kumtoa kwenye wahka huo. Wakati mwingine woga wake ulimwingia Fauzia, na ilikuwa vigumu kuukinza. Ni baba pekee aliyeweza kumpoza mama yake, na hata hiyo haikuwa kazi isiyo na changamoto.

Akina mama huwa na wasiwasi kila wakati, Baba alisema, lakini kamwe hakusema hivyo mbele ya Mama. Wanaona hatari kila mahali. Ni silika, nafikiri.

Wakati mwingine baba yake alikaa akimsikiliza Mama katika uchungu wake, kidevu mkononi mwake, hawezi kusema lolote la kumpoza au kumtuliza, hawezi kuyatamka yale maneno machafu ambayo yangemfanya aache, hawezi kufanya lolote zaidi ya kumwacha ndani ya huzuni yake.

Fauzia alifahamu sababu ya mama yake kuwa na wasiwasi juu yake. Alikuwa na ugonjwa wa kudondoka kwa miaka mitatu katika utoto wake, na mama yake hakupoteza ile hofu kwamba ipo siku moja ungemrudia. Hakupatwa na maradhi yake tangu alipokuwa na umri wa miaka sita, wiki moja kabla ya kuanza skuli, lakini miaka kumi baadaye, bado mama yake alikuwa na wasiwasi. Aliganda pale Fauzia alipovuta pumzi kwa ghafla au kama alishusha pumzi bila kutarajia, kama ilivyotokea kwa mtu yeyote.

Hiyo ilikuwa moja ya ishara za mwanzo, mama yake alisema, kupumua kwa nguvu na kisha kizunguzungu na kuanguka. Ilinivunja moyo kukutazama. Macho yako yalitumbukia kichwani mwako. Ulipiga kelele kwa woga, ukatikisa kichwa chako mbele na nyuma kana kwamba ulitaka kuking'olea mbali. Baadaye hukuweza kukumbuka chochote.

Fauzia alichukia maelezo haya ya maradhi yake ya utotoni, na alipokua, aliziba masikio na kutoka zake nje ya chumba mara tu mama yake alipoanza kuyazungumzia.

Alipozungumza hivyo mbele ya Baba, yeye alimkatisha. Sasa Khadija, hakuna haja ya mambo hayo tena. Wewe na wasiwasi wako, haifai, Musa alimwambia, akamkemea, akatabasamu ili kupunguza makali ya maneno yake.

Mama yake hakupenda kuingiliwa kati namna hii, hata kama kulifanywa kwa tabasamu. Siwezi kujizuia kuwa na wasiwasi, angesema. Hivi ndivyo Mungu alivyoniumba.

Haya basi, kaa na wasiwasi wako, hakuna haja ya kumlaumu Mungu, Musa angesema, na wakati mwingine hilo lilifanikiwa, na walibadilishana tabasamu na kusonga mbele, na wakati mwingine haikuwa hivyo na maneno yaliendelea.

Haikusaidii, angesema. Maneno kama hayo hayakusaidii wewe na wala Fauzia. Wee huoni jinsi wasiwasi wako unavyomsumbua na kumfanya aogope? Hebu tazama alivyokua vizuri. Amefanyiwa uchunguzi, na ugonjwa wake haujarudi tena. Afya yake imeboreka, huoni? Hebu tazama jinsi anavyofanya vizuri skuli. Ni msichana mwenye akili hasa, mwerevu. Katika miaka michache, ataajiriwa na kujitunza mwenyewe. Haifai kuwa na wasiwasi juu yake. Itamfanya ajihisi kama mlemavu.

Haihusu ni kwa kiasi gani wewe uko sahihi. Mimi ni mama yake na nikitaka kuwa na wasiwasi nitakuwa nao. Ninajitahidi niwezavyo kumezea mambo haya. Siwezi kujizuia. Sina nguvu, unafahamu hilo.

Basi ni sawa, Fauzia alimwambia mama yake. Usiwe na wasiwasi mno. Mimi ni mzima.

Ndiyo, mimi ni mtu wa wasiwasi, mama yake alijibu. Sijui kwa nini. Lazima mama yangu alijawa hofu aliponizaa.

Fauzia aligundua kuwa njia mojawapo ya kumtuliza mama yake ilikuwa ni kumwambia kuhusu yale aliyojifunza skuli. Khadija hakuweza kukaa muda mrefu skuli, na siyo tu kwamba alijivunia maendeleo ya binti yake, bali pia alifurahia elimu ya dunia ambayo Fauzia alimsimulia. Kutafuta elimu ya dunia, ujuzi wa ulimwengu, ilikuwa jukumu ambalo Muumba wetu ameweka juu yetu, alisema. Kwa hivyo, Fauzia alipomwambia kile alichojifunza kuhusu sayari na mzunguko wa dunia, au kitu kama hicho, Khadija alisikiliza kwa makini, aliuliza maswali na wakati mwingine alitaka kuona vielelezo, na alingojea habari itakayofuatilia safari nyingine atakaporudi kutoka skuli.

Walinitoa skuli mamangu alipoumwa, alimwambia Fauzia. Haikuwa ghafla. Alikuwa na maradhi kwa muda mrefu, maskini Mama. Hakuweza kula vizuri, hata sijui kwa nini. Hali ilizidi kuwa mbaya kadiri muda ulivyopita, hadi siku moja hakuweza kumeza chochote isipokuwa supu nyepesi, utadhani mkojo wa punda.

Daktari wa hospitali alimwambia hakuna kitu ambacho angeweza kufanya. Hakukuwa na dawa kwa kile kilichomsibu. Wakanitoa skuli ili kumwangalia yeye na Baba ambaye pia alikuwa ni dhaifu. Magoti yake yalivimba, na ilikuwa taabu sana kwake kutembea. Kisha baadaye macho yake yakaharibika na ikabidi aongozwe kila mahali. Aliogopa sana upofu wake. Aliota ndoto mbaya mbaya, kwamba alikuwa amekufa halafu aliamka huku akilia kama mtoto. Hakukuwa na pesa za msaada, na ilikuwa jukumu langu. Kwa kweli, nilinyimwa, sijui nini kingine ninachoweza kukuambia. Walinitoa na ndiyo hivyo tena. Waliishi miaka kadhaa baada ya hapo kabla ya Mwenyezi Mungu kupumzisha roho zao. Sasa, niambie tena kuhusu ile treni inayoenda chini ya bahari. Kwa hivyo hawaogopi kwamba maji yatafurika siku moja?

Fauzia alipojua kuhusu mfumo wa usagaji chakula kwenye matumbo ya ng'ombe, alipata hamu kubwa ya kumhadithia habari hiyo. Ng'ombe ana matumbo manne, akamwambia mama yake, ambaye alikunja uso kwa kutoamini, lakini Fauzia alishajitayarisha. Alikuwa na michoro na vielelezo na maelezo ya kina. Ng'ombe ni kama kiwanda, alisema.

MashaAllah, mama yake alisema mwishoni mwa wasilisho la binti yake. Si ajabu wanatoa milima ya kinyesi! Sidhani kama mbuzi wana tumbo zaidi ya moja. Angalia vimavi vyao.

Usiku mwingine, alipokuwa mdogo sana, mama yake aliingia chumbani kwake na kujinyoosha chini, sakafuni, kando ya kitanda chake, akiimba kwa sauti ndogo bila ya kufungua midomo huku Fauzia akimtazama na kusikiliza. Chumba chake kilitazama bahari, na mama yake alifikiri ndicho chumba cha kuvutia zaidi katika nyumba ile. Usiku, Khadija alifunga dirisha lakini akafungua vilango vya dirisha, kwa sababu hakuweza kuvumilia kuacha madirisha wazi kizani, isiwe kitu kikaingia. Safari moja popo aliingia na kumtisha Fauzia, na safari nyingine komba bukini alitoa sauti pale karibu, na alipochungulia nje ya dirisha aliona macho yake yenye unyevunyevu yaking'aa kutoka kwenye mfereji wa paa. Yowe la hofu alilolitoa Khadija lilitosha kumtisha yule komba bukini. Baada ya hapo alifunga madirisha daima wakati wa usiku

Mwezi ulipokomaa, bahari nayo ilijaa na Fauzia alisikia vishindo na mapigo ya mawimbi ufukweni, yalipiga miluzi mchangani kisha yaligonga ukuta wa bahari. Vilango vya dirisha vilikuwa wazi, na mwanga kutoka baharini ulijichuja na kuingia ndani huku ukiangaza chumba. Usiku kama huo, alipenda kumwona mama amejilaza sakafuni chumbani, na wakati mwingine yeye pia alilala hapo hapo sakafuni, na ilimlazimu Khadija kumnyanyua na kumrudisha kitandani.

Khadija alishona nguo zote za Fauzia pamoja na zake mwenyewe. Nguo maridadi zaidi za Fauzia zilishonwa kwa poplin na poliesta ambazo mama yake alichagua kutokana na rangi zao zilizofifia na urembo wa maua, kwa sababu alifikiri zilimfanya binti yake aonekane mwenye furaha. Alizishona kwa mikono yenye virinda vilivyochanganywachanganywa na lesi iliyoshonewa sehemu ya shingo na pia wakati mwingine, kiunoni. Nguo za Fauzia za kila siku hazikuwa na urembo na zilikuwa rangi ya waridi na buluu, wakati mwingine ilikuwa gwanda la gauni. Mama yake pia alijishonea mitindo hiyo hiyo, ndefu hadi kisiginoni, shingo mraba na alitumia vitambaa vya kijani kibichi au buluu vilivyokuwa na nakshi za majani au zile za maua.

Fauzia alikuwa na umri wa miaka mitatu alipogundulika kuwa na ugonjwa wa kuanguka, kwa hivyo hakujua ni nini kilichosemwa na kufanywa, isipokuwa kile ambacho wazazi wake walimwambia. Daktari wa kwanza waliyemwona aliwaonya wazazi wake kuhusu uwezekano wa maradhi kurudi. Alisema ni muhimu kuepuka mishtuko ambayo ingeweza kuleta mwanguko, kana kwamba ni Musa na Khadija waliotawala ulimwengu na wangeweza kuzuia ukatili wake. Hivyo ndivyo Khadija alivyosema, ingawa si kwa daktari. Unadhani nina uwezo wa kuuambia ulimwengu, weye hakuna mishtuko tena kutoka kwako? Khadija alipomwuliza daktari wa kwanza ni nini kilichosababisha ugonjwa huo, alisema hakuna aliyejua kwa hakika. Watu wengine hawakusita kutoa maoni yao. Wengine walimwambia kwamba ilikuwa ndiyo mtihani alioandikiwa na Mungu, kama ilivyokuwa kwa wazimu, na hakuna la kufanya zaidi ya kusali na kuomba du'a. Wengine walisema ni ugonjwa mtakatifu, na wale wanaoteseka nao wamebarikiwa, Mungu amewachagua, ni riziki yao. Wengine walisema ni adhabu kwa dhambi za wazee waliotangulia mbele ya haki, au ulisababishwa na kijicho, au kwa jeraha kichwani alipozaliwa. Vipindi vya kudondoka vilikuwa vibaya haswa wakati wa masika, hakuna aliyejua kwa nini. Khadija aliepuka kumpeleka Fauzia sehemu zenye watu wengi, asije akashindwa kudhibiti kibofu chake na haja kubwa pale alipoanguka. Fauzia hakukumbuka hilo. Ilimfanya ajisikie aibu kubwa mwanzoni, ingawa mama yake alimwambia haikuwahi kutokea nje ya nyumbani. Fauzia alijua kuwa hilo halikutokea mara ya mwisho alipoanguka, wiki moja kabla ya kuanza skuli. Alitetema na kutetemeka na kuhisi kizunguzungu, kisha akaanguka sakafuni. Haikudumu kwa muda mrefu. Alitapatapa kwa sekunde chake, kisha akazimia. Fahamu zilimrudia akiwa kitandani kwake na mama yake akiwa amepiga magoti kando yake. Basi, Basi, alisema. Fauzia aliogopa siku yake ya kwanza skuli, kwa sababu mama yake alishamwonya kwamba ni wasiwasi ulioleta shambulio lililomfanya adondoke, kwamba lazima ajiangalie kwani angejiaibisha watoto wengine wangemcheka. Baadaye alikumbuka wahka aliokuwa nao usiku, na mwalimu akitabasamu alipomwita jina lake darasani siku ya pili. Halafu kila kitu kikanyooka na kuendelea vyema hata baadaye hakukumbuka mengi yaliyohusu siku zile za mwanzo. Alifurahia kila kitu, ilikuwa maajabu hasa.

5

Kulikuwa na wakati … kulikuwa na wakati ambapo Khadija alitamani… ilikuwa dhambi kufikiri vile, alifahamu hilo, na Musa alimwambia hivyo pia. Haikufaa, ilikuwa dhambi kutamani… hakuweza hata kuhitimisha mawazo yake kichwani. Ilikuwa dhambi kutamani binti yake awe tofauti na vile ambavyo Mungu amemjaalia na kumuumba. Yeye hakuwa na cheo cha kutungua na kuchagua kile alichoandikiwa. Alishindwa kujizuia kufikiri kwamba kila kitu kilichotokea kilikuwa kosa lake.

Fauzia alikuwa msichana mzuri, mwembamba, mwenye ngozi nyororo, alimshabihi baba yake. Alikuwa na haya pia, kwa hivyo alirithi kutoka kwa wazazi wote wawili. Au labda hakuwa na haya, alisitasita tu, kichwa chake alikipindisha upande mmoja alipokuangalia. Hata alipokuwa mtoto alifanya hivyo, alikigeuza kichwa upande mmoja kana kwamba alikuwa mtu mzima anayesikiliza kwa makini, wakati alikuwa mdogo mno kusikiliza chochote kwa umakini ule. Labda hakupatia, labda watoto walielewa vitu kwa njia tofauti, hata walipoonekana kutokuwa na lolote waliloelewa na walihitaji kufahamishwa kila kitu. Fauzia aliugua maradhi ya hivi na vile: kikohozi, kuumwa sikio, kuumwa tumbo. Alikuwa na homa kali baada ya chanjo ya surua na tetekuwanga na aliumwa homa ya matumbo alipokuwa mtoto mchanga, ugonjwa wa utotoni ambao ulipona baada ya muda, Alhamdulillah. Lakini alipokuwa na miaka mitatu, maradhi yalimwingia, maradhi ya kudondoka, na yakachafua na kuingiza uchungu ndani ya maisha ya Khadija, na yakajaza wasiwasi ndani ya kila dakika ya uhai wake. Wakati mwingine Khadija alimtazama binti yake kwa woga. Alijaribu kutomwonyesha kwamba alikuwa akimtazama, au kama aliona basi mama mtu alibadili haraka sura ya uso uliokunjwa na kubandika tabasamu badala yake. Alikuwa na wasiwasi kuhusu Fauzia na hakuweza kuamini kwamba wakati mwingine Khadija alimtazama binti yake kwa hofu. Alijaribu kujificha ili mwanawe asimwone alivyomtazama, au kama yule angemwona, basi alijibaraguza na kutoa mkunjo wa uso wake haraka haraka kabla ya kutabasamu. Alikuwa na wasiwasi juu ya Fauzia na hakuweza kuondokana na hofu ya kurudi kwa ugonjwa wake. Haikuwa Fauzia pekee. Mara nyingi alikuwa na hisia kwamba kitu kibaya kilikuwa ukingoni kuwavamia. Ilikuwa ni hisia ambayo ilizama akilini mwake na kutulia ingawa wakati mwingine hata hakutambua hilo.

Ni nini kilichomtesa kiasi kile? Alikuwa mwanamke asiye na shukrani, mwanamke mpumbavu na mgonjwa, hivyo ndivyo alivyokuwa, mtu wa kunung'unika. Hakuwa na nguvu. Hakuwa na nguvu za kutosha kumnyonyesha mwanawe mwenyewe, na ndiyo ikawa kwamba mtoto aliyemzalia Musa aliteseka. Hakuweza hata kumlisha na ikambidi ampe mtu mwingine ili amnyonyeshe. Halafu hakuwa hata na nguvu za kutosha kumzalia Musa watoto zaidi. Musa alisema halikuwa kosa lake, kwamba hakupaswa kufikiria hivyo, lakini yeye alijua ni kosa lake. Waliwapora shamba mwezi ule ule alipoharibu mimba yake ya kwanza, ingawa wakati ule walikuwa wakipitia wiki kadhaa za vitisho na vurugu kutokana na machafuko. Baada ya miaka miwili, walipoteza nyingine, halafu ikachukua muda mrefu sana kwa damu kuacha kutoka. Damu ilivuja kwa wiki kadhaa. Kila alipohisi kuwa damu ingesita, alihisi joto likivuja mapajani mwake na alifahamu imeanza tena. Ilikuwa ni kosa lake. Tumbo lake la uzazi halikuwa na baraka, mwili wake haukuneemeka kwa kuwa na nguvu. Ilipita miaka kumi kabla ya kuwa mjamzito tena, na hapo ndipo Fauzia alipokuja. Khadija alihangaika kujifungua, na baada ya hapo Musa na yeye, wote wawili wakasema, imetosha, basi hatutaki tena, na daktari akampa kile kidonge. Yalikuwa mapenzi ya Mungu. Anajua zaidi anayejua yote.

Daktari waliyemwona pale hospitalini aliwaambia kwamba hakuwa na kitu cha kumfanyia Fauzia na ingekuwa bora kwao kumtafuta mtaalamu. Lakini, wangempata wapi mtaalamu katika masaibu ya wakati ule? Hata hivyo, kabla ya yote, aliwaandikia dawa ya majimaji ya waridi ambayo alisema ingemfanya Fauzia alale. Hakika haikuzuia hofu ambayo binti huyo alipata, au kuanguka na kutapatapa kulikotisha kwa mwili wake mdogo. Mwishowe, Musa alimwulizia dada yake Sahar na mumewe, Mahmud, waliokuwa wakiishi Mombasa, na wakamwambia kuhusu daktari aliyebobea katika magonjwa ya watoto, hivyo wakampeleka Fauzia kwake, Dokta Sharifa, daktari kutoka Misri.

Dokta Sharifa aliwaambia hakukuwa na dawa ya kuumaliza kabisa ugonjwa huo bali angewapa vidonge vya kumtuliza pindi waonapo dalili hizo. Fauzia alidondoka mara moja tu baada ya hapo, ilikuwa kabla tu ya kuanza skuli, na vidonge vilimsaidia wakati huo pia. Kwa muda aliendelea kutetemeka usiku, lakini hilo lilipita pia. Mwanzoni, Fauzia alirudi kufanyiwa vipimo kila mwaka, na kisha kila baada ya miaka miwili. Ilikuwa matibabu ya kibinafsi na ya gharama kubwa, wangefanyaje. Angalau waliweza kukaa na dada yake Musa na binamu yake na kupunguza gharama kidogo. Dokta Sharifa alikuwa daktari bora zaidi duniani na matibabu yake yalifanikiwa, kweli bora zaidi, Mungu amjaalie nguvu, lakini alikuwa ghali. Musa alisema wangeweza kumudu, Khadija alikisia kwamba alilazimika kukopa pesa kulipia safari za kwenda Mombasa.

Khadija alitazama kwa shukrani vile Fauzia alivyoneemeka. Miaka ilipita, na alimwangalia binti yake huku wasiwasi ukipungua na matumaini yakiongezeka kwamba aliushinda ugonjwa huo, kama Dokta Sharifa alivyouzungumzia uwezekano huo. Khadija alikuwa na wasiwasi kwamba Fauzia angezeeka bila kutoa nuksi ya uwanawari na kutoolewa kwa sababu ya kuugua kwake - watu walikuwa na kumbukumbu yenye mizizi mizito lilipokuja suala la kupata mchumba - lakini katika ujana wake Fauzia alinawiri na kung'ara. Alikuwa msichana asiyependa upuuzi, kama baba yake. Wakitembea sawasawa, wakitazama sawasawa kwa kushusha nyusi chini, ingawa Fauzia hakuwa na uhakika na mwenye matumaini, wakati baba yake mara nyingi alionekana kutoshangazwa na lolote. Hata hivyo bado alikuwa kigori, na hekima ilikuwa jambo la kutegemewa kwa baba mtu kutokana na rika lake. Alikuwa mtu mzima zaidi kulinganisha na Khadija, karibu mara mbili ya umri wake alipomuoa, na sasa alikuwa na miaka ya kati ya hamsini.

Alikuwa mpole katika kila jambo alilolifanya, na hilo pia lilikuwa ni jambo alilomrithisha msichana huyo kwa kiasi fulani. Khadija alifahamu, hata hivyo, kwamba sehemu ya utulivu wa Musa ulitokana na kukubali kwake kuwa hivyo ndivyo maisha yalivyokuwa - kufiwa kwa mke wake wa kwanza na mwanawe, kupoteza shamba - na kwamba hali yake ya utulivu ilikuwa njia ya kutuliza mishipa, njia ya kukabiliana na ulimwengu usiotabirika. Fauzia hangeweza kuwa na ujuzi wa aina hiyo bado, lakini alikuwa na kiasi kidogo cha utulivu wa baba yake. Kwa hivyo, si kwamba hakuwa na wasiwasi kama alivyokuwa zamani, kwamba maradhi yangerudi, lakini alikuwa na wasiwasi kwamba binadamu wangekumbuka na kuwaonya wanaume wakae mbali naye. Wangeogopa kwamba ugonjwa huo ungeweza kurithishwa, na angejuaje kwamba haungerithishwa? Hakuna aliyeonekana kujua kwa uhakika, hata Dokta Sharifa.

Alikuwa na wasiwasi kuhusu kila kitu, Musa alimwambia. Ndiyo, alikuwa amejaa wasiwasi, hakujua kwa nini. Ilikuwa ni sehemu ya udhaifu wake. Mama yake lazima aliingiwa na hofu alipojifungua kumzaa yeye. Ndivyo, ni hivyo, lazima alikuwa hivyo. Masikini Mama.

6

Hapa ni sebuleni, Raya alimwambia ile siku ya pili ambapo Badar alishinda pale nyumbani asubuhi nzima huku akionyeshwa kote. Utaanza kazi hapa kila asubuhi. Fungua madirisha ili hewa safi iingie ndani na kuondoa harufu ya tumbaku. Ya Bwana Waziri hiyo, anavuta kama injini kongwe. Tingishatingisha na ugongegonge mito ya masofa na viti kisha upangepange hapo. Kama unavyoona, wakati mwingine mito inaishia sakafuni, kana kwamba mmoja kati yao angekuwa na hatima ya kulala hapo. Pangusa fremu za picha ukutani kwa kutumia kipangusa vumbi. Ipanguse redio na hicho kioo juu yake. Pangusa kote, hata hiyo kursi hapo ya kusomea Kurani ipanguse. Nyanyua Kurani kwa kitambaa kilichoifunika, siyo kwa mikono yako mitupu. Kisha osha vikombe na visahani na uvipeleke jikoni pamoja na hicho kibakuli cha majivu ya sigara.

Alisimama kwa muda mbele ya picha ya msikiti ambao Badar aliuona siku iliyopita alipowasili na baba yake. Msikiti wa Buluu, Istanbul, alisema alipoona kuvutiwa kwake, na baada ya muda alishusha pumzi. Haya, njoo sasa, hapa kushoto ni chumba cha Baba. Utasafisha chumba hiki baada ya sebule. Gonga mlango kama nilivyofanya miye maana anaweza kuwa ndani, usijiingilie ndani tu. Kwa kawaida hatakuwamo asubuhi mapema, lakini hata hivyo ubishe hodi. Tandika kitanda kama nilivyokuonyesha na ufagie sakafu. Ana bafu lake humo ndani, na hilo linapaswa kusafishwa vizuri kabisa kila asubuhi. Usiguse kitu kingine chochote, umenifahamu? Chochote asilani. Upande wa kulia hapa ni chumba cha kulia chakula, lakini unajua hilo tayari. Pangusa na futafuta kila kitu na ufagie sakafu kila asubuhi. Ikiwa kitu chochote kimemwagika kwenye vigae, chukua dekio na piga deki sakafu yote hadi iwe safi.

Hiki ni choo, safisha choo chenyewe na sinki pia kila siku, hakikisha kuna taulo lililokauka kwenye nondo ya kuanikia na uhakikishe kisahani cha sabuni hakina masalia makavu ya sabuni yaliyoganda na pia hakijalowa.

Ghorofa ya juu ilikuwa na chumba kikubwa kilichotazamia ua kwa mbele ya nyumba, na ndicho kilikuwa chumba cha Bibie. Madirisha yake yakiwa yamefungwa kuzuia jua la asubuhi lisiingie ndani. Miale ya mwanga ilijitokeza mle ndani na kukipa chumba hisia ya utulivu na umbile ambao Badar hakuwahi kulihisi awali. Upande mmoja wa chumba hicho ulikuwa na kitanda kikubwa chenye ubao ulioshonewa sponji na kitambaa laini kwa juu yake upande wa kichwa. Tena kilikuwa na fremu ya chandarua iliyojengwa kwa pembe nne. Kabati la nguo lililokuwa na milango miwili lilisimamishwa kando ya kitanda, na meza ya kujipambia ilikuwa pembeni yake. Nafasi iliyobaki katika chumba hicho ilikuwa na sofa na kiti cha enzi kwenye pembe moja ya chumba ambacho kilitazamana na televisheni. Kwenye pembe nyingine kulikuwa na meza ndogo iliyokuwa na simu na bilauri kubwa iliyopambiwa maua ya buluu aliyoyaona bustanini. Chumba kilikuwa na harufu iliyochanganyika na manukato na ngozi yenye jasho jepesi. Bibie alisimama kimya kando ya Badar aliyejiuliza kama bibi yule aliweza kuotea jinsi gani yeye alifurahia starehe na anasa alizoziona chumbani mule.

Hiki ni chumba cha wageni, alisema huku akitembea kwenye ukumbi ambapo mtu alikanyagia alipopanda ngazi tu, na ambapo kulikuwa na dirisha lililotazamia bustanini, kama dirisha la chumba cha wageni. Mwanangu Karim hukaa hapa anapokuwa chuo. Upande wa pili hapo kuna bafu ambalo unatakiwa kulisafisha vizuri kila siku na sakafu yake kupigwa deki. Baada ya kazi hizo, unaweza kuja jikoni kunisaidia. Leo utamenya matunda kwa chakula cha mchana. Baadaye nitakuonyesha jinsi ya kuandaa meza.

Samani za chumba cha kulia zilitengenezwa kwa mbao ambayo Badar hakuifahamu, lakini aliweza kuona kutokana na muundo wake na jinsi ilivyong'aa kwamba ilikuwa ya kimwinyi. Sakafu iliwekwa vigae kwa rangi ya buluu na kijivu, yenye mng'ao ambao hakuwahi kuuona hapo awali. Alidhani labda kulikuwa na aina fulani ya polishi iliyopakwa, lakini baadaye akagundua kuwa vigae vilikuwa vya jiwe maalum. Bibie alilazimika kumfundisha kila kitu: Jinsi ya kupiga deki sakafu za vigae ili kusiwe na michoromichoro ya uchafu, kutandika vitanda ili visiwe na mikunjo, kusafisha sinki la kukogea na bafu la maji ya manyunyu ili kung'ae, kupangusa vumbi kwenye samani na kufagia kwenye pembe za nyumba na nyuma yake, na kuhakikisha kwamba utando wa buibui umetolewa. Pia kuandaa meza ya kulia na kuosha masufuria vyema – Si kuacha yamejaa mafuta kama ulivyofanya jana.

Bwana Haji, mumewe, kama ambavyo alifahamu Badar sasa, alirudi nyumbani kwa chakula cha mchana na walikula pamoja : Ami Othman, ambaye walimwita Baba, Bwana Haji na Bibie. Yeye alisubiri nje uani kama alivyoelekezwa na aliingia ndani pale Bibie alipomwita tu. Aliweza kumsikia Bwana Haji akizungumza na kucheka lakini hakusikia alichokisema. Badar alipoitwa aliingia ndani kusafisha vyombo na kuona kwamba Ami Othman alikuwa tayari amejiondokea zake kutoka pale mezani. Bibie alikuwa amesimama, akipanga vyombo ili Badar avipeleke kwenye beseni la kuvikosha. Bwana Haji aliegemea kitini, kijiti cha meno mdomoni mwake. Alisogea mbele Badar alipoingia, uso wake ukiwa na shauku ya kudadisi. Alikuwa na nywele zilizokuwa na mawimbi madogo madogo, macho yenye rangi ya kahawia yaliyong'aa na uso wake ulijaa bashasha kwa midomo na mashavu yenye tabasamu, na Badar alihisi kwamba vile ndivyo alivyotakiwa kuwa kutokana na sauti yake iliyojaa uchangamfu ambayo aliweza kuisikia pale awali.

Sema kijana, Bwana Haji alisema kwa tabasamu kubwa, jina lako nani?

Badar, alijibu, mikono yake ikiwa imebeba rundo la vyombo vichafu.

Sawa, Badar, nisubiri nitakaporudi nyumbani kutoka kazini mchana wa leo, Bwana Haji alisema. Usiende kutangatanga majiani huko.

Aende kuzurura wapi? Bibie alidakia. Hamjui mtu wala kitu chochote. Humwoni alivyojaa wahka? Hebu mwache aendelee na kazi zake kabla hajaviangusha vyombo.

Wahka? Ana hofu ya nini?

Wewe hapo, awali ya yote, Bibie alisema. Unamtolea lisauti kama nini sijui.

Mimi? Wacha saa, huachi! Bwana Haji alisema, huku akicheka. Hakuna anayeniogopa. Hujui uhuni wa vijana wa siku hizi. Haya, Badar, nisubiri, sawa? Usiende kulala na usiende kuzurura popote. Ninataka kukuonyesha duka ambalo tunapata vitoweo na bidhaa zetu.

Bwana Haji alizungumza naye huku wakitembea, akazitaja barabara ili ajue njia yake. Duka la mboga na bidhaa nyingine halikuwa mbali, mitaa michache tu kutoka kwao. Alimtambulisha Badar kwa muuzaji, Fadhili, na kumweleza kuwa nyumba yao ina hesabu pale dukani. Huyu kijana ni Badar. Anatufanyia kazi, akamwambia muuza mboga, aliyeitikia kwa kichwa na kutabasamu. Fadhili alikuwa mwanamme mfupi, mnene aliyevalia shati la buluu iliyokoza na saruni. Nywele na ndevu zilinyolewa vizuri na alikuwa na ngozi iliyometa. Tabasamu lake lilikuwa pana kiasi likakaribia kuwa kicheko, na Badar naye akatabasamu, akishukuru kuona tabasamu lile katika ujinga wake wa kutotambua kwamba ucheshi wa muuzaji ulikuwa wa kikazi tu.

Bidhaa zote katika duka ziliwekwa kwenye vibati au zilikuwa kavu. Kunde na nafaka zilipangwa kwa safu ya masanduku yaliyokuwa mbele yake, mchele, mtama, dengu, maharagwe mekundu na meupe, na yote yaliunda umbile fulani lililokuwa na rangi za kupendeza. Vibati vya nyanya na pakiti za siagi na dagaa vilikuwa kwenye rafu nyuma yake kama vile vidumu vya jamu, vilivyobandikwa picha za matunda ya manjano na mekundu ambayo Badar hakuyajua. Kwenye rafu nyingine kulikuwa na pakiti za biskuti na chai, viberiti, viwembe na maziwa matamu ya kopo. Kopo kubwa la mafuta ya taa liliwekwa kando karibu na mlango ili lisichafue samli, na sukari na unga vyote vilikuwa kwenye beseni kando ya kiti cha mchuuzi. Ikilinganishwa na kioski cha Thabit katika kijiji cha Badar, duka lilikuwa limejaa bidhaa za kuvutia.

Mbele kidogo tu kutoka dukani kulikuwa na duka jingine lililouza bidhaa freshi kama: matunda, vitunguu, mchicha, bamia. Lilikuwa dogo sana kuliko la Fadhili, na mmiliki wake, Hamisi, hakuwa na mng'ao wa afya kama ule wa mwenziwe. Nzi waling'ong'a na kuzungukia pipa nje ya duka, waligusa maganda ya maembe na mapapai yaliyotupwa. Walipokuwa wakirudi nyumbani, Bwana Haji alieleza kuwa bidhaa za Hamisi zilikuwa bora hata kama biashara yake ilikuwa ndogo na duka lake lilikuwa limeparaganyika. Kwa ajili ya nyama na samaki, Bwana Haji alienda sokoni mwenyewe mara moja kwa wiki.

Mwanzoni, Bibie alimwandikia Badar orodha ili ampe muuzaji. Baada ya siku chache, aliacha kujisumbua na orodha hiyo na kumtamkia tu alichotaka, na Badar alikimbia dukani kukichukua - pakiti ya chai, kilo ya unga wa ngano, bati la nyanya ya kusaga, nusu kilo ya sukari. Muuza duka aliandika manunuzi katika kitabu chake na kueleza kuwa yote yatamalizwa mwisho wa mwezi, ni hivyo tu, hakuwa na haja ya kuwa na wasiwasi. Mwanamke mmoja alitoka nyuma ya duka wakati Fadhili alipomweleza hayo na akasimama kimya mlangoni. Uso wake ulikuwa mrefu na ulionyesha ukali, nyusi zake zilijikunjamana kuonyesha mkunjo wa uso, na macho yake yaling'aa kwa mwanga hafifu. Badar alitazama kwingine, akageukia upande mwingine wa yale macho yaliyoonyesha uzoefu wa kuona mengi na akamwomba Fadhili ampe pakiti ya sigara. Bibie alimpa pesa ili amnunulie. Alikuwa mvutaji sigara wa siri na hakutaka sigara kuwekwa kwenye akaunti. Muuzaji alijua sigara hizo zilikuwa za nani na akamkabidhi pakiti kwa kuificha. Aliiweka kwenye kiganja chake alichokipindua huku akiitelezesha kwenye kiganja cha Badar. Badar hakumtazama yule mwanamke wakati alipoondoka, lakini alihisi macho yake yakimfuata.

Bibie alimfuata kote kwa siku chache za mwanzo ili aone kama Badar alifanya kazi zake kama alivyomfundisha. Alikuwa mvumilivu na hakufoka au kumkashifu alipofanya jambo polepole au alipofanya makosa. Fanya uwezavyo. Haraka haraka haina baraka. Usiogope. Hakumwambia kuwa yeye alikuwa mtumishi wake au kuelezea mpango gani ulifanywa na baba yake. Alimpa maagizo, naye akamwita Bibie na kutii kana kwamba alishaelewa kila kitu na yote yalikuwa wazi kwake. Alimwonyesha jinsi ya kutumia pasi ya umeme na jinsi ya kusafisha tanuri la umeme, jambo ambalo hakuwahi kuona hapo awali. Alipofanya vizuri alitabasamu.

Siku tano baada ya kuanza kazi katika nyumba ile, Badar alikutana na Juma mtunza bustani. Ilikuwa ni siku ya kwanza ya mwezi wa mfungo. Juma aliweka zana zake kwenye beseni katika pembe ya chumba kilichokuwa kando ya kile alichokilalia yeye. Humo ndani alikuwa na jembe, reki, ufagio, panga na kifyekeo, masufuria na magunia mbalimbali, Kamba zilizokunjwa na nyuzi, makopo kadhaa ya kumwagilia maji, na mpira mrefu wa maji. Pembe nyingine ya ghala ilikuwa na mashine ya kufulia, ambayo pia Badar alifahamishwa jinsi ya kuitumia.

Juma alipofika kazini, alivua kanzu na kofia yake na kuzikunja vizuri na kwa tahadhari katika kabati lililokuwa kando ya mashine ya kufulia. Halafu alibadilisha makubadhi yake ya ngozi kwa yale makatambuga yaliyotengenezwa kwa matairi ya gari, akavaa fulana na suruali kipande, halafu akachagua zana alizohitaji kuanza kazi yake ya asubuhi hiyo. Alikuwa mzee mmoja aliyekakamaa ambaye sura yake ilichuja na kudhohofika kutokana na umri na kazi ngumu. Mikono na miguu yake ilikomaa kwa misuli. Badar alimwita Mzee Juma, maana hakuona sawa kumwita mtu mzima kama yule kwa jina lake la mwanzo.

Kwani mimi babu yako? Niite Juma, mtunza bustani aliyekuwa mzee alisema, uso kaukunja, mngurumo wa sauti yake umepazwa juu huku akijidai amekasirika. Halafu akatabasamu na kumnyooshea mkono Badar ili aushike. Badar alihisi kama mfa maji anayekamata maji.

Juma alipenda gumzo, na alipomaliza kazi zake—au wakati mwingine kabla ya hapo, kwa sababu Bibie alimwacha afanye atakavyo na kumdekeza kwa kweli – aliendа kukaa mbali na nyumba, kivulini nyuma ya jumba la jiko na kusokota sigara. Alifanya hivyo hata siku alipofunga na haikuruhusiwa kuvuta wakati wa mfungo, au kula au kunywa, lakini Juma alishaacha kujali kuhusu hayo, alisema Mjini si kila mtu Mwislamu, ingawa hakutaka kuwakera watu wa nyumbani, kwa hivyo alivuta mbali na upeo wa macho yao. Njoo mtoto, alimwita ile asubuhi ya mwanzo. Akagonga gonga ardhi pembeni yake na kumsubiri Badar atulie kabla ya kuanza.

Mwanzo ilikuwa maswali.

Unaitwa nani? Juma aliuliza kwa ukali.

Badar, alijibu.

Kwenu wapi? Aliuliza tena.

Shamba, Badar alijibu.

Wapi shamba?

Badar alipomtajia jina la mji uliokuwa karibu na kijiji chao, Juma alisema, Si mbali. Ninapafahamu hapo mahala, pako hapo mbele tu.

Badar alitikisa kichwa kubisha lakini hakusema lolote. Yeye alihisi palikuwa mbali, ilibidi kupanda basi asubuhi nzima.

Unataka kujua mbali ni wapi? Juma aliuliza. Nitakuambia. Mbali ni mwendo wa siku elfu kutoka hapa. Unaweza kuhesabu hadi elfu moja?

Badar hakujisumbua kumjibu. Bila shaka aliweza kuhesabu hadi elfu moja. Alikuwa karibu na miaka kumi na nne. Alivutiwa hata hivyo, na wazo la kutembea kwa siku elfu moja. Alijiuliza kama mwendo huo ulijumuisha kutembea usiku pia.

Unajua utafika wapi ukitembea kwa siku elfu? Upande wa pili wa dunia, na hakuna kurudi kutoka huko. Unamjua yeyote aliyerudi kutoka upande wa pili wa dunia? Unaona sasa! Mbali ni kile kiza, bahari isiyo na kikomo ambamo meli zinaendeshwa kwa dhoruba na ambapo samaki wakubwa wenye macho yaliyofutuka na taya kubwa ajabu wanapoishi. Samaki tunaowajua sisi, kamwe hawaendi huko kwenye bahari iliyojaa kiza, au kama wakienda basi huo ndiyo mwisho wao.

Juma alisita akamwangalia Badar kama aliyejiuliza kitu, naye Badar akajitahidi alivyoweza kujibaraguza na kuonekana amestaajabu. Hakutaka kuharibu hadithi ya Juma, lakini alifahamu vizuri ramani ya dunia. Hakujua bado kama Juma alitaka kumfurahisha yeye au kuipa raha roho yake mwenyewe.

Wakati mwingine wale samaki wakubwa waliotisha walipotea njia na kuja upande wetu wa dunia, Juma aliendelea. Sitarajii kama umewahi kumwona mmojawapo, au sivyo?

Badar alitikisa kichwa. Inawezekana mzee yule alimchukulia kama mtoto mdogo zaidi ya umri wake, mtu ambaye angetishika na hadithi za viumbe vikubwa vinavyotisha vyenye macho yaliyokodoa kama yalitaka kupasuka.

Sikutegemea hilo, Juma alisema, akiwasha tena msokoto wake ambao ulizimika alipokuwa akijichekesha na viumbe vya kutisha. Ungeonaje mambo kama hayo huko shamba? Unafahamu samaki wanasafiri umbali gani? Hufahamu, sivyo? Wanahama. Hawakai sehemu moja. Wanasafiri duniani kote isipokuwa bahari ya kiza ambapo huenda kimakosa tu.

Juma alitulia, labda alichoshwa na upuuzi wake mwenyewe, na akamtazama Badar kwa muda mrefu. Ghafla alitabasamu na kumgonga Badar kwenye paja halafu akaivuta hasa sigara yake, akijaza moshi kifuani, kabla ya sigara kuzimika tena.

Umewahi kuyaona yale makundi ya dagaa yanayokuja kila mwaka? Hawa hawa dagaa. Wanatoka mbali sana, mamia ya maili. Waulize, ulikuwa wapi wiki iliyopita? Watakuambia Bukini, yaani Madagaska au Maskati. Umewahi kuwauliza? Hujawahi hata kuwaona! Ni kwa sababu wewe mshamba – mvulana wa kishamba, lakini lazima umewahi kwenda baharini angalau safari moja. Naam, utawaona utakapokwenda pwani, siyo hapa mjini. Tulipokuja ilikuwa ni sababu ya kuwafuata hao dagaa.

Ulikuja kutoka wapi? Badar aliuliza, pale ilipoonekana kuwa Juma alikuwa akimsubiria.

Kutoka bondeni huko, Juma alisema, akipunga mkono nyuma yake. Wanaume tu na vijana ndiyo waliokuja. Ah ilikuwa zamani sana. Tulilala ufukweni. Kila siku ilikuwa na shamrashamra – kuvua, kusikiliza hadithi ambazo wazee walisimulia, wakati mwingine kulikuwa na nyimbo na hata ngoma pale majirani walipotupa hiari yao. Halafu ukatokea mwaka mmoja ambapo hatukurudi, na baba yangu akaamua kwamba tutabaki hapa na kuvua, mie nikaenda kumfanyia kazi huyo Bwana humo ndani.

Ami Othman? Badar aliuliza.

Ni ami yako au mjomba wako au baba mkubwa? Sikujua kuwa mna ujamaa, Juma alisema akitabasamu. Ndiye hasa, huyo humo ndani, nimemfanyia kazi tangu nilipokuwa na takriban umri wako. Wakati huo alikuwa mkulima, halafu akawa mwinyi, mmiliki ardhi. Nilikuwa natumikia ardhi yake wakati huyo bwana mdogo alipozaliwa.

Bwana Haji? Badar aliuliza.

Nini mambo yako haya ya Bwana Haji? Kila mtu anamwita Haji. Ndiye hasa, nimemfahamu tangu alipokuwa mtoto mchanga. Naifahamu familia yake vizuri. Na sasa wewe umekuja kuwatunza.

Juma alikuja kufanya kazi siku za Alhamisi. Daima kulikuwa na wakati ambapo mara moja au mbili alimwita Badar aje kukaa pembeni yake kwa muda na kusikiliza hadithi zake za zamani. Alipomwona tu Badar amezubaa hana la kufanya, labda anapumzika katikati ya kazi moja na nyingine au ana njaa na yupo doro huku swaumu imemshika katika zile siku ndefu za kufunga, alimpungia mkono kumwita na kumpa kazi ya kufanya pembeni yake bustanini wakati yeye akizungumza kuhusu mimea na jinsi ya kuitunza, kuhusu msimu wa maembe, kuhusu njia bora za kutunza viazi vitamu, na kuna wakati alijikuta amepotea kabisa katika kumbukumbu za ujana wake. Badar alimwona Bibie akiwatazama na tabasamu lake alilolibana ambalo awali alikosea akidhani liliashiria kutoridhia. Jina lake lilikuwa Bi Raya, sasa alifahamu hilo, na alimwona kuwa mzuri.

Mzee wangu, alimwambia Juma, sauti yake ikiwa nyororo na yenye kutania, mwache kijana aendelee na kazi zake.

Hakujali kwamba Bibie alimwita Mzee. Kijana mwerevu, keshamaliza kazi zake zote, Juma alimjibu. Sasa ni wakati wake wa kukaa na mimi na kujifunza kuhusu dunia.

Umechoka kunisikiliza? Juma alimwuliza Badar.

Hapana, alijibu, na ndivyo ukweli ulivyokuwa.

Kila mtu huchoka kunisikiliza. Hata na wewe pia, alisema akikenua meno.

Katika wiki zile za mwezi wa Ramadhani Bibie alichelewa kuamka asubuhi, ambapo Bwana Haji alikuwa tayari ameshaenda kwenye duka la dawa na Ami Othman alikuwa tayari sebuleni, anasoma Korani kwa sauti. Bibie alimweleza Badar kwamba Baba alisoma sura kadhaa za Kurani kila siku wakati wa Ramadhani. Kufikia mwisho wa mwezi, alisema, atakuwa amesoma hadi mwisho wa Kurani tukufu, isipokuwa kama mwezi mpya utaonekana mapema. Wakati mwingine unaonekana baada ya siku ishirini na nane tu. Hutakiwi kuingia kwenye chumba hicho hadi Baba atakapomaliza kusoma. Una kazi nyingi nyingine za kufanya.

Badar alimsikia akisoma saa nenda, saa rudi. Kwa kawaida alimaliza saa sita mchana, halafu alikwenda msikitini kusali sala ya adhuhuri. Kila mtu huwa msalihina zaidi wakati wa Ramadhani. Majira ya mchana, Bibie alianza kuandaa chakula cha kufuturu. Hiyo ilikuwa ni moja kati ya starehe nyingi za mwezi mtukufu wa mfungo wa Ramadhani. Ulikuwa na siku nzima ya kufikiria chakula ambacho ungekula baada ya jua kuchwa, ingawa kila kitu kilikuwa kama karamu mwishoni mwa siku ya njaa. Kila jioni kulikuwa na mchanganyiko wa samaki wa kukaanga, chapati, maharagwe, ndizi mbichi za mchuzi wa nazi, na lazima kiwepo kitu kitamu. Badar hakuwahi kuona chakula kingi vile. Si chakula chote kilicholiwa ndani ya nyumba. Kingine kilienda kwa majirani, na wao walituma mapochopocho hapo nyumbani.

Baada ya kufuturu, watu walitoka nje na kuzurura majiani, au walitandaza mkeka kwenye eneo la uwazi na kucheza karata na kuzungumza. Vijana waliruhusiwa kukaa nje hadi usiku, na walicheza michezo yao iliyohitaji nguvu bila kukemewa. Badar alitoka huko pia kutazama, alikaa kandokando ya makundi ambayo bado hakuwa na ujasiri wa kujiunga nayo. Usiku baada ya usiku uliendelea hivyo, siku zilipitishwa kwa njaa ya saumu na joto halafu zikafuatiliwa na karamu za milo ya futari kisha kuchangamana kwa furaha. Mwezi ulipita haraka, na alikuta ameshazoea hali yake mpya haraka kuliko vile alivyofikiria.

Mwishoni mwa mwezi, nyumba ilirudi kwenye utaratibu wake wa kawaida. Asubuhi, Bwana Haji aliondoka kwenda kazini mara baada ya kifungua kinywa, ambacho kwake kilikuwa ni chungwa lililomenywa na kusafishwa kisha kukatwa, nusu ya parachichi na kipande cha embe. Ilikuwa kazi ya Badar kumwandalia. Alishusha vyote kwa kikombe cha chai kavu na kijiko kimoja cha sukari. Bibie alikula silesi ya mkate na vikombe viwili vya chai ya maziwa. Ami Othman alitoka kwenda kwenye mgahawa kwa ajili ya kifungua kinywa chake. Badar alifuta meza na kusafisha, kisha akaenda kusafisha sebule ya chini, ambayo ilikuwa eneo la Ami Othman, Bwana Haji, na wageni wao. Bibie hakuingia mule isipokuwa alipochoma udi wa mawardi kwenye chetezo kila baada ya siku chache.

Badar alihisi, kwa namna ambayo watu wanyonge wanaweza kufanya hivyo, kwamba Ami Othman alikuwa na kinyongo naye. Alifahamu bila ya kuambiwa kwamba hakutakiwa kumwita Ami Othman, lakini hakujifunza namna nyingine ya kumwita, kwa hivyo alisubiri tu kusemeshwa. Badar aligonga mlango wake kila siku, kama alivyoagizwa, kabla ya kuingia ndani. Ami Othman alijitandikia kitanda chake, na kulikuwa na kazi ndogo sana ya kupanyoosha pale isipokuwa wakati mashuka yalipohitaji kubadilishwa. Alisafisha bafu, akakunja msala wa Ami Othman na kuuweka kando, akaweka bilauri safi ya maji na kuiondoa iliyokuwa hapo awali na hakugusa kitu kingine chochote. Kisha akapanda juu na kutandika kitanda cha Bibie na kufagia na kutimua vumbi kabla ya kulisafisha kote, ikiwa ni pamoja na chumba cha wageni, ambacho kama Bibie alivyomwelezea kilitakiwa kuwekwa tayari pale mtoto wake Karim atakapokuja kukaa. Alifuta na kusugua bafu hadi sinki na beseni la kuogea na choo vilipong'aa. Alipomaliza hapo, alifagia uwanja na baraza la mbele, na kwenda kwa muuza mboga alipohitajika. Aliridhika bila kutarajia kutokana na kazi hizi.

Siku moja walipokuwa wakilima bustani, Juma alimwambia Badar, unamwona yule Haji, kutwa maneno na kujiona. Hakuwa hivyo siku zote. Kulikuwa na utundu kiasi rohoni mwake wakati fulani, lakini alikuwa mvulana mtulivu, mtiifu, mtoto mzuri. Hakuwa mwanamme mkubwa aliyebwabwaja na kuchekacheka kama alivyo sasa. Mie nimemwona akikua na akienda shule kisha akatoka shambani na kuja kuishi mjini na kufanya kazi hapa. Hapo ndipo alipokua mtu aliye sasa, hapa mjini na Bibie wetu huyu. Baada ya miaka mingi, baba yake alichoka na kilimo, na Bibi yake yeye alipofariki, akauza kila kitu. Labda mambo mengine pia yalikuwa yamemchosha. Hata hivyo, alihamia mjini na kununua nyumba hii kwa ajili yake na mwanawe. Mwanangu wa kiume alikuwa akiishi mjini wakati huo pia, fundi umeme, kwa hivyo tukaja kuishi naye, mimi na mke wangu. Haji aliposikia tupo hapa aliniomba nije niangalie bustani yao. Watu hawa ni kama familia kwangu, wakihitaji chochote wananiambia.

Sasa zamu yako, nataka kukusikia, Juma alisema siku kadhaa baadaye. Ninataka kusikia kila kitu kuhusu wewe na kijiji chako huko shamba. Ni nani aliyekuleta hapa kuwaangalia watu hawa? Alikuwa ni baba yako?

Badar alisita. Alitaka kusema kuwa hakuwa na baba isipokuwa kwa jina tu, na alikuwa na baba ambaye hakuwa baba yake, kichwamaji aliyemtupa. Alitaka kusema kwamba hakuwa hapa kumtunza mtu yeyote, isipokuwa kutii na kutumika kama ilivyotakiwa. Aliona machoni mwa Juma kwamba ilikuwa dhahiri kwake kuwa Badar alisita.

Kwanza kabisa hebu niambie jina la baba yako, Juma alisema. Ni sawa kulitaja au ni siri? Utakuwa hiari kuniambia? Au niambie kama alizaliwa shamba au kama alihamia mjini. Ni mrefu au mfupi? Kama hutaki kuniambia basi usiseme. Kama si hivyo, anza unapotaka.

Baada ya muda, Badar alisema, Jina lake ni Ismail. Sijui alipozaliwa.

Juma aliegemea nyuma kiasi, macho kayakaza kwa Badar, amejaa mawazo, halafu akasema, Ismail? Ana majina mengine? Au ni Ismail tu?

Sijui Badar alijibu. Nalijua jina hilo tu.

Haya, alikuwa mrefu au mfupi?

Sijui, Badar alisema.

Juma alikunja uso. Baada ya muda akatazama kwengine na bila kutegemea Badar akashusha pumzi akihisi nafuu.

Haya basi, niambie kuhusu Kijiji, Juma akasema baada ya ukimya mfupi, huku akimgeukia Badar na kuzungumza pole pole, tabasamu la kumhimiza limejaa usoni, akitaka waendelee.

Hata siyo Kijiji hasa, Badar alijibu kwa kiburi cha mtu wa mjini.

Usijali hilo, niambie kuhusu Kijiji, Juma alisema.

Kuna uwanja chini ya mwembe kando ya barabara na kioski upande mmoja na msikiti mdogo upande mwingine, Badar alisema. Kioski ni cha Thabit. Msikiti umejengwa kwa mawe na chokaa na hupakwa chokaa kila Ramadhani. Ulipakwa chokaa kabla tu sijaja hapa. Wakati chokaa mpya, hung'aa kizani. Haufikii ukubwa wa Msikiti Zambarau hapo pembeni, ni msikiti mdogo wa shamba.

Kama ni Kijiji cha Waislamu, nategemea msikiti ni jengo kubwa kuliko yote hapo, Juma alisema.

Ndiyo, Badar alijibu. Nyumba za kijijini ni ndogo, nyingi ni vibanda tu, nyingine zimejengwa kwa vijiti na tope. Huwezi kuziona zote kutoka barabarani. Kati ya nyumba kuna bustani za mboga na mistari ya mihogo na miti ya matunda. Kama kuna mkutano au kitu kama hicho, huwa chini ya mwembe kando ya barabara. Watu hukaa hapo kusubiri basi la kwenda mjini au kuuza mazao kwa wasafiri wa basi au kuzungumza au kuona tu kama kuna kitu ambacho kingepita hapo. Watu walikaa hapo chini ya mti hata kama hawakuwa na sababu ya kuwa hapo.

Mlikuwa na nishati? Umeme? Au bado mpo katika enzi za kiza? Juma aliuliza.

Kuna umeme, lakini karibu na barabara tu. Ukisogea kidogo tu kutoka barabarani utakutana na vibatari na taa za kandili tu. Kunapokuwa kweusi, kiza kimetanda ti ti ti, watu wengi huingia ndani. Hapo ndo utasikia kelele ambazo huzisikii mchana.

Kelele gani? Juma aliuliza.

Panyabuku wakikwaruza nguzo na paka wakiwafukuza, komba bukini wakilia na kuomboleza. Unawasikia nguchiro wakipiga kelele kizani na mbu wakinung'una usiku kucha. Mvua inaponyesha, harufu ya choo huwa kila mahali.

Unakumbuka vyote hivyo na kuvitamani, sivyo? Juma alisema huku akimcheka. Unahadithia vizuri, nimependa. Niliishi shamba, unakumbuka? Ninafahamu yote hayo. Hebu niambie kuhusu huyo mtu mwenye kioski. Jina lake lilikuwa nani?

Anaitwa Thabit, Badar alisema. Kioski chake ni duka pekee kijijini. Ana umeme kwenye kioski chake. Lazima kuwe na mtu aliyejipweteka kwenye kioski wakati kinapokuwa wazi, anapiga soga au anapoteza muda tu. Thabit hana wateja wengi, lakini huwa amezungukwa na watu kutwa. Hufungua duka saa fulani, vinginevyo hufunga duka na kuendelea na shughuli nyingine. Anautunza msikiti. Watu wazima wote huzungumza naye na yeye huzungumza nao, na kama tukifanya kosa, hutushitaki kwa wazazi wetu. Ana kisukari na tumbo kubwa sana ambalo hulisukuma kutoka upande mmoja hadi upande mwingine anapotembea - Badar aliinuka ili kuonyesha huo mwendo – yaani kubwa hata hawezi kamwe kutembea kwa haraka. Tunamcheka anapogeuza mgongo na hakuna anayethubutu kumwambia chochote mbele ya uso wake. Akikushika, anakupiga konzi kisogoni kisha anakusemea kwa wazazi wako. Basi, hivyo ndivyo ilivyokuwa.

Pia, Badar alikumbuka kuwa Thabit alikuwa na redio ya Sony ambayo mwanawe aliyefanya kazi kwenye bandari ya mjini alimletea, hata hivyo hakumwambia Juma. Aliiokota kwenye takataka za mizigo melini wakati alipokuwa akiipakua, au tuseme hivyo ndivyo alivyosema. Hakuna aliyeamini hadithi hiyo, kwamba mtu angetupa redio kwenye takataka. Ilikuwa katika mfuko wa ngozi wa kahawia ambao ulikuwa umetobolewa karibu na spika yake ndogo, na ilikuwa na mnara uliong'aa na kukunjika. Lazima Umeharibika, kwa sababu iliweza kupokea kituo cha eneo lao tu. Thabit hakuruhusu mtu yeyote kugusa redio yake, lakini alifurahi kuiwasha na kuruhusu watu wasikilize habari au matokeo ya mpira wa miguu, na kila mara alisikiliza programu za kuomba nyimbo.

Badar alikumbuka nyumba yao, ambayo kama msikiti, ilijengwa kwa mawe ya chokaa, kwa hivyo ilikuwa ni jengo imara tofauti na nyumba nyingine kijijini. Alimsikia baba yake akisema kwamba aliijenga mwenyewe, lakini Badar hakufikiri alimaanisha kwa mikono yake mwenyewe. Hata hivyo, ingewezekana, kwa sababu alikuwa mtu muhimu kwa namna ambayo Badar hakuwa na uhakika nayo, na inaweza kuwa ilikuwa kwa sababu alikuwa na ujuzi ambao haukuwa wa kawaida kama vile ujenzi. Kulikuwa na mambo mengi kuhusu baba yake ambayo hakuyaelewa kabisa. Alijua kwamba shamba la baba yake lilikuwa na tija na kwamba alimiliki asilimia fulani ya kioski. Alifahamu kwa uhakika kwamba wakati mwingine baba yake aliongoza sala msikitini, na alipozungumza, watu wazima wengine walimsikiliza. Alihusiana na mtu mtakatifu ambaye hakuwa hai tena, binamu au mjomba au ami ambaye wakati mwingine alimzungumzia kwa heshima na taadhima. Ilisemekana kwamba huyo jamaa alimrithisha kwa huba utakatifu fulani baba yake Badar, ambaye alikuwa na namna ya kuongea ambayo ilimfanya aonekane kana kwamba alikuwa akitafsiri kutoka kwenye maneno matakatifu au akinukuu kutoka katika Kurani. Alizungumza hivyo pale ambapo, labda alitaka kuyapa uzito maoni yake, lakini kwa Badar sauti hiyo ilisikika kama ya kukemea. Hakukumbuka ni lini alianza kumwona kama kichwamaji.

Mwanzoni Badar hakuweza kuzuia kumbukumbu za kijiji na wavulana aliozoea kucheza nao. Ilikuwa kwamba wakati mwingine aliwakaribisha, na kisha akajikuta anajipa maumivu ya moyo katika upweke ambao alikuwa bado hajauzoea kabisa. Yeye alikuwa mmojawapo kati ya kundi la wavulana kwani ni wavulana wakubwa walioamua nini kifanyike na nini kiaminike. Wavulana wadogo walitii na kuwakimbia kama kundi la mbuzi.

Enzi hizo za mwanzo nyumbani kwa Bibie kulijaa mambo mapya, aliishi kwa uhuru wa kutokugombezwa, hata baada ya muda hakuwafikiria familia yake wala kijiji kama alivyofanya pale awali, au pale alipowafikiria alijawa na kinyaa kwa jinsi walivyomtupia mbali. Alijitahidi kadiri alivyoweza kukandamiza wazo lolote la mama yake au hali yake ya utumishi, na akajitupa jamvini akiwa taabani lakini aliyejaa hisia ya usalama kila jioni. Alikuwa na bafu lake mwenyewe pale mwishoni mwa jengo la jiko, lilikuwa na maji ya bomba na choo cha kuvuta. Alikuwa na chumba chake chenye taa ya umeme. Kazi zake zilikuwa nyingi si ngumu, na siku zote alikuwa na chakula cha kutosha. Polepole hofu aliyokuwa akiipata usiku pale awali ikaanza kupungua.

Bibie alifuatilia kazi zake kwa kumtupia jicho mara kwa mara ili kuhakikisha anafanya kazi kama ilivyotakiwa, lakini pia hakumkaripia pale alipokosea. Alisubiri yeye mwenyewe aseme ukweli kuwa amekosea ndipo alipompa tabasamu la chati au alimgomba polepole. Alimruhusu akae karibu naye pale alipomaliza kazi zake zilizokuwa na umuhimu zaidi, na wakati mwingine alimsemesha, yaani alizungumza kuhusu kupanda kwa bei ya unga, au jinsi vanila ilivyopotea mwaka huu au jinsi alivyopendelea kupika kwa makaa ingawa yalileta uchafu ukutani hadi ikabidi ajifunze kuoka kwenye oveni ya umeme na ikabidi kutumia makaa uani tu. Safari moja, alipotoka katika njozi, akasema, Msikiti wa buluu, mzuri eti eh? Nakuombea uuone kwa macho yako siku moja. Sidhani kama nitauona. Alizungumza kuhusu mambo haya bila ya kujikalifisha au kuwekea maanani, huku akiwa ametulia kama ilivyokuwa kawaida yake. Alisikiliza bila ya kuuliza maswali, na wakati mwingine alisita na kumtazama, akimsoma. Adhuhuri, baada ya Bwana Haji kurudi kazini na Ami Othaman kwenda kujipumzisha kama ilivyokuwa kawaida, alivuta sigara – alivuta sigara moja tu kwa siku pale uani – na baadaye alikwenda zake juu ghorofani kujipumzisha na kusoma magazeti yake au kutazama televisheni.

Ilikuwa ni nadra sana kwa Ami Othman kumwambia Badar chochote au kumtazama moja kwa moja. Alinyoosha mkono na kuelekezea vitu ambavyo alitaka Badar afanye: ondoa kikombe kilichotumika, funga mlango. Pale Badar alipofanya kitu kwa kasi ambayo alihisi haikuwa ya haraka kutosha, au tuseme, ilikuwa ya polepole, alifyatua vidole vyake kumharakisha, lakini hakumsemesha asilani. Wakati fulani aliguna kwa sauti ndogo ya kukereka, kama vile alivyomfyonza kichinichini. Alikuwa mtu maridadi kwa maumbile na nafasi aliyoitumia, ambayo daima ilikuwa nadhifu. Hakuwa mtu wa kutabasamu, na kung'ong'a kwake pamoja na macho yake yaliyovimba yalimfanya aonekane kama anatisha. Badar alihisi kama kulikuwa na huzuni katika ukimya na majonzi yaliyokuwa kawaida kwa kizee yule. Yeye mwenyewe alivutiwa na huzuni na hakuweza kujizuia kuihisi ilipokuwa rohoni mwa watu.

Bwana Haji alikuwa tofauti kabisa. Sauti yake ilisikika pale nyumbani kote, na mara nyingi ilionekana kusheheni tabasamu. Alianza kuzungumza alipokanyaga mlangoni tu pale aliporudi nyumbani kula chakula cha mchana na hakunyamaza hadi wakati wa kurejea kazini ulipowadia. Aliangua kicheko cha ghafla katikati ya hadithi zake, na kicheko chake kiliwafanya waliomsikiliza wacheke pia, au angalau watabasamu.

Jioni aliketi na baba yake sebuleni, akisikiliza habari na kuzungumza kwa sauti kubwa. Majirani walioishi karibu walijiunga nao na kunywa kahawa kutoka kwenye chupa ya kuhifadhi joto, thermosi, huku wakivuta sigara, ingawa Bwana Haji hakuvuta sigara. Wageni hawakuvuka sebule isipokuwa walipohitaji kutumia choo.

Tofauti na ile transista ya Thabit mwenye kioski, redio ya Ami Othman ilishika sauti za pale nchini na pia idhaa za Kiswahili kutoka KBC ya Kenya, BBC ya Uingereza, VOA ya Marekani, RFI ya Ufaransa, Sauti ya Kairo na nyingine nyingi, unayoifikiria ilinasika. Ilikuwa ni wajibu wa Bwana Haji kubadili idhaa redioni pale taarifa ilipomalizika kutoka moja na kuingiza nyingine.

Pale wasikilizaji walipovutiwa na tukio fulani, kwa mfano taarifa kuhusu mauaji ya Srebrenica au kuuwawa kwa Yitzhak Rabin, Bwana Haji alibadili idhaa kutoka moja hadi nyingine ili kutofautisha taarifa. Kwa Badar, mengi katika yale aliyoyasikia kutoka redioni yalikuwa mambo yaliyohusu ulimwengu ambao hakuufahamu hasa, au aliuelewa kijuujuu tu, haukuwa wazi kwake kutokana na vipande vipande alivyosikia shuleni, au kutokana na uvumi ambao aliusikia lakini hakuuelewa kila wakati. Mara moja moja, sauti zilipazwa katika mijadala miongoni mwa wasikilizaji, na wakati mwingine walipandisha mori. Kawaida, sauti ya Bwana Haji ndiyo iliyopanda juu kuliko zote. Badar alikuja kuwatambua na kuwatofautisha wageni kutoka pale alipokaa pembeni yao huku akiwa ametega sikio endapo angehitajika. Isipokuwa pale alipohitajika, Badar aliingia sebuleni pale tu alipoleta kahawa ya moto kwenye chupa.

Kwa kawaida, Bwana Haji alikuwa wa kwanza kuondoka na kupanda ghorofani katika chumba chake na Bibie. Wageni hawakusalia zaidi baada ya hapo, na Badar alipochungulia mule ndani kabla ya kwenda kulala, alimwona Ami Othman akiwa amekaa peke yake huku redio ikiwa imewashwa kwa sauti ya chini. Sauti redioni zilimnung'unikia huku akiwa amekaa bila kutikisika, ameganda katika fikra zake, uso wake hausogei na ukionekana kuwa mbali, kana kwamba alikuwa akimsikiliza mtu ambaye alimfahamu vyema na aliyekuwa naye mule chumbani.

Akiwa na Bibie, Bwana Haji alizungumza kwa upole na kujizuia, hakubwabwaja na kuwa jitu kubwa lililojaa vicheko kama vile Juma alivyomwona. Pale ambapo hapakuwa na wageni, walikaa uwanjani au bustanini, alasiri au magharibi kabla ya chakula cha jioni. Badar aliwasikia walinong'onezana katika mazungumzo yao lakini hakuweza kubaini walisema neno gani hasa, alisikia neno moja hapa na pale, basi.

Wakati mwingine Bibie alitazama huku na huko kuhakikisha alipokuwa Badar kabla ya kumwinamia Bwana Haji na kumwambia kitu kwa sauti ya chini. Badar alisubiri kuona walivyopeana tabasamu walipozungumza na yeye hakuweza kujizuia kutabasamu pia, ingawa hakusikia chochote katika yale waliyoambiana. Kiza kilipoingia mbu waliwasili na kuwalazimisha waingie ndani. Pia, kwa vyovyote vile Bwana Haji alilazimika kusalimu amri na kufanya wajibu wake wa kubadili idhaa za redio.

Kwa Badar, Bibie alikuwa mwanamke mzuri sana, hasa baada ya kuamka baada ya kupumzika mchana na kuvaa dera zake pana pana na nyepesi zilizomkaa vizuri na kushikilia sehemu za umbile lake aliposogea. Mara nyingi nywele zake hazikufunikwa na zilibanwa nyuma kama kifagio na kuonyesha shingo yake na mfupa wa taya lake, mashavu yake yaliyokaa kwa juu usoni na macho ya kahawia yaliyokoza na kumetameta. Alikuwa katika nguo hiyo alipomtokezea katika njozi zile alizojitesea nazo usiku katika chumba chake kilichojaa kiza.

Bwana Haji alimpa pesa kila baada ya siku kadhaa, pesa kidogo ambazo alimpa pasipokuwa na watu, halafu alijibaraguza kwa kutazama kwingine huku akimkabidhi pesa. Hakumlipa kwa wakati maalumu, zilikuwa ni zawadi alizompa alipoamua kutoa na haukuwa mshahara. Wakati mwingine Bwana Haji alimgonga begani alipompita au alimsukuma mbavuni kidogo, kimchezo ili kumfanya aruke. Mambo gani haya kuniita Bwana? Niite Haji, alimwambia.

7

Karim alirudi kwa wiki mbili mwezi wa Agosti ili kukamilisha mipango yake ya malazi. Alipanda teksi kutoka bandarini kama walivyokubaliana, halafu akaona kuwa nyumba ilikuwa na mtumishi, mvulana mwenye umri wa miaka kumi na tano hivi. Mwanzoni yule kijana alipomfungulia mlango, Karim alifikiri ni jamaa wa pale nyumbani aliyekuja kuwatembelea. Vipi hali? Wenyewe wamo ndani? Aliuliza na yule mvulana akamjibu, Karibu, wamo ndani. Kijana alinyoosha mkono kumpokea sanduku lake dogo lakini Karim alimwambia, la, hapana, hakuna haja.

Lazima mama yake alimsikia akiwasili kwani alishuka Karim alipokuwa akisubiri ukumbini. Alimnyooshea mkono ili aubusu, huku akitabasamu, naye akauchukua huku akitoa tabasamu lake kubwa, akainamisha kichwa akiulengea mkono kwa madoido makubwa ingawa hakuubusu mkono.

Ama leo umenifurahisha. Hebu njoo juu, mama alisema, Badar atatupikia chai.

Aliingiza sanduku lake ndani na kujimwagia maji, halafu akaenda chumbani kwa mama yake. Alikuwa amekaa juu ya sofa, ameegemea, anamsubiri, ametabasamu kama vile mara ya mwisho kumwona ilikuwa jana tu. Hivyo ndivyo alivyokuwa, hana papara na mwenye subra, akimsikiliza alivyozungumza lakini aliyejaa faraja kuketi tu, kimya huku akitazama jarida lililojaa mapicha likiwa limetulia mapajani mwake, wakati huo huo Karim akisoma gazeti lenye habari tofauti. Jambo la kustaajabisha ilikuwa kwamba Karim alipata hamu ya kuzungumza palipokuwa na ukimya wa mama yake, kama vile ilivyokuwa siku hiyo.

Alizungumzia tafrani za serikali baada ya uchaguzi uliojaa ghasia na fujo uliofanyika karibuni. Alizungumza kwa mori kuhusu unyanyasaji uliofanywa na vyombo vya usalama.

Mambo hayaishi, uchaguzi baada ya uchaguzi, ghasia zile kwa zile, alisema, amekaa huku mgongo kaunyoosha anazungumza kwa huzuni. Polisi wanachochea vurugu. Wanawapiga watu barabarani, na wanapopinga au kulipizia wanasema ni ghasia na kufungia kampeni au shughuli nyingine yoyote. Huo ndiyo wakati ambapo hesabu zinavurugwa na uchaguzi kuibiwa. Hivyo ndivyo ilivyotokea kila wakati.

Karim aliendelea kuzungumza huku kijana yule akiingia na sinia la chai na kuiweka mezani. Mama yake alimtikisia kichwa kijana huyo huku akitabasamu. Baada ya yule kijana kuondoka mama yake alimimina chai kisha akaketi tena huku akimtazama Karim kwa tabasamu lake la kivivu na Karim akiendelea kuongea. Bei za kila kitu zimepanda kama wazimu, alisema. Kitu kidogo tu kinagharimu maelfu na maelfu ya shilingi, utadhani tunatumia pesa za bandia. Mambo hayawezekani, maana ni kana kwamba hakuna mtu anayesimamia chochote. Najua kuna nchi zenye maguvu duniani zinatusumbua kila wakati, lakini tunafanya mambo yazidi kuwa mabaya kwa kutokuwa makini, kujaa hofu na uzembe. Ukatili wote huu ... Yaani ah, na hata kuzungumza kunasaidia basi.

Utakuja, wakati mwafaka utakuja, alisema, akiwa ameshangazwa kidogo na kina cha shauku na ufasaha wa mwanawe. Niambie, ulimtembelea babu yako? Vipi hali yake?

Karim alinyanyua mabega, akihisi kubadilishwa kwa mada ya mazungumzo.

Alionekana vile vile tu, Karim alijibu. Au labda kazeeka kidogo na anaguna kwa kelele zaidi ya zamani. Ungemsikia anavyozungumzia hali ya nchi. Aliniambia nikuulize kwa nini humtumii kitu. Nadhani anamaanisha pesa.

Nitampelekea kitu, alisema.

Baada ya muda, ukimya ulipotanda kati yao, Raya aliuliza, Unamfikiria baba yako?

Karim aligutuka kwa mshangao na kukenua meno. Mawazo hayo yametokea wapi?

Nimekuwa nikitafakari, alisema.

Zamani nilimfikiria, mara chache, lakini wewe ulikuwapo, Karim alisema.

Alitabasamu kama mwenye kujuta ingawa hakusema neno kwa muda, na kwa vile Karim hakuendelea kuzungumza, alisema, kwa sauti ya majonzi, kama mtu aliyekuwa ukingoni kutoa chozi,

Sikuwapo kiasi hicho. Sikufahamu njia nyingine yoyote, Sikujua ningewezaje kuondokana na yote na kuanza upya.

Pia alikuwapo Ali, alisema polepole, akijaribu kukwepa mada hiyo, akijaribu kutosema chochote cha kuumiza roho. .

Ni kaka mwema, Raya alisema.

Aliona kwamba machozi yalimlenga, kwamba alikuwa akijaribu kumwambia kitu. Ukweli ni kwamba hakumfikiria baba yake mara nyingi, mara moja moja, hapa na pale, na wakati huo alijiwazia mwenyewe, Ni lipi alilolifanya ambalo lilikuwa baya kiasi hicho? Kwa nini kamwe hatuzungumzii jambo hilo? Unanificha nini? Kamwe hakutamka maneno hayo mbele yake, lakini mawazo hayo yalimjia wakati mwingine. Alikuwa na hisia kwamba kulikuwa na jambo la aibu alilofichwa, lakini hakuhisi kama angeweza kuuliza lilikuwa jambo gani. Labda ingalibidi kuuliza siku moja, lakini labda asingeweza. Aliweka kikombe kinywani na kuifyonza chai, papo hapo kitendo hicho kikakata mzizi wa ile hali iliyokuwa kati yao. Karim akaanza upya kuzungumza kwa mikiki kuhusu ripoti zilizokuwa zikitoka kuhusu wizi wa uchaguzi.

Haji alipofika nyumbani alimsalimia Karim kwa furaha tele, akamfanya Raya acheke. Ulifika lini? Ungeniambia, ningekuja kukuchukua, Haji alisema.

Baadaye, nyakati za jioni, Karim alimwona yule mvulana akimsaidia mama yake jikoni halafu akamwona akikusanya vyombo baada ya chakula cha usiku na kuvikosha, na siku ya pili alimwona akifagia uwanja na kusafisha bafu. Kwa hivyo ni mtumishi, ingawa hiyo haikumaanisha kuwa hakuwa ndugu. Nyumba nyingine hufanya hivyo, huagiza jamaa masikini ili aje kuwatumikia, lakini hakutegemea ingalikuwa hivyo kwa mama yake na Haji.

Siku ya pili alimsikia Haji akimwita lakini alikuwa na usingizi mno na kushindwa kujibu. Alipoamka alikwenda ghorofa ya chini kunywa kikombe cha chai kabla ya kukoga. Yule kijana alikuwa jikoni, na alimpa Karim kikombe cha chai na kumwambia kwamba baba yake alimwulizia ili kumpa lifti wakati alipoelekea duka la madawa.

Unamaanisha Haji? Si baba yangu, Karim alisema, na kumwona kijana akigutuka. Akacheka kumwona akiwa na wahka vile. Eti, jina lako nani vile? Alimwuliza.

Badar, yule mvulana alijibu.

Vita vya hatima. Nani alikupa jina hilo, mama yako au baba yako? Nahisi ilikuwa baba yako. Nadhani alitaka uwe shujaa, Karim alisema, halafu akacheka kidogo lakini hakuelezea zaidi.

Nilidhani hukutaka kuwa na mtumishi humu ndani, alimwambia mama yake baadaye asubuhi ile, lakini mama mtu alitikisa mabega na kwa utulivu alibadili mada ya mazungumzo.

Chuo hakijafunguliwa bado, sivyo? aliuliza.

Hapana, nimekuja kuwatembelea kidogo, alisema. Sikukuambia? Nitahamia chuoni muhula utakapoanza, nilitaka kutayarisha mipango.

Alimtazama kwa muda mfupi bila ya kusema neno halafu akatikisa kichwa. Hukutuambia hilo, lakini kama ndivyo utakavyo, alisema. Tulipenda kuishi nawe.

Nilipenda pia, alisema. Nilipenda sana. Huu ni mwaka wangu wa mwisho na nataka kuwa makini na kutilia maanani masomo yangu. Safari ya basi ilichukua muda mrefu na wakati mwingine nilichelewa kwenye matukio mengine na pia darasani. Nitaweza kwenda maktaba nitakavyo nikiwa chuoni. Hata hivyo, kila kitu kimeshalipiwa, ni katika ufadhili. Nitakuja kukutembelea mara kwa mara.

Hilo halina shaka, alisema, lakini Karim aliweza kuona kwamba mama mtu alisikitika.

Haji hakujizuia. Aligombana na Karim kwa muda mrefu ingawa alifanya hivyo kwa ucheshi wake wa kawaida. Kwa nini unataka kupoteza pesa zako ili uishi kama mnyama shambani?

Si pesa zangu, ufadhili unalipia, Karim alijitetea

Haya basi, haihusu pesa, lakini kwa nini uishi kwenye umati unaonuka jasho, kula uchafu na takataka, kwenda haja mbele za watu? Utakuwaje makini kwenye kazi zako wakati umezungukwa na kelele zote hizo? Unataka nini hasa? Ni mwanamke? Wewe una jambo lako la kihuni, si ndiyo? Unaweza kuniambia tu; sitamwambia mama yako. Hebu njoo uishi hapa nasi tukulishe. Halafu utakuwa na moto zaidi na huyo kichinchiri wako.

Karim alitabasamu tu, na Haji alimgonga bega na kumbinya mbavu. Beberu hasa weye.

Karim alijiuliza kuhusu yule mvulana. Ali na Jalila hawakuwa na mtumishi wa ndani, wala babu zake Karim pia hawakuwa nao. Yeye hakuzoea uwepo wa watumishi. Yule mvulana hakuwa na mienendo ya mtumishi. Kawaida, watumishi ambao aliwaona alipotembelea majumba ya watu walikuwa na juhudi ya kazi ambazo walizifanya kwa ukimya, macho yao yalitazama kazi walizokuwa wakizifanya. Tofauti ilikuwa kwa wale watumishi wachache waliohudumia kazi miaka nenda miaka rudi na labda hata walilea watoto wa nyumba hizo. Aligundua haraka sana kwamba yule mvulana, ingawa alifanya kazi kwa utulivu, alijiamini vile vile. Alikuwa na namna ya kutoingilia mambo, alitazama na kusikiliza yaliyoendelea. Karim alijiuliza kama alikuwa mshamba tu na mwenye unyenyekevu na haya ingawa hakuweza kuzuia udadisi wake, au kama alikuwa mbea, mdukizi, shawishi wa siku zijazo. Mama yake Karim alikuwa na upole wa kushangaza kwa yule mtoto wa kiume, aliwaza, kana kwamba anampenda, na kwa nini isiwe hivyo. Ilimfanya Karim awe na hamu ya kutaka kujua zaidi. Kama kawaida yake, Haji alibubujikwa maneno alipokuwa na kijana huyo huku akimtania na kumfanya acheke. Ni yule babu kizee tu ndiye aliyekuwa na hasira, lakini alikuwa hivyo pia kwa Karim, ambaye kwa ujumla alikaa mbali naye.

Siku moja, alipochungulia kutoka dirishani kuangalia bustanini, alimwona Badar akiwa ameketi chini ya kivuli na Juma, mlimaji wa bustani akiwa kando yake. Wote walionekana wakiwa na starehe hasa na kama vile walishazoeana vizuri. Badar alikuwa ameegemea ukuta, kafungua gazeti mikononi. Kutokana na kichwa cha habari ukurasa wa mbele wa gazeti, Karim aligundua kwamba lilikuwa gazeti alilolisoma jana yake na akalitupa kwenye kikapu cha karatasi zisizotakiwa. Kutokana na jinsi Badar alivyomwangalia mtunza bustani mara kwa mara, Karim alihisi kwamba alikuwa akimsomea yule mzee, au alikuwa akimhadithia kuhusu yale aliyoyasoma. Juma alikuwa amekunja goti moja huku akiegemea kwa mbele, kichwa kainamisha huku akisikiliza kwa makini. Ilikuwa ni picha iliyomfanya atabasamu, barubaru akimpa habari mkongwe ambaye bila shaka hakujua kusoma. Karim alisimama dirishani kwa dakika chache, akiwatazama. Badar aligeuza ukurasa na yeye na Juma wakapeana tabasamu. Juma alitazama juu kwa muda na kumwona Karim dirishani. Badar aligeuka pia, na alipomwona Karim akimwangalia, alikunja gazeti na kuliweka chini, ardhini, kama mtu aliyekamatwa na mali ambayo haikuwa halali kwake. Karim alimpungia na kurudi nyuma, kafurahishwa na hisia za mtoto yule.

Badar anaweza kusoma, alimwambia mama yake.

Unashangaa? Alikwenda skuli, alisema.

Alikuwa anasoma gazeti. Kwa Kiingereza. Lile nililokuwa nikilisoma jana. Alikuwa akimsomea Juma na labda akimtafsiria kwa sababu sidhani kama Juma anaelewa Kizungu. Kwani Badar alikuwa skuli kwa muda gani?

Mama mtu alikaa kimya kwa muda mrefu, na Karim alidhani kwamba alikuwa akichunguza kitu akilini mwake. Alimaliza shule ya msingi, alisema pole pole, kwa kusita. Sifahamu hasa. Ulimsikia akisoma kwa sauti? Anaweza kuwa alikuwa akijidai tu.

Walikuwa wameketi chumbani kwake baada ya chakula cha usiku. Haji alikuwa ghorofa ya chini akitimiza wajibu wake wa kukaa na mzee wake pamoja na redio. Mama yake Karim alipapasa hapa na pale kwenye sofa akitafuta rimoti ya televisheni na alipoipata aliangalia juu na kumwona Karim katulia kimya, anasubiri. Aliuliza, Kwani vipi?

Karim alitingisha kichwa kwa mshangao. Nina hamu ya kufahamu, alisema. Kwa nini haendi skuli? Anaonekana mwerevu na mwenye akili, na anasoma gazeti la Kiingereza. Kwa nini yupo hapa anafanya kazi kama mtumishi wako wakati nimekusikia ukisema kwamba hutaki mtumishi humu ndani?

Alitabasamu, mojawapo ya tabasamu zake za kivivu na kusema, vile vitabu vyako vya mashushushu unavyovisoma vinakupa mawazo hayo. Unafikiri kuna jambo la ajabu.

Nahisi kuna hadithi kwa vyovyote, alisema, naye akitabasamu, lakini akajilazimisha kukaa kimya baada ya kuiona ile kawaida ya mama yake ya kukwepa swali na kujikurupusha ikitokota.

Ipo siku nitakuhadithia, alisema huku akibofya rimoti ili kuwasha televisheni.

Nidokezee, alisema kwa ukali, akijizuia kuchukua rimoti kutoka mkononi mwake, akishangaa jinsi alivyong'ang'ania. Hakuwahi kamwe kujaribu kumshurutisha mama yake, hasa ilipohusu jambo ambalo hakutaka kulizungumzia. Alihisi mdomo wake wa chini ukitetemeka kwa kukandamiza kero yake.

Alimgeukia, kichwa chake kakigeuza kidogo upande mmoja, akimtazama kwa muda. Alizima televisheni na kuelekezea rimoti kwa chini. Ni mambo yao, alisema, na Karim alielewa kuwa walikuwa Baba mzee na Haji. Baba yake huyo mvulana ni jamaa yao. Alifanya kitu kibaya na Baba Othman akamfukuza. Alimfurumushia mbali huko. Huyo mtoto wa kiume ni mwanawe. Hajui kuwa ana uhusiano nao. Hawatamwambia.

Raya alisubiri, akimpa muda wa kujiondosha katika mvutano aliouhisi kati yao. Karim alikisia kwamba mama yake aliuona mdomo wake ukitetemeka, na pengine ulimfanya afikirie jinsi jambo hilo lilivyotokea alipokuwa mtoto, jinsi ambavyo alikuwa kisirani katika ukaidi wake na alivyotokwa na machozi. Kwa nini hawatamwambia? Aliuliza huku akijaribu kujituliza.

Alisema: Jamaa za mama yake walimlea na hawa hapa – alisema huku akielekezea rimoti ya televisheni kwa chini – Walilipa pesa kidogo kusaidia. Ilikuwa Haji aliyetoa pesa, tena kwa siri, kwa sababu Baba Othman hakutaka kusikia kitu. Lakini baadaye hao jamaa hawakumtaka tena hivyo wakamleta hapa.

Kwa nini wamfanye mtumishi?

Lilikuwa wazo la huyo Baba Othman kumfanya mtumishi. Hakuweza kumkataa huyo mtoto lakini akaamua atamfanya awe mtumishi ili kumwadhibu kwa makosa ya baba yake, ninafikiri. Anamchukia hasa baba ya huyu mvulana.

Kwani alifanya nini? Huyo baba, Karim aliuliza.

Sijui. Hayakuhusu Raya alisema. Usijishughulishe na mambo ya watu. Muda si muda watasuluhisha mambo yao wenyewe, alisema, akawasha televisheni.

8

Ndiyo, alipokuja kukaa, Badar alimtambua papo hapo. Hapakuwa na shaka kwamba alifahamu angekuja pale baada ya muda fulani. Kulikuwa pia na maelekezo ya kukiweka chumba tayari ili kumpokea, lakini alishabihiana na mama yake kwa kiasi fulani, yale macho yaliyoonekana kama vile yangeyeyuka. Huyo hapo sasa, kijana mkakamavu mwenye mabega mapana, umri wake ukiwa takriban miaka kumi na tisa au ishirini, kavaa shati la kunguru na jinzi huku akiwa na tabasamu pana. Lilikuwa ni tabasamu lililoonyesha urafiki na hisani, kama mtu aliyekuwa na uhakika wa kukaribishwa, kama aliyefahamu kwamba lazima angeridhisha.

Badar alikuwa nyuma uani Haji aliporudi nyumbani na hata kutokea huko nyuma alikokuwa, aliweza kusikia furaha ya Haji alipomsalimia Karim. Hapo ndipo ilipomjia kwamba kulikuwa na jambo lililofanana kati yao. Alidhani Karim alikuwa mtoto wa Haji, lakini akagundua kuwa alikuwa mtoto wa Bibie kutoka ndoa ya awali. Si baba yangu, Karim alimwambia, na Badar alihisi kitu kilichomkera na kama kumchoma aliposikia maneno hayo. Halafu yule alimwuliza jina lake na alipomwambia akasema, vita vya hatima, hata sijui ina maana gani. Halafu alisema yale maneno kuhusu mama na baba yake, kuwa walitaka awe shujaa. Ilikuwa kama aliyemkashifu, kumsanifu kuwa mtumishi aliyepewa jina la shujaa.

Alipowaona pamoja baadaye siku ile, Badar alikisia kiasi gani Haji alimzoea na kumpenda Karim, alimgusa, alimtania, aliweka mkono wake begani mwake. Mwenendo wa Karim lakini ulikuwa wa mtu aliyejizuia, mtu aliyejidhibiti katika uchangamfu wake ambapo Haji alikuwa mtu wazi na hakusita katika kicheko chake. Karim alikuwa mrefu kuliko Haji, lakini si sana, na alikuwa na misuli ambapo Haji alikuwa mwembamba na aliyekomaa. Kwa kweli kila alipozidi kuwatazama ndivyo alivyohisi kwamba hawakushabihiana kiasi hicho.

Asubuhi ya kwanza ya kufanya kazi bustanini baada ya kuwasili kwa Karim, Juma alimpa maelezo zaidi. Bibie anatoka visiwani na yule kijana bado anaishi huko, Juma alisema. Haji alikwenda hadi Zanzibar kumtafuta. Kijana huja hapa ili kwenda shule na wakati mwingine hukaa, kisha shule inapofungwa hurudi Zanzibar. Haji anamchukulia kama mwanawe wa kiume, anamchukua kote kila anapoweza, anapenda kujifaharisha naye. Ni kijana mzuri, anaonekana hivyo. Natarajia anapatana na watu, ana akili pia, msomaji wa vitabu, vinginevyo hangekuwa katika ile shule kubwa.

Juma alimwangalia alipokuwa akinena hayo, kana kwamba hakuwa na uhakika kama hoja yake ilieleweka. Badar hakuona sababu ya kubisha, lakini alijiuliza ikiwa Juma alihifadhi mengine kifuani. Angesubiri amwambie kwa wakati uliokuwa mwafaka kwake mwenyewe.

Karim alikuwa na watu aliowafahamu mjini, na karibu kila siku alitoka peke yake, wakati mwingine hakurudi nyumbani hadi jioni. Siku ambazo hakutoka alibaki chumbani kwake akisoma, au aliketi uani na gazeti au alizungumza na mama yake. Walipokuwa pamoja hivyo Badar alijituliza kwa mbali. Wakati mwingine Badar alimwona akiwa amesimama karibu na dirisha la chumba chake akitazama nje kwenye bustani hiyo huku akionekana kama mtu mwenye mawazo mazito. Jioni alikaa chumbani kwa mama yake ambapo alitazama televisheni pamoja naye. Walionekana kuwa na mengi ya kusemeshana ingawa mara nyingi ni Karim aliyezungumza. Akiwa ameketi ghorofa ya chini, Badar aliweza kusikia mngurumo wa chini kwa chini wa sauti ya Karim. Yeye alijipachika mahala ambapo angewasikia kama wangemhitaji wakati akiwa sebuleni. Pale Haji alipokuwa pamoja nao kule juu, sauti zao zilikuwa mororo na vicheko vilitawala. Karim hakukaa kwenye sebule ya ghorofa ya chini na wala hakuwa na shughuli nyingi na Ami Othman isipokuwa kumsalimia na kuzungumza naye kijuu juu tu wakati wa milo.

Ilipowadia siku ya Ijumaa ya kwanza tangu kuwasili kwake kati yao, Karim alishuka kutoka chumbani kwake baada ya saa sita mchana, akiwa amevalia kanzu na kofia, akielekea kwenye swala ya Ijumaa. Lilikuwa jambo ambalo hakulitarajia kabisa. Badar alitambua kwamba, alipomwona Karim na suruali yake ya jinzi na mashati ya michezo, elimu yake ya Chuo Kikuu, gazeti lake la Kiingereza na televisheni, kukwepa kwake halaiki inayojiunga na Ami Othman kusikiliza redio katika chumba cha wageni, alisadiki kwamba Karim hangekuwa mtu wa kusali. Alipotokea, akiwa amevalia kuelekea msikitini, ilikuwa kana kwamba alikuwa amejivalisha vazi la kuchezea shere. Alikuwa akitabasamu, kafurahishwa na nafsi yake.

Huji msikitini? Karim alimwuliza Badar, kwa sauti iliyodhihirisha wazi anamfanyia tashtiti.

Badar alipigwa na butwaa mno hata akashindwa kusema chochote. Alikuwa amemaliza kuandaa meza kwa ajili ya chakula cha mchana anajitayarisha kuosha na kuandaa matunda. Bibie aliinua macho kutoka katika shughuli yake akamkagua Karim kimyakimya kana vile hakuzoea kumwona vile. Kisha Karim akapunga mkono kwa furaha na akaenda zake kwenye swala ya Juma'a. Badar alipita karibu na msikiti kila siku, labda mara kadhaa kwa siku katika shughuli zake za nenda rudi. Chuma cha maneno ya nakshi juu ya lango kilisema, Msikiti Zambarau. Yeye alielewa rangi ya jengo hilo kuwa la buluu lakini kila mtu aliuita Msikiti wa Zambarau. Labda hapo kale kuta zilikuwa zambarau. Alimsikia anayeadhini akiwaita waumini katikati ya joto la mchana na pia ndani ya kiza cha usiku - na mara zote aliamshwa na adhana ya alfajiri - lakini hakuwahi kuingia humo. Hakuwa na nguo nzuri zilizokuwa na umaridadi wa kutosha, na kwa njia nyingine hakujihisi kuwa msafi.

Kupitia lango lililokuwa wazi aliona baraza chini ya miti mikubwa iliyojitandaza na mifereji ya maji kwa ajili ya kutawadha. Makuti mabichi ya minazi michanga na maua ya buganvilia yalionekana juu ya ukuta. Ua ulionekana tulivu na wenye amani na alikuwa na shauku ya kutaka kujua nini kilikuwa upande wa pili. Kule kijijini walitakiwa kuhudhuria swala kila Ijumaa, na nyakati nyingine pia kama hawakufanya tahadhari kutosha kuwa karibu pale adhana ilipowaita. Hadi alipotimia umri wa miaka kumi na moja ilimbidi ahudhurie chuo kujifunza Kurani msikitini kwa saa moja kila alasiri isipokuwa Ijumaa. Darasa la chuoni lilikuwa kabla ya sala ya alasiri. Alikuwa na kanzu na kofia kwa ajili ya kuvaa msikitini lakini aliondoka kwa ghafla hata hakupata muda wa kuzikunja na alilazimika kuziacha nyuma. Haji hakuwahi kwenda msikitini, kamwe, na Badar hakuwahi kumwona Bibie akiswali. Ami Othman alihudhuria swala ya Ijumaa na wakati mwingine swala ya magharibi, vinginevyo aliswali chumbani kwake. Alikuwa na mswala chumbani kwake na kwa wakati ufaao alikatiza kile alichokuwa akifanya na kuingia ndani kwake kuswali sala yake. Kwa miezi yote Badar alipokuwa mtumishi, hakuna mtu aliyemwambia aende msikitini, hivyo alipita Msikiti Zambarau na hakuwahi kuingia ndani.

Baada ya Karim kuondoka, Bibie alimwambia Badar, Nenda ukitaka.

Sina kanzu, alisema.

Bibie aliitazama ile suruali marapurapu ambayo yule mtumishi aliirithi kutoka kwa Haji na hakuweza kuzuia tabasamu. Imeanza kukuruka hiyo pia, alisema. Kesho yake asubuhi Haji alimwambia Badar, nifuate. Waliendesha gari la Haji hadi mjini na kusimama kwenye barabara iliyokuwa nyuma ya soko. Alitakiwa kupimwa kanzu. Duka la fundi cherehani lilikuwa ni chumba kidogo chenye mlango wa mbao uliobondeka bondeka ambao lazima uliwahi kupakwa rangi ya kijani kibichi kutokana na mabaki yaliyobaki kwenye paneli zake ndefu zilizokunjwa kwa nyuma. Duka lilifunguliwa barabarani na lilikuwa kubwa kutosha cherehani ya fundi, ubao wa kukatia na viti viwili kwa wateja wake au wageni. Kulikuwa na nafasi iliyomtosha Badar kuingia ndani kama alivyoelekezwa huku Haji akiwa amesimama nje ya mlango. Yule fundi cherehani alimpima Badar kwa kutumia ustadi mkubwa wa macho yake kabla ya kukata kitambaa na kukishikilia dhidi yake ili kuhakikisha kilikuwa sawa. Alifanya hivi huku akizungumza na Haji kuhusu jambo tofauti kabisa. Itakuwa tayari Jumatano, alisema.

Haya sasa, Haji alisema kwa furaha na ucheshi walipokuwa njiani kurudi. Hakuna sababu sasa. Ninayo kofia nitakayokupa. Ijumaa ijayo utaenda kuswali sala ya Ijumaa. Utakavyokuwa unakusanya dhambi zako, isiwe kwa sababu ya upuuzaji wetu.

Haji alifurahishwa na mafanikio yake na wakati wa chakula cha mchana, aliizungumzia safari yao ya kwenda kwa fundi cherehani hata kumfanya Ami Othman atabasamu au pengine atoe, macho yake yakimulika kwa muda mfupi kabla ya kufungwa. Badar alijiuliza kama ilikuwa ni wazo la mtenda dhambi kurudishwa kwa waumini lililomkera, lakini alikisia kuwa ilikuwa ni jambo ovu zaidi ya hilo, dhihaka fulani. Karim hakuwepo kwenye chakula cha mchana lakini lazima aliambiwa kuhusu kanzu kwa sababu Ijumaa iliyofuata, kama kituko kwa Bibie -ambaye alijaribu kukandamiza tabasamu lake - Karim alishuka ngazi mapema na kumngoja Badar atokee na kanzu yake mpya na kofia. Msikitini, walitia udhu wao mferejini pale uani na kupita katika lango kubwa na kuingia kwenye utulivu mkubwa wa jumba la sala lililotandikwa zulia. Karim alimpa ishara Badar aketi karibu naye huku wakisikiliza hotuba kisha akainuka kuswali.

Hotuba ya siku hiyo ilikuwa juu ya fadhila za msamaha. Walipoinuka kuswali, swala ilikuwa ndefu zaidi kuliko ile ya Ijumaa aliyoizoea kule msikitini shambani, labda kwa sababu iliongozwa na imamu sahihi ambaye alizijua sura ndefu za Kurani kwa moyo ambapo kule kijijini, yeyote aliyesukumizwa mbele kuwa imamu alijaribu kutojiaibisha na kuswali kiufupi. Aibu iliyoje mtu mzima kudodosa mistari ya Kurani. Baadaye Badar hakuwa na uhakika kama angetakiwa kuendelea kukaa kando ya Karim wakati mwenziwe akisalimiana na watu au ingefaa arudi nyumbani kwenye majukumu ya utumishi wake. Karim alimgeukia na kumpungia aje karibu, na Badar alipata hisia ya kutaka kujisalimisha katika mwito huo ambao hakuutarajia, akaharakisha kumfuata.

Karim alikaa kwa wiki tatu. Matembezi yao msikitini yalikuwa katikati ya ujio huo. Jumamosi asubuhi, Haji alipokuwa akijitayarisha kwenda markiti kwa safari yake ya kila wiki ya kununua nyama na samaki, alimwita Karim amsindikize. Mara Badar naye akaitwa ajiunge nao wakati gari lilipokuwa tayari nje katika nafasi yake ya kuegeshwa huku injini ikinguruma kwani ilishawashwa

Inabidi nisafishe nyumba, Badar alisema.

Acha upumbavu, utafanya baadaye, Karim aliita huku akimwita kwa nguvu zote.

Haya haya, fanya fanya basi kabla Samaki hawajaisha, Haji alisema, naye akiongeza sauti yake katika mwito wa Karim.

Watatu hao walikaa siti ya mbele ya gari huku Badar akiwa katikati. Sokoni Haji alianza kwa wauza nyama halafu wauza samaki, waliouza matunda, huku akisalimiana na watu na wao wakimsalimia wakati akicheka na kutaniana nao huku akiwaongoza Karim na Badar katika mizunguko yake. Baada ya safari hiyo, kila Karim alipokuwa bustanini na pale Badar alipokuwa karibu naye, alimpungia mkono aje kukaa naye. Badar hakumsogelea isipokuwa kama Karim alimwita halafu akaketi na kumsikiliza alivyoongea. Wakati mwingine alimwuliza maswali.

Uliishia darasa la ngapi skuli? Ulikwenda shule gani? Uliipenda? Ilikuwaje ukaishia kufanya kazi hapa? Baba yako alikuleta? Badar alijbu jinsi alivyoweza, akijidai hakujali pale maswali yalipomgusa na kumchoma. Kawaida Karim alizungumza, na Badar alisikiliza. Mara nyingi sauti yake ilikuwa kama ya mtu mwenye raha, au kicheko, kama vile alifahamu kwamba maneno aliyoyasema yalikuwa habari kwa Badar na kuwa lazima mwenziwe angevutiwa nayo, angejifunza jambo. Kuna wakati Badar alihisi kama Karim alifanya maonyesho, naye alistareheshwa nayo na hakujali kwamba Karim alitumia sauti ya Mwalimu. Wakati mwingine maswali yalihusu maneno ambayo Karim aliyasema, kama kuhakikisha kwamba Badar alielewa. Unafahamu? Umeupata uelewa? Pale Karim alipomsemesha kama hivyo, Badar alihisi kama aliyejumuishwa, kama hakutegemewa kukaa kimya kama bumla wakati alipofundishwa, ingawa hivyo ndivyo haswa alivyofanya, alikaa kimya wakati Karim alipozungumza.

Nimemaliza kusoma hadithi ya mtu aliyekuwa na kila kitu, Karim alisema, akikionyesha kitabu. Yaani, si kila kitu, lakini alitoka kwenye familia ya kimwinyi, alikuwa na kazi nzuri serikalini na aliheshimiwa. Yote hayo yalitokea Urusi miaka mingi iliyopita. Alikuwa na mke, hakuwa mrembo lakini naye pia alitoka katika familia iliyokuwa na hadhi kubwa ya umwinyi na aliyekuwa na mali zake za kutosha. Waliishi pamoja katika fleti nzuri. Alikuwa na rafiki mwenzake tajiri na alikaribishwa kujiunga na kile walichokiita jamii ya kiungwana, akiwa mtu aliyetosheka na maisha yake. Ghafla alianza kuumwa. Alikwenda kumwona daktari maarufu kuliko wote katika Mji wa Petersburg naye hakuona shida yake lakini akampa dawa tu ambazo hazikuwa na athari yoyote ili kumfurahisha. Haikusaidia kitu na akazidi kupata maradhi kila siku zilivyosonga mbele. Alikwenda kuwaona madaktari wengine lakini afya yake haikuboreka. Alikuwa na uhakika kwamba alikuwa mgonjwa, lakini hakuna daktari aliyegundua alitaabika na maradhi gani. Alipoteza kazi yake, rafiki zake wakamkimbia kwa sababu alikuwa akinung'unika na kutoa miguno ya maumivu kutwa kucha. Mkewe alimwacha, na mwishowe akajinyoosha kitandani na kujilaza tu hapo, ananuka na anasubiri ugonjwa ummalizie mbali. Mtu pekee aliyebaki na uaminifu kwake alikuwa mtumishi wake. Niambie, unahisi hadithi itaishiaje? Atakufa kwa huo ugonjwa usiojulikana? Labda maradhi ambayo mwenyewe amejitakia? Au mtumishi atamsaidia kurudia afya yake ya awali? Unafikirije?

Sijui, Badar alisema.

Sijui, Karim aliigiza kwa sauti ya kitoto. Otea. Onyesha msisimko wako wa akili. Kwani huwezi kufikiria wewe mwenyewe?

Mtumishi anamtunza halafu anapata shifaa, Badar aliotea, huku kakereka kwa kukashifiwa na Karim.

Nilijua utasema hivyo, Karim alisema akicheka. Unataka mwisho mwema wenye furaha. Hapana, anakufa na mtumishi anapotelea mbali na mali chache za thamani zilizokuwa katika nyumba za yule mtu. Anamwibia marehemu

Alikishika kitabu na kumwonyesha Badar ili aone tena, halafu akasoma neno Tolstoy. Wakati mwingine Karim alizungumzia jambo lililokuwa katika taarifa ya habari au kuhusu rafiki aliyekutana naye mjini na filamu waliyoenda kuitazama. Safari moja Karim alibisha hodi chumbani kwa Badar na kumtuma duka la madawa, apeleke karatasi ambayo Haji alisahau, na safari nyingine alimtuma kwa mwoka mikate akanunue keki kwa ajili ya mama yake. Asubuhi nyingine alimtuma kwenda kununua gazeti.

Siku moja Badar alimwuliza Karim alimaanisha nini alipotaja vita vya hatima alipomwuliza jina lake.

Badar, Karim alisema huku akimgonga kidevu. Hilo ni jina la vita vya kwanza ambavyo Waislam walishinda. Umepewa jina la siku yenye kumbukumbu maalumu.

Wiki tatu zilipokaribia, Badar alimsikia Haji akimgomba Karim kuhusu kutokaa kwake zaidi. Hakuona furaha aliyomletea mama yake alipowatembelea? Hakuona furaha aliyowaletea wote pale? Yeyote angeweza kuona jinsi gani Karim alivyofurahia kuishi mjini. Kwa nini asikae zaidi? Karim alicheka tu na kufanya maskhara kuhusu ukali wa mapenzi ya Haji. Siku ambayo Karim alikuwa akiondoka kurudi Zanzibar, alimpa Badar riwaya ya upelelezi. Hiki kizuri, alimwambia. Ninadhani utakipenda.

Baada ya Karim kuondoka, Badar alipata ukiwa na kuelemewa na upweke. Alilia machozi ya kimyakimya chumbani kwake kana kwamba amempoteza rafiki yake kipenzi. Alishangazwa na uchungu wa dhiki aliyoihisi na siku chache baadaye aliandika barua kwa Karim ambayo kamwe hakuituma. Alijua maana ya jina Karim, mkarimu.

Karim alirejea Dar es Salaam wiki chache baadaye kuanza mwaka wake wa mwisho pale chuoni lakini ilipita zaidi ya mwezi mmoja kabla ya kuja kula chakula cha mchana na mama yake pamoja na Haji. Labda ilikuwa ni njia yake ya kusema kwamba sasa yeye alikuwa mwanamme kweli mwenye maisha yake mwenyewe, mtu aliyeishi maisha yake yaliyosheheni shughuli. Siku aliyokuja, chakula cha mchana kilikuwa sangara wa kukaanga, mkate wa ufuta na mtindi pamoja na mboga za saladi. Bibie alinyooshea mkono mkate wa ufuta. Hiyo ni kazi ya Badar, kazi yake mwenyewe. Atakuwa mpishi mzuri siku moja, alisema, akatabasamu kwa Badar ambaye alisimama kando yake huku akikenua meno.

9

Alikutana na Hawa walipokuwa skuli ya sekondari. Siku ya kwanza katika skuli iliyokuwa mpya kwao, waliketi kila mmoja karibu na mwenzake, haikuwa kwa hiari au mpango, ilikuwa bahati tu. Kaeni wasichana, mwalimu alisema pale walipokuwa wakiingia darasani kutoka kwenye ukumbi wa kukusanyika wanafunzi. Hawakuwahi kuonana awali ya hapo, na walikaa kimya siku hiyo ya kwanza, kila mmoja pembezoni mwa mwenzake wakisikiliza maagizo ya mwalimu, wakafanya mazoezi waliyopewa, wakapitishiana penseli au rula walizohitaji kimyakimya. Baada ya hapo hapakuwa na sababu ya kutoketi pamoja hadi mwisho wa siku na kwa siku zilizofuata.

Wasichana wengi walikuwa na wahka wa kuwa katika shule hiyo mpya ile siku ya kwanza, isipokuwa wale ambao tayari walijuana na wakajipanga katika makundi yao ya ushoga. Si Fauzia wala si Hawa, wote hawakuwafahamu wasichana wengine vizuri, hivyo uhusiano wao ulitokana na haja fulani. Wakati wa mapumziko kati ya masomo walitoka darasani pamoja, baada ya shule walitembea njia zao tofauti kwenda nyumbani. Iliwachukua Fauzia na Hawa siku mbili tatu kupeana zaidi ya tabasamu zilizojaa haya na maswali ya kusitasita waliyoulizana, lakini haikupita muda wakajikuta wamezoeana zaidi.

Hebu punguzeni gumzo hapo, mwalimu aliwagomba katika darasa la Hisabati, ingawa ni Hawa aliyekuwa ananong'ona na si kwamba alikuwa akizungumza. Zoezi lilikuwa jinsi ya kufanya hesabu za kupata alama ya mteremko. Mwalimu aliandika ubaoni: Mteremko ni badiliko la urefu kwa kutumia viwianishi vya herufi ya Y na kuvigawanya kwa badiliko la upana kwa kutumia viwianishi vya herufi ya X. Alieleza haya kwa michoro kadhaa na kisha akatoa karatasi za mazoezi zilizokuwa na maswali manne ili darasa lifanyie kazi.

Hivi anazungumzia nini? Mteremko gani tena huu? Hawa alinong'ona haraka haraka, na ndipo mwalimu alipotazama juu, akakipata chanzo cha mnong'ono, na baada ya kukaza macho kwa muda akasema, Punguzeni gumzo hapo.

Wakati huo, Fauzia alikuwa tayari ameshatumia viwianishi na kufanya mahesabu ya mteremko wa swali la kwanza, pia alishachora mchoro kama kazi ilivyoagiza. Akaliweka daftari lake ili Hawa aweze kuona alichokuwa amefanya, na baada ya kutazama kwa kuibia ili kuhakikisha kwamba mwalimu hakuona, Hawa alinakili mchoro wa Fauzia kwenye daftari lake mwenyewe. Ilikuwa wazi kwamba Hisabati zilikuwa ngumu kwa Hawa ingawa hakuwa tayari kukubali kushindwa. Baada ya kila darasa la Hisabati lililojaa mateso alimwomba Fauzia amfahamishe upya mazoezi waliyoyafanya, ili angalau aambulie kitu katika kile alichotakiwa kuwa amejifunza. Uwezo wake ulikuwa katika Kiingereza. Alijua maneno ambayo Fauzia hakuwahi kuyasikia asilan, na aliweza kuyatumia bila juhudi iliyokuwa wazi. Wakati mwingine Mwalimu wao wa Kiingereza, Maalim Saada, aliandika orodha fupi ya maneno ubaoni na kuliagiza darasa liandike sentensi moja au mbili kwa kutumia kila moja ya misamiati hiyo: *spontaneous, apposite, disparage, fervour*. Kwa wasichana wengi maana ya maneno hayo ilikuwa ni kubahatisha tu. Sentensi zenyewe zilikuwa kama hivi: Mwanamme anayejiamulia papohapo alichelewa. Alifaa kama kawaida. Hakuleta dharau yake. Alikumbuka kuvaa bidii yake. Hata walipoyajua maneno hayo, walijifanya mbumbumbu makusudi kwa sababu iliwafanya wacheke, mwalimu naye alicheka pia, mwishoni Hawa angeitwa kusoma sentensi zake na yote yangeelezewa.

Hisia aliyoonyesha kwa taabu ya shangazi yake ilikuwa ya ghafla. Alisema maneno ambayo yaliendana na dhiki yake. Usiruhusu mwanamke huyo mjinga akudharau au akufanye ujihisi huna maana. Msisimko wa jibu lake ulimtuliza shangazi yake.

Safi sana, Maalim Saada alisema, sasa elezea maana ya kila moja ya maneno hayo. Tena pole pole, usiharakishe.

Baada ya siku chache, Fauzia na Hawa wakaanza kurudi nyumbani pamoja baada ya kutoka shuleni, na wiki chache baadaye wakakutana mchana na kutembea kando ya bahari, wakati mwingine wakiwa peke yao na wakati mwingine katika kundi kubwa la wasichana. Walitembeleana majumbani kwao na kila mmoja wao alitambulika kwa mama wa mwenziwe, na kwa upande wa Hawa, Fauzia alifahamika kwa nduguye Hawa wa kiume. Walitofautiana sana, hata wakati mwingine watu waligusia jambo hilo. Hawa alikuwa mropokwaji asiyesita kusema pale alipoanza kuropokwa na mara nyingi Fauzia alikaa kimya. Hawa alikuwa mcheshi na shupavu, hata tunaweza kusema alikuwa mwenye uthubutu, ambapo Fauzia alinyamaza na kujitenga, labda akionekana kuwa na haya pembezoni mwa shoga yake. Hata hivyo ndani ya wiki chache wakawa kama chanda na pete, kamwe hawakutengana.

Ni harufu gani hiyo? Hawa alinong'ona asubuhi moja darasani.

Fauzia akakakamaa. Hedhi yake ilianza mapema asubuhi hiyo na alifikiri kwamba hicho ndicho kitu ambacho Hawa alikuwa akikinusa. Mama yake alimwambia pale damu ilipoanza kutoka miezi michache iliyopita, Wakati mwingine utasikia harufu unapovuja damu. Paka manukato kidogo kwenye mikono yako. Hivyo ndivyo Fauzia alivyofanya kabla ya kuja shuleni.

Harufu gani? Fauzia aliuliza.

Perfume, Hawa alisema. Najua manukato hayo. Huna kawaida ya kujipaka manukato shuleni.

Sifa ya Hawa kama mzungumzaji darasani ilizidi kukua, na mwalimu akasitisha mazungumzo hayo kwa wakati huo. Hata hivyo, ilikuwa karibu mwisho wa shule, na wakiwa njiani kuelekea nyumbani Hawa akarejea kwenye mazungumzo yao. Yale manukato ninayatambua, Hawa alisema huku akitabasamu kwa werevu wake. Yanaitwaje?

Sijui. Mama yangu hununua kutoka kwa mtu anayechanganya mafuta ya uzuri yeye mwenyewe, Fauzia alisema, akifarajika na mwelekeo wa mazungumzo.

Sharti mama yangu ananunua kutoka kwa mtu huyo huyo, Hawa alisema. Nilipoyanusa pale awali, yalinikumbusha kitu, sikuweza kufikiria ni nini wakati ule. Ma wangu huyaweka manukato hayo kwenye kanga zilizo katika kabati lake la nguo, na kuna picha anaiweka chini yake. Ni picha hiyo ambayo mafuta yako ya uzuri yalinikumbusha.

Picha ya nini? Fauzia aliuliza.

Nitakuonyesha, Hawa alijibu.

Walipokuwa nyumbani kwa akina Hawa, Hawa alimwonyesha Fauzia picha ya studio ya mwanamme aliyesimama nyuma ya mwanamke aliyeketi huku akiwa amembeba mtoto mchanga mikononi mwake. Shangazi yangu Yasmin na Mjomba Kassim, Hawa alisema. Waliishi Tanga, bara huko. Walikuwa safarini kwa basi kutoka huko kuelekea Dar es Salaam basi lao lilipopata ajali, wakafariki. Nilikuwa na umri wa miaka mitano hivi, na mama yangu aliponiambia kuhusu ajali hiyo alisema walikuwa wameaga dunia. Hawakuwa hai tena. Wakati huo sikuelewa maana ya kutokuwa hai.

Hawa alinyamaza na kumtazama Fauzia ili kuona kama aliuelewa muda ule wa kutojua. Fauzia aliitikia kwa kichwa, na Hawa akaendelea, akitabasamu, na kujaribu kupunguza makali ya simulizi ile, kisha chuoni nikajifunza wazo jingine la kifo, ambalo ni kwamba maisha yanaendelea bila mwisho mpaka kiyama, saa ya mwisho, ambapo kila mtu atakufa na kisha kuwa hai tena. Nusa picha, si ni hayo manukato. Sikumbuki chochote juu ya hao watu, kile tu mama yangu anachoniambia wakati mwingine.

Kwa Fauzia, dunia mpya ilifunguka machoni mwake alipokuwa shule ya sekondari. Alisoma chochote kilichojitokeza katika upeo wa macho yake na hakunyong'onyea kwa kukatishwa tamaa pale alipokumbana na dhana au mawazo ambayo hakuyaelewa. Kwa yale aliyoyaona kuwa magumu, alivumilia huku akiwa na hisia kwamba, alikuwa akikabiliana na mshindani na kwamba wakati ungekuja kwake kupata afueni ya uelewa, ingawa kwa uchovu. Mojawapo ilikuwa kuelewa mistari kwenye ramani, na hata alipofikiri kuwa ameelewa dhana ya mvutano wa sura ya dunia, hesabu zake zilimpumbaza. Alipohisi kuwa amevumilia vya kutosha kufikia azimio, alijipongeza kwa kusoma tena jambo ambalo lilimpa raha siku za nyuma. Madarasa ya historia yalimvutia, na yale aliyosoma katika kitabu chake cha kiada kuhusu Nyakati za Ugunduzi yalimwathiri hata kamwe hakusahau uharibifu uliowakumba wengi wakati wa ukatili wa kutojali wa enzi hiyo.

Baba yake hakuwa msomaji mkubwa lakini alipenda kuvinjari kitabu chake kimoja cha Ensaiklopidia, au vitabu kuhusu mijadala juu ya kanuni na mienendo ya Kiislamu, kuhusu ubishani kidini kuhusu aina za maulid au liturujia. Miaka ya nyuma, alimwambia Fauzia, mijadala hii ilirushwa redioni, lakini sasa palikuwa na mijadala, mihadhara na mawaidha tu. Pia alipenda kusoma muhtasari wa kijiolojia na kijiografia wa dunia na ulimwengu, kwa michoro, picha na ramani. Kiingereza chake kilikuwa cha msingi, hivyo picha na michoro zilisaidia. Je, huhisi afueni kufikiri kwamba mtu fulani anajua jinsi ulimwengu huu unavyofanya kazi? Alinong'ona kufuru yake mbali na masikio ya Mama. Mama hakuwa na shaka ni Nani aliyejua jinsi kila kitu kilivyofanya kazi.

Fauzia pia alivutiwa na vitabu hivi na vilimstarehesha, vitabu vya wasifu vilivyokuwa na maelezo mafupi na vilivyotoka ulimwenguni kote, kama Hawa alivyoviita. Baba yake alimnunulia nakala kuukuu ya *Selections from the Shahnameh: The Epic of Kings* na aliisoma mara kwa mara. Tena alitunga mchezo wa kuigiza uliotokana na kipande kutoka kwenye utendi huo ili yeye na wanafunzi wenzake waigize, lakini hakuna mtu mwingine yeyote aliyependezwa nao, kwa hivyo ulikaa bila kutumika katika daftari lake la mazoezi. Baba yake pia alimnunulia kamusi la mfukoni la nukuu ambayo ilimpa furaha ambayo hakuitarajia. Alipenda sifa aliyokuwa nayo kama mwanafunzi mwenye bidii ingawa, walivyozidi kukua, baadhi ya wasichana waliidhihaki.

Alipenda shule na shule ilimpenda. Alijua kwamba baadhi ya wanafunzi wengine walitatizika na kazi za skuli, hata hivyo, bado alijikuta akishangaa walipomwomba awaonyeshe jinsi ya kufanya kazi ambayo haikuwa na utata kwake. Alipata kichwa kuona maombi hayo na alijaribu kusaidia, lakini pia alijiona akifurahia kufanya hivyo. Walimu walitarajia kwamba angejua majibu ya maswali yao. Haya sasa tumwombe Fauzia atufafanulie shairi hili. Sasa Fauzia ataonyesha jinsi ya kukamilisha tatizo hili la aljebra. Alipata ujasiri zaidi kutokana na yale aliyojifunza na pia kutokana na mafanikio yake katika mafunzo. Alitunzwa kwa sifa na majukumu ambayo alikubali kwa unyenyekevu na bila matingo kabisa. Hakuamini kabisa kuwa alistahili.

Wewe ni mtakatifu, Hawa alisema akiwa amechukizwa.

Walipokuwa na umri wa miaka kumi na sita, wasichana hao wawili waliwashawishi wazazi wao wawaruhusu kumtembelea shangazi yake Hawa jijini Dar es Salaam wakati wa likizo za shule. Fauzia alikuwa hajatoka Zanzibar tangu alipokuwa na umri wa miaka minane wakati alipoenda Mombasa mara ya mwisho ili kufanyiwa uchunguzi wa afya yake. Kwa Hawa ilikuwa ni safari ya kwanza kutoka kisiwani. Walitakiwa kukaa kwa muda wa wiki mbili kwa Shangazi yake Hawa aliyeitwa Mwana ambaye aliishi na mumewe katika ghorofa moja huko Kariakoo. Hawa alieleza kwamba, Shangazi Yasmin na Mjomba Kassim na mtoto wao walipofariki kwa ajali ya basi, walikuwa njiani kuelekea kwenye harusi ya Mwana.

Anti Mwana alikwenda mwenyewe kukutana nao bandarini, na hata katika zahma na ushari wa umati uliokuwa ukishuka melini, hakupata taabu ya kuwatambua. Kwa macho hayo, alimwambia Hawa, lazima wewe ni mtoto wa baba yako tu. Alikuwa mrefu na mwembamba, akiinama kidogo kana kwamba urefu wake ulimfanya aone haya. Alikuwa amevaa suruali ya kijivu na blauzi ya zambarau iliyopauka yenye mikono mifupi, alivaa vazi la mwanamke mtaalamu anayefanya kazi mjini. Wasichana wote wawili hawakuwahi kuwaona mama zao wakiwa wamevalia suruali na wangeshtushwa na jambo hilo. Kukamilisha muonekano wake wa mtu aliyeishi jijini, Anti Mwana alikuwa ameweka miwani yake ya jua kichwani. Aliwakumbatia wasichana wote wawili kisha akawasogeza mbali naye kwa muda, akiwafurahia. Wasichana warembo hasa, alisema.

Walipokuwa ndani ya teksi katika muda mfupi uliowachukua kufika kwenye ghorofa, Mwana alizungumza kana kwamba aliwafahamu kwa muda mrefu, akawauliza habari zao na kuwaonyesha majengo tofauti waliyoyapita. Fleti yake ilikuwa kwenye barabara ndogo iliyochepuka kutoka barabara kuu iliyoshona kwa shughuli. Ilikuwa ni mojawapo ya fleti mbili zilizokuwa juu ya safu za maduka. Waliingia moja kwa moja kwenye sebule iliyojaa hewa na mwanga, iliyokuwa na kundi la makochi upande mmoja na meza ya kulia upande mwingine. Milango minne ilifungukia sebuleni humo, mitatu kati yao ilikuwa wazi. Kile pale ni chumba chenu, Anti Mwana alisema. Kinafungukia kwenye barabara na foleni ya magari huweza kuwa na kelele mchana, ndiyo sababu mlango wake umefungwa.

Meza ilishaandaliwa kwa chakula cha mchana na mtumishi wa Anti Mwana – ambaye yeye alimwita msaidizi wangu, - aliyekuwa amesimama akitabasamu karibu na mlango wazi wa jikoni, akisubiri kuleta chakula mezani. Anti Mwana alimtazama Fauzia kwa muda mrefu kisha akainua kidevu chake kuelekea kwenye ile hijabu iliyofunika kichwa chake. Je, unahitaji hiyo ndani ya nyumba? Aliuliza.

Hawa alishaitupa yake walipopanda boti tu, akaikunjilia mbali kwenye begi lake, lakini Fauzia hakuwa jasiri kiasi hicho. Aliivua sasa, akiwa na aibu kana kwamba amekamatwa akifanya jambo lisilofaa. Anti Mwana hakukaa kula nao. Zubeda atawapa chakula cha mchana, alisema. Lazima nirudi kazini sasa. Nilichukua muda wa kukutana nanyi bandarini tu. Kuleni chakula chenu cha mchana na mpumzike. Nitarudi baada ya saa kumi kisha mtaniambia yote yanayowahusu.

Mapema jioni hiyo, mume wa Anti Mwana, Saleh, aliwachukua wote kwa gari hadi ufukweni mwa bahari ambako walibarizi kwenye mgahawa na kuvinjari kwa kula vitafunio. Saleh alikuwa mtu mfupi, mnene na mwenye tabia ya uangalifu, ambayo haikuwa na pupa. Akaagiza sambusa na mapochopocho mengi kuliko walivyoweza kula na ilibidi wachukue vingi nyumbani. Kesho tutaenda kwenye sinema, aliahidi.

Jumapili Anti Mwana na Ankal Saleh waliwapeleka shamba kukutana na familia nyingine ambayo Anti Mwana alisema ni ndugu za baba yake Hawa. Kawaida, mchana wasichana wale wawili walizurura jijini. Ulikuwa mwendo mfupi tu kutoka kwenye jengo la ghorofa yao hata wakajikuta katikati ya jiji. Kulikuwa na umati wa watu kila mahali, barabara kuu zikiwa zimejaa msongamano wa magari, madereva wakipigiana honi hadi wakajipa wazimu. Walitembea kwenye upande wa barabara uliotengwa kwa wapita njia na majengo marefu yalitoa kivuli. Yalikuwa marefu kuliko kitu chochote walichowahi kukiona kwao, wakapita maduka ya nguo, maduka ya viatu, maduka ya samani. Mwanamme mmoja aliwasimamisha barabarani na kuwauliza, nyinyi wasichana wawili warembo mnatoka wapi? na Hawa akajibu, Sisi ni Malaika, tumeruka kuja ziarani duniani.

Waliingia kwenye migahawa kwa ajili ya vinywaji baridi, kwenye maduka ya vitabu na *British Council Reading Room*, yaani chumba cha kusomea cha taasisi hiyo ya Uingereza. Walikaa hapo kwa saa nyingi wakivinjari majarida, na kurudi zaidi ya mara moja wakati wa likizo yao. Wakiwa wamebaki na pesa zao walizopewa, walinunua majarida mawili ili kurudi nayo nyumbani. Walijimwaga, wakadadisi na kusoma tena na tena majarida hayo kwa miezi kadhaa baada ya safari yao, na walikuwa wakiulizia mengine ambayo wangeweza kuazima kutoka kwa rafiki waliokuwa na jamaa waliosafiri kwenda na kurudi Dar. Hawa hakusoma kingine zaidi ya majarida hayo kwa wiki kadhaa. Alimsihi mama yake amtengenezee nguo zake kwa mitindo aliyoiona kwenye majarida, na alisikiliza muziki wa pop wa Uingereza kwenye redio kila alipoweza. Aliyapenda majarida kwa picha zake na hadithi za sherehe katika madisko na waigizaji warembo katika majumba yao ya kimilionea, magari yao aina ya limozini na ndege na mabwawa ya kuogelea.

Walipokuwa wadogo, pale watu walipomwuliza Fauzia anataka kufanya nini atakapokuwa mkubwa, alijibu sijui. Walipomwuliza Hawa alisema alitaka kuwa tajiri na mrembo na kusafiri hadi Uswizi.

Unapaswa kusoma vitabu vyako vya shule, siyo haya majarida tu, Fauzia alimwambia Hawa. Tulitakiwa kusoma ile sura kuhusu mikondo ya bahari kwa Jiografia.

Silazimiki. Kwa vyovyote vile, mwalimu atatuambia darasani. Mimi si panya wa mabuku kama wewe, alimwambia Fauzia. Ingawa alionyesha dharau kwa kazi za shule, Hawa alijivunia usomi wa shoga yake. Utakuwa daktari siku moja alisema zaidi ya mara moja, kama walivyofanya watu wengine. Katika ulimwengu wao, kuwa daktari ilikuwa ndiyo alama ya kufaulu zaidi kielimu. Udaktari uliheshimiwa zaidi kuliko uhasibu au sheria, ajira mbili ambazo zilifikiriwa kuhitaji kiwango fulani cha ulaghai.

Sitaki kuwa daktari. Nataka kuwa mwalimu, Fauzia alisema.

Fauzia alipojibu hivi Hawa hakujishughulisha kuficha kejeli yake. Hakuwajali walimu na kazi za shule. Kusudi kuu la shule kwake lilikuwa kuwa na rafiki zake, na kumaliza kazi zake bila ya kujitesa sana au kukaripiwa. Siyo kwamba hakujali hata kidogo. Alichukia kukutwa hajui kitu au kugombezwa lakini hakuvutiwa vya kutosha kujaribu kuelewa alichotakiwa kujua. Kazi ya nyumbani ilikula roho yake. Jiometri na alJebra zilikuwa kero. Uchavushaji wa mimea ulikuwa doro, haswa ile michoro. Mvutano wa uso wa dunia haukueleweka. Kwani kinanihusu nini kilimo cha kahawa nchini Ethiopia? Au historia ya maisha ya chura? Au lile jedwali la kifidhuli la elementi za kikemia? Kwa nini ninahitaji maarifa haya yote yasiyo na maana? Yaani nielewe kilimo katika Zama za Kati, ebo!

Mara nyingi Hawa alihitaji Fauzia awe karibu alipokuwa na kazi za kukamilisha. Hangeweza kukabiliana na upuuzi ule peke yake, alisema, lakini ukweli ni kwamba Hawa alipenda kuwa na watu na alikuwa kinara katika kupiga soga huku akifanya kazi. Kila alasiri kati ya saa nane hadi saa kumi, wawili hao waliketi kwenye meza nyumbani kwa mmoja wao na kufanya kazi zao za nyumbani. Hawa alilalamika juu ya ujinga wa kazi aliyotakiwa kuifanya na Fauzia alifanya awezavyo kumsaidia. Matokeo ni kwamba mara nyingi Hawa alipata alama nzuri za kazi zake za nyumbani na kisha jaribio la kushtukizwa au mitihani ilimfichua. Shughuli ambazo Hawa alifurahia zaidi zilikuwa kusoma ramani na Kiingereza. Aliweza kuchora kwa mikono yake ramani sahihi kabisa ya mabara ya dunia na kuingiza miji mikubwa na hata mto mmoja au miwili, na kisha aliweka alama ya nyota kando ya kila moja ya miji aliyokusudia kutembelea. Alifaulu katika Kiingereza, na siyo kwa sababu alijitahidi sana - ilikuwa rahisi kwake. Wakati fulani alizungumza Kiingereza siku nzima, na hiyo ilikuwa mojawapo ya utani wake.

Fauzia hakuwa na uhakika ni lini mtindo wa kuzungumza Kiingereza ulianza. Labda ilikuwa majarida kutoka *British Council Reading Room*, au kwa sababu alikuwa na kipaji cha lugha, au ilikuwa ni watalii waliokuwa wakija kwa wingi. Ilikuwa mwanzoni mwa miaka ya tisini, na serikali sasa ilikuwa macho kuhusu uwezekano wa kupata fedha za watalii, hivyo taratibu zilizohuzu fedha za kigeni zililegezwa ili kuruhusu wageni kuja kutumia fedha zao na kuhamasisha uwekezaji wa kigeni ambao ungeboresha starehe zao, na pia kuwatajirisha mamwinyi wanamapinduzi ili wapate chao. Bila ya kujali walipotoka, watalii hao walionekana kuongea kwa Kiingereza. Kwa hivyo labda ni watalii waliomhamasisha Hawa, au labda ni filamu kwenye TV, au vipindi kutoka Marekani kulikokuwa na mitaa yenye njia za waenda miguu zilizometa na kumbi zenye makuba zilizopambwa kwa dhahabu ambazo Wamarekani waliingia.

Au labda ilikuwa rekodi za halaiki ya wachezaji waliovalia nusu uchi katika vilabu vyenye mwanga hafifu na meno yaliyometameta na nywele zilizoruka na kumfanya Fauzia ajisikie kana kwamba alikuwa kiumbe aliyenyimwa kitu maishani kwa kuishi chini ya ardhi. Haikuwa vigumu kutodanganyika na yote hayo. Baadhi ya watu walitazama vipindi hivyo vya televisheni bila sauti, wakitukuza shamrashamra ya utajiri na kutotambua kujiamini kwao.

Walimaliza shule ya sekondari wakiwa na miaka kumi na saba. Hawa alikuwa ni mwanadada mrembo akibubujikwa na haiba na vicheko. Hakutaka kuendelea na masomo tena na akaenda kufanya kazi kwa wakala wa usafiri. Ilikuwa mwanzo wa matamanio yake ya kusafiri duniani kote, alisema. Fauzia, akionekana mtulivu na mkimya, alienda chuoni. Alikuwa na uhakika zaidi kuhusu tamaa yake ya kufanya kazi ya ualimu. Baadhi ya walimu wake walipendekeza kwamba angeweza kuwa na malengo makubwa zaidi lakini yeye alisimamia kidete chaguo lake. Hicho ndicho alichotaka kufanya, kutia moyo na kufahamisha, na kuwa na watu. Baba yake alisema kuwa ualimu ni taaluma adhimu, na kama iliwatosha Aristu na Ibn Sina, basi kwa hakika ingemtosha Fauzia binti Musa.

Hawa hakukubaliana na jambo hilo. Katika ulimwengu mwanana, ungewafundisha vijana wenye akili na wanaofanya kazi kwa bidii ambao wamekusudiwa kuwa raia wenye kuwajibika ulimwenguni. Lakini wewe huishi katika ulimwengu mwanana, na umati utakaofundisha utakuwa kama kundi ambalo tulifundishwa nalo, au kitu kama hicho, wasio na adabu, wasiopendezwa na chochote, walio doro na walio mbumbumbu. Hebu watazame walimu wetu. Je, wanakukumbusha akina nani sijui hao, Aristu au Ibn Sina?

Aristotle na Avicenna kwako, Fauzia alisema kwa mbwembwe, ili tu kumchokonoa Hawa.

Asante, mjuaji, *much know*, Hawa alisema. Kwangu mimi walimu wetu hawafanani kabisa na Aristu au Ibn Sina. Wanaonekana kama shangazi wanaohangaika na waliochoka, wanaokabiliana na vijana waliojaa kusudi na ukaidi. Haya, tazama maisha yako ya baadaye.

Licha ya tofauti hizi, walibaki marafiki na kila mmoja alimtembelea mwenziwe nyumbani mara kadhaa kwa wiki, wakibadilishana hadithi na umbea, ingawa ni Hawa aliyetoa umbea zaidi. Fauzia alihisi ustaarabu wa Hawa ulikua kwa namna ya kipekee, katika namna yake ya kuzungumza, katika hadithi alizosimulia kuhusu kusindikiza watalii kwenye hoteli, kutayarisha ziara zao za kitalii, kukodisha magari kwa ajili yao. Ilikuwa dunia tofauti na yake. Wakati mwingine Hawa alizungumza Kiingereza kana kwamba hiyo ndiyo iliyokuwa lugha yake pekee, na hilo lilimfanya Fauzia atabasamu.

10

Ilipokaribia Idi ya pili tangu Badar aje pale nyumbani, Haji alimpeleka kwenye duka moja mjini ambapo alimruhusu achague shati na suruali. Hadi kufikia wakati huo, alikuwa na suruali mbili ambazo hapo awali zilikuwa za Haji, moja chakavu aliyoitumia kwa kazi na nyingine aliyokuwa akiivaa alipotoka, na kanzu ambayo Haji alimshoneshea ili kwenda msikitini pamoja na Karim. Bado alikuwa na sare yake ya zamani ya shule, ingawa ilisharuka na kuwa ndogo sana kwake. Aliiweka kwa kumbukumbu ya muda mfupi alipokuwa shuleni.

Hebu tupate nguo rasmi, Haji alisema.

Ilimshangaza Badar kwamba Haji angemwonyesha wema wa namna hiyo. Kwa namna fulani, Badar alipenda kuwa mkosefu, alipenda kuvaa nguo marapurapu za mitumba kwa sababu zilimkumbusha hali yake duni na kumruhusu kuendekeza kujikunyata katika kujionea huruma pale alipohitaji. Hususan, ilibeba hisia yake ya utiifu katika huzuni kutokana na jinsi maisha yake yalivyokuwa. Wema wa Haji ulimfanya ajiulize, je, kweli alikuwa vile alivyoonekana? Mtu mwema aliyemfanyia mtumishi wake jambo jema? Alimshtukia akitazama kwa tabasamu fulani mara kwa mara, na mawazo yake yalikuwa chanya, lakini kulikuwa na kitu kingine ndani ya lile tabasamu, kustaajabu, fikra katika kumbukumbu. Angetaka kuuliza, mbona unatabasamu hivyo, lakini hakuthubutu. Daima Haji alikuwa tayari kwa jibu la kejeli au mzaha na haikuwezekana kumwambia, mbona unanifanyia wema?

Kila mtu hupata nguo mpya kwa Idi, Haji alisema walipoelekea mjini.

Alijinunulia paketi ya soksi. Haji alivaa viatu na soksi alipotoka na si makubadhi. Alisema kwamba yeye alichukia hisia ya mchanga katikati ya vidole vyake vya mguuni. Baada ya kutoka dukani, Haji aliendesha gari hadi Ocean Road ambapo walisimama kwenye mgahawa baharini. Mvua ilikuwa ikinyesha kwa wingi na walikaa chini ya turubali la mgahawa, wakitazama mawingu meusi yalivyoingia na mvua ikipiga juu ya bahari ambayo haikutulia. Haji aliagizia juisi ya matunda kwa ajili yao na alizungumza kwa ucheshi na mwenye mgahawa kama ilivyokuwa kawaida yake kwa watu wote waliokutana nao.

Ungeenda kuwatembelea jamaa zako kule shambani wakati wa Idi, alisema walipokuwa wakirudi.

Badar alikuwa kimya kama mwenye hatia. Alikuwa akifurahia matembezi yake hadi wakati huo.

Walikuwa wema kwako, Haji aliendelea baada ya muda. Je, walikuambia ... kuhusu baba yako? Je, walikuambia ... chochote? Unafahamu, kama yeye ni nani? Walikuambia chochote juu yake?

Mama yangu aliniambia kwamba jina lake ni Ismail, Badar alisema, akiwaza kwamba hakukuwa na ulazima wa kurudia tena uovu ambao mama yake ambaye hakuwa mama yake alimwambia, kwamba alikuwa mtafuta shari aliyeshindwa kutulizana na ambaye hakuna aliyetaka kumjua. Neno lilikuwa katika ulimi wake, alitaka kumwuliza, Je wewe ulimfahamu? Lakini mara Haji alipiga mwayo na kusema, basi, ungeenda kuwaona wakati wa Idi.

Hawakuzungumza tena wakati wa safari fupi ya kurudi nyumbani. Walipokaribia nyumba, walipita kijiwe chenye kundi la wavulana ambao wakati mwingine Badar alikaa nao, akawapungia mkono. Wote wakashangilia kwa kumsanifu, hali iliyomfanya Haji acheke kwa sauti ya juu na kupiga honi ya gari lake. Walipofika nyumbani, Haji aliegesha gari kwenye sehemu yake na wakati wa kuingia ndani ya nyumba, Haji alimgonga Badar begani. Walipokuwa ndani, Haji alimfanya Badar ajaribu nguo zake mpya ili Bibie aone zinavyokupendeza. Bibie alitabasamu kwa ukarimu na kusema, Hasa, unaonekana maridadi sana.

Siku moja kabla ya sikukuu ya Idi, palipokuwa na kila aina ya mapishi ya kupikwa, Bibie alimwonyesha Badar jinsi ya kuandaa unga wa maandazi. Hatua kwa hatua alikuwa akiongeza anuwai ya mapishi aliyoweza kupika. Bibie alikuwa mpishi stadi na mwepesi na alifanya kazi nyingi mwenyewe, mara nyingi alimwomba Badar akate matunda au kumenya na kuponda tangawizi au kumpa chombo au kikopo cha kitu fulani, lakini mara moja moja alimfundisha upishi mpya. Alitoa maagizo yake moja baada ya jingine huku Badar akitekeleza: kwanza nawa mikono yako, kisha weka hiliki kiganjani na zipasue ndani ya jagi la maji ya moto, pima vikombe vinne vya unga kwenye bakuli, ongeza kikombe kimoja cha sukari nyeupe na uchanganye, chuja yale maji ya hiliki katika bakuli na ongeza hamira, yakianza kupanda juu kama povu, yamimine kwenye unga na sukari na kisha kanda. Wacha unga uumuke. Alifanya haya yote kwa usahihi na kwa mafanikio hata akampa kazi nyingine wakati akisubiri unga uumuke. Ilikuwa kazi ya kulainisha na kuipasha moto sukari ili iyeyuke na kuwa karameli. Hiyo ilitokea vizuri pia, na Bibie akapiga makofi kwa midadi ambayo haikuwa kawaida yake na akatamka kwamba Badar alikuwa mpishi mahsusi.

Baada ya chakula cha mchana siku ya tatu ya Idi, Badar alipokuwa akisafisha vyombo mezani, Haji alimwambia, Ukimaliza hiyo vaa nguo zako mpya. Tunaenda kutembelea.

Kama kawaida, Ami Othman alitoa sauti ndogo ya dharau pale Badar alipokuwa akisemeshwa. Wakati mwingine sauti yake hiyo ndogo ilisikika kama mwanzo wa kutema mate. Safari hii, Badar hakuwa na uhakika kama ni nguo mpya au matembezi ugenini ambayo Ami Othman alikuwa akidharau. Badar alikuwa tayari baada ya muda mfupi na Haji alimwarifu kuwa wanaenda kutembelea familia yake kule shamba, walipokuwa ndani ya gari. Tayari alishaotea jambo hilo. Ilikuwa ni baada ya saa kumi walipoiwacha barabara na kuingia uwanjani. Kulikuwa na watu waliokaa chini ya mti na baadhi yao walisimama na kuanza kukaribia gari pale liliposimama. Badar alimwona baba yake ambaye hakuwa baba yake kati ya watu walioketi, na Thabit mwenye kioski kati ya wale waliokuwa wanakaribia gari. Mwili wa Thabit uliofutuka ulionekana kama uliobembea kutoka upande mmoja hadi mwingine, huku na huko, uliyumbayumba aliposonga mbele.

Haya, Haji alisema huku akishusha pumzi, akaruka nje ya gari na kuelekea kwa wale watu waliokuwa wakiwakaribia huku akiwa amenyoosha mkono wake. Badar naye akashuka na kuelekea kwa baba yake ambaye sasa alikuwa amesimama akiwasubiri. Badar alipokuwa karibu vya kutosha, baba yake alinyoosha mkono wake, na Badar akauchukua na kuubusu. Haji alipeana mikono na watu wote huku akisema Idi Mubarak kila alipofanya hivyo. Thabit alimgonga Badar mgongo na kusema, mwangalieni, ameondoka miezi michache tu na oneni jinsi alivyokua, tena amevaa suruali. Maisha ya mjini yamemkubali.

Baba yake alimpa ishara Haji aketi nao na akamwambia Badar, Nenda ukawasalimie watu wa nyumbani. Alimaanisha mama yake Badar. Alimaanisha Badar alikuwa mvulana tu na hakupaswa kukaa na wanaume watu wazima.

Kulikuwa na wavulana wengine waliotazama kutokea mbali, na Badar alipoliacha kundi la wanaume waliokuwa chini ya mti, walimsogelea huku wakimwita, wakapeana mikono na kugonganisha ngumi kwa mkono. Alifurahi kuwaona. Walitembea naye hadi nyumba yao ya zamani ilipotokezea kwenye upeo wao, na akamwona Omari akiwa amekaa kwenye kigoda karibu na mlango wa mbele. Mvua kubwa ya msimu huo ilikuwa imechafua kuta za nje za nyumba kwa matope. Kikojozi, Omari alipiga yowe mara baada tu ya kumwona. Kisha yeye na wale wavulana waliokuwa wameongozana na Badar wakacheka kana kwamba ni utani wa kuchekesha sana. Kwa Badar tendo hilo lilimjia kwa mshtuko. Hakulizoea tena jina hilo.

Aliingia ndani ya nyumba na kuhisi imekuwa kiza na ndogo kuliko ilivyokuwa hapo awali. Alimsalimia mama yake aliyekuwa amekaa kwenye msala chumbani kwake. Hakumtarajia na hakumsikia akiingia ndani ya nyumba. Kwa dakika chache za mwanzo hakuweza kuacha kutabasamu huku akiuliza maswali ya kutabirika, moja baada ya jingine. Habari yako? Je, una hali gani? Je, kila mtu mzima? Je, unaishi kwa amani na watu wako waliojaa wema? Umekua na kurefuka! Jamani, nguo nzuri! Alimpa kibunda kidogo cha noti ambazo Haji alimpa kama zawadi kwa ajili yake. Alichukua pesa kwa unyenyekevu na kunong'ona asante mara mbili. Akazichomeka pesa chini ya paja lake zisionekane tena. Baada ya dakika chache tu kijana mmoja aliita kutokea mlangoni pale mbele ya nyumba na kusema kwamba Badar anahitajika. Lazima uje kutuona tena, umefahamu? mama yake alisema.

Haji alikuwa akimngoja kando ya gari, baba yake Badar kasimama karibu. Kisha Haji alipeana mkono na baba yake, Badar akamwona akimbonyezea kitu kiganjani pale walipopeana mkono na halafu akamwona baba yake akiinamisha kichwa chake kidogo na kuingiza mkono wake kwenye mfuko wake wa kanzu. Wakiwa njiani kurudi, Haji alikaa kimya kwanza huku akitabasamu peke yake hapa na pale. Badar alikengeushwa na mawazo yake mwenyewe. Dharau ya baba yake haikuwa jambo la kushangaza, ingawa angeshukuru kupewa tabasamu. Kichwa maji. Dhihaka ya Omari ilimpa mshangao, ingawa kwa kweli hii ilitokana na Badar kutokuwa na mazoea hayo tena. Kichwamaji mwingine. Kile ambacho hakutarajia ni kukaribishwa kwa upole kama alivyofanya mama yake. Kulikuwa na kitu - alisitasita na wazo hilo – kulikuwa na utiifu katika hulka yake. Hakuhisi kama ilikuwa sawa kumpa pesa, ungedhani yeye ni mhitaji, lakini ndivyo Haji alivyosema afanye. Kisha akazichukua pesa hizo kwa shukrani iliyosalimu amri kana kwamba alikuwa mlalamikaji.

Baada ya muda fulani Haji alisema, Tumefanya jambo zuri, eti? Ulikumbuka kumpa mama yako kilicho chake? Natarajia ulifurahia sana kuwaona rafiki zako. Ulifurahi kuona kijiji chako cha zamani? Ndiyo maisha ya vijijini hayo, eh, kukaa chini ya mti siku nzima.

Badar akatikisa kichwa kimyakimya. Hivyo sivyo jinsi ilivyokuwa. Kila kitu kilikuwa kigumu na kila mtu alikuwa maskini na alilazimika kufanya kazi kwa bidii. Alijua hilo sasa baada ya mwaka mmoja wa kuishi na watu waliofanikiwa.

Najua kuhusu kuishi shamba, nilikulia huko, lakini ukishang'atwa na mdudu wa mjini, basi huwezi kuishi huko tena, Haji aliendelea.

Huwezi kukaa kama hivyo, chini ya mti kwa saa kemkem. Utahisi kuwa maisha yanakupita. Utajiona mvivu na usiye na thamani. Ninachotaka kusema ni kwamba mimi ningehisi hivyo. Maisha hayo yangenirusha akili.

Kiza kilikuwa kikianza kutanda walipoukaribia mji. Baada ya kimya kingine kirefu, ambapo Haji alipiga miayo mara kadhaa, aliuliza, Una umri gani?

Miaka kumi na sita, Badar alisema. Alikuwa anatazamia kuwa na miaka kumi na saba. Alichomaanisha ni kwamba alikuwa katika mwaka wake wa kumi na saba lakini alikuwa bado hajafika. Alivutiwa na wazo na kuwa na miaka kumi na saba.

Ah, mdogo sana kuendesha gari, Haji alisema. Usijali, tuna njia zetu. Baada ya miezi michache tutachukua leseni ya kujifunzia kwa ajili yako. Ninamjua mtu atakayeweza kutusaidia.

Sehemu ya 2

11

Anakutaka, Hawa alimwambia Fauzia huku akimwinamia na kunong'ona kwa msisimko wa kumdhihaki. Angalia tu jinsi alivyokutazama, mapenzi machoni mwake, upendo katika tabasamu lake.

Hebu acha ujinga, Fauzia alisema, huku akitabasamu mwenyewe.

Hiyo ilikuwa sekunde chache tu baada ya kumpita Karim pale mtaani. Karim alijaribu kutabasamu halafu akakunja uso huku akitazama pembeni. Fauzia hakuwa na uhakika kama naye alitabasamu pia ingawa alikusudia kufanya hivyo. Alifahamu Karim alikuwa nani, lakini hakumjua vizuri, na bila shaka alimwona akimtazama kama vile Karim alivyomwona akimtazama yeye. Tena alishamsemesha mara mbili. Mara ya kwanza ni pale alipoenda *Shirini Textiles* kununua kitambaa kwa ajili ya gauni ambalo mama yake alikuwa akimshonea na Karim alikuwa mbele yake. Pita, alisema. Namsubiri mtu tu. Alitabasamu huku akizungumza, wazi kuwa alikuwa mtu mwenye kujiamini, na akafanya ishara ya kumkaribisha kwa mkono wake, akimwelekeza asogee mbele. Mara ya pili alipomsemesha, alikuwa mtaani na alimsalimia walipokuwa wakipishana huku Karim akiwa na tabasamu lake la mtu aliyejiamini. Alikuwa na hakika kwamba alitabasamu pia safari hiyo au labda alikuwa wa kwanza kutabasamu. Safari hii tabasamu lake halikuwa na uhakika, na alijiuliza ikiwa uwepo wa Hawa ulimfanya ajishtukie.

Fauzia na Karim walishaonana kabla ya kukutana hizo mara kadhaa, bila shaka. Hasa kwa vile sharti aliende na kurudi wakati wa likizo ingawa yeye hakumfahamu hasa, labda alimwona. Bado angekuwa akivaa sare za shule Karim alipoondoka mara ya kwanza, mtoto wa kawaida, mwembamba, mwenye umri wa miaka kumi na tano, aliyejitenga, aliyesumbuliwa na kutojiamini na mama mwenye wasiwasi, yote hayo katikati ya shughuli zilizomkumba katika masomo na mitihani. Alikuwa bado hajatamani kudadisi mambo ya wanaume kama ilivyokuwa kwa Hawa aliyevutiwa nao tokea alipokuwa kigori, au pengine katika kutaka kujitoa kabisa katika hesabu, hakuwatazama wanaume, ili kuepuka utata wa kutoelewana. Hakutaka kuona kutojali au dharau yao. Kulikuwa na sababu nyingi nzuri za kutojali wanaume.

Huna ari ya kupenda matukio, Hawa alipenda kumwambia.

Ipo ya kutosha ndani yako kwa ajili yetu sote, Fauzia alimwambia.

Pia mawazo yake yalichotwa na afya ya baba yake na maisha yake ya kila siku. Mara tu baada ya kumaliza shule ndipo maumivu ya Ba yalipoanza. Inaonekana aliteseka kwa muda lakini alikaa kimya. Hivyo ndivyo alivyo. Kisha alasiri moja, baada ya kuwa kazini siku nzima, akiwa njiani kuelekea ghorofani, alilazimika kuketi kwenye ngazi, akihema kwa nguvu na kuguna kwa maumivu. Hali hiyo ikapita na akaendelea kupanda ngazi lakini Mama alishamwona akihema juujuu pale ngazini na alimsikia akiita kwa sauti iliyoashiria woga wa jambo fulani. Hakumruhusu kudharau tukio hilo yeye mwenyewe hakutaka kulidharau, basi akakubali kuhudhuria kliniki ya Dokta Khalid ili kushauriwa.

Alipohojiwa na daktari alikiri kuwa alipitia miezi kadhaa ambapo alikuwa na maumivu ya kifua ambayo hayakuchukua muda mrefu na yaliondoka alipopumzika. Ni uzee tu, alisema, lakini daktari aligundua uwepo wa mshtuko wa moyo na kumwamuru afanye mazoezi - kutembea haraka haraka kila siku – na kumwona daktari mara kwa mara. Pia alimpa dawa za kutumia pale tu maumivu yanapoendelea bila ya kupungua yenyewe. Tiba hiyo ilimletea ahueni lakini kwa Mama ulikuwa ni mzigo mwingine juu ya ile ambayo tayari aliibeba.

Fauzia alianza kusoma katika chuo cha ualimu, na mwanzo huo ulisindikizwa na msisimko na pia taratibu mpya za masomo na walimu na marafiki ambazo ilibidi kuzoea. Na sasa hakuwa na wajibu wa kumsaidia mama yake tu, bali pia kukabiliana na mashaka mapya ya Mama kuhusu afya ya Ba. Kwa hivyo alikuwa na mengi ya kufikiria bila kuzingatia kwenda na kurudi kwa Karim.

Hata hivyo, ilikuwa wazi kwamba Karim alijiona hasa kwa jinsi alivyotembea katika vichochoro vilivyosongamana, na pale aliporudi nyumbani, alijiona kuwa mtu mkubwa, na kuwa mtu mwenye mafanikio. Alitembea kama jogoo, kichwa kikiwa juu na macho yakitazama huku na huko, kama mtu anayesubiri kutambulika. Hivyo ndivyo Fauzia alivyojiambia. Alikuwa amerejea kutoka Chuo Kikuu akiwa na shahada ya daraja la kwanza. Amewasili katika mji ambao sasa ulijiita jiji, ambapo mafanikio kama hayo yalikuwa makubwa sana.

Fauzia mwenyewe pia alikuwa katika hali tofauti ya akili. Chuo kilikuwa kizuri kwake na kilimpa ujasiri mpya. Aligundua urafiki na urahisi wa kuwepo katika jamii. Alikuwa maarufu! Alitimiza miaka kumi na tisa katika mwaka wa mwisho wa masomo yake, na alipangiwa shule iliyokuwa mjini kwa ajili ya mafunzo yake. Hapo ndipo alipoanza kumwona Karim, jinsi alivyokuwa akitembea barabarani, alivyojiamini, kana kwamba alitarajia kelele za kutambulika kutoka kwa mtu fulani, tabasamu laini lilikuwa tayari usoni mwake, akitarajia shamrashamra za kutambuliwa. Hivyo ndivyo alivyoonekana kwake, maridadi na aliyejiamini mno. Bila shaka kulikuwa na uwezekano kwamba alikosea, kwamba alimhukumu haraka na kwamba alijivalisha sanamu bandia ya kujiamini kupita kiasi ili kuficha kutokuwa kwake na uhakika. Fauzia hakuwa na uhakika, na alijiuliza kama alifahamu jinsi mwendo wake wa kunesa alipotembea ulivyoonekana kwa wengine, ingawa alijaribu kuufanya wa kawaida. Alijiuliza kama Karim alifikiri hakuna mtu aliyeweza kuona madoido yake.

Hakuwa na mawazo hayo kwa uadui au chuki bali kwa mshangao na shauku. Alitamka jina lake kimyakimya, ili alijaribu, na wakati mwingine alimwona alipokuwa amelala kitandani anasubiri usingizi umchukue. Alijaribu kutojenga njozi kwa kutumia ishara hizo hafifu lakini bado alifurahia kufikiria jinsi ambavyo angejisikia kuwa naye, kulala naye. Alifanya hivyo kwa siri, hata hakumtajia Hawa kwamba alimhusudu Karim, hivyo alishangazwa na maneno ya Hawa ya kumsanifu, kana kwamba aligunduliwa katika jambo ambalo alifikiri amefanikiwa kuficha. Ilimpa furaha kufikiria kuwa Hawa alikuwa sahihi lakini mara nyingine utabiri wake na kuotea kwake kulikuwa hakuna mashiko ni mchezo tu.

Shule ambayo alikuwa akifanya mafunzo yake ya kufundisha ilikuwa karibu kabisa na wakala wa usafiri ambapo Hawa alifanya kazi, na wakati mwingine walitembea pamoja kurudi nyumbani baada ya kazi.

Hakuna kinachoendelea wakati huu wa mwaka, Hawa alisema, tayari keshastaarabika kuhusu harakati za kusafiri za watalii. Yote yanahusiana na likizo za shule nchini Ujerumani na Uingereza na Italia. Hizo ndizo nchi zetu kuu, ingawa sasa tunaanza kuona Ufaransa ikivutiwa nasi pia. Muhimu zaidi ni hizo tatu. Hao ndiyo tunaofanya nao biashara. Hakuna mtu kutoka Asia au Mashariki ya Kati anayekuja hapa kwa likizo zao. Wote huenda Ulaya, Paris, London, Milan, na Wazungu huja kwetu - yaani, baadhi yao. Wamarekani wanakuja hapa kujifunza Kiswahili ili waweze kuelewa jinsi ya kupatana na watu wao Weusi ambao bila shaka wanazungumza Kiingereza pekee.

Hiyo ndiyo shida ya mambo haya, Hawa aliendelea baada ya kutafakari kwa muda. Walifikiri wangeweza tu kuwateka nyara watu hawa, kuwaleta kutoka popote pale Afrika, kuwafanya wakate misitu, wachimbe mashina, walime ardhi, waitunze, waitunze kwa kinyesi chao na machozi yao, halafu wakati yote yalipokuwa matamu. na yenye kutamanisha, vibarua wote ambao hawakuwataka tena wangepotelea mbali, wangetumbukia ardhini na kuwaacha hao watu wema katika amani ya maisha.

Hawa, unapata wapi mambo haya? Kutunza kwa kinyesi chao na machozi yao!

Macho na masikio yangu yapo wazi, Hawa alisema kwa ukali. Ambayo ni zaidi ya ufanyayo na riwaya na mashairi yako. Ninapata habari hizi kutoka kwenye yale majarida ambayo unayaona kuwa takataka, wakati unamsoma huyo Victor Hugo na Rabindranath Tagore wako. Ni buku gani ulilokuwa ukipenda kulizungumzia? Rostam na nini sijui.

Fauzia akatabasamu. Shahnameh. Kwa sasa nampenda Jane Austen, ambaye nadhani ni mbaya zaidi. Wiki iliyopita nilisikia kitu kwenye redio...

Enhe, ni *BBC World Service*, Hawa alikatiza kwa dhihaka. Baadhi yetu husikiliza vituo muhimu tu vya redio.

Kuhusu mwanamke aliyetunukiwa Tuzo ya Amani ya Nobel, Fauzia aliendelea, akipuuza kukatwa maneno. Na walisoma kitu kutoka kwenye kitabu chake, jina lililofanania kama yule *I, Rigoberta*. Mwanamme kwenye redio alikiita kitabu chake kuwa ushuhuda. Ninalipenda neno hilo, madai ya ukweli. Hivi unajua, sifikirii kama nimeweza kusonga mbele ya ile sura, lile darasa, tuliposoma kuhusu jinsi wavamizi Wahispania walivyowadanganya Wainka na kwa karne nyingi wakawachinja chinja. Nimekumbuka, Rigoberta Menchú, hilo ndilo jina lake. Yeye anatoka Guatemala, si Peru, lakini kipindi cha redio kilinifanya nifikirie lile darasa tulilosoma kuhusu Wainka. Hata hivyo, endelea kuwa macho wazi na jifunze yote kuhusu likizo za shule nchini Ujerumani na Uingereza na kwa nini Wamarekani huja hapa, muhimu zaidi.

Unageuka kuwa msomi mdogo aliyesheheni kejeli, Hawa aking'ong'a uso.

Je, hilo ni pongezi? Fauzia aliuliza.

Kwa nini nimsifu kidudu-mtu kama wewe? Lakini ujue naipenda hii sauti yako ya mkwaruzo iliyoshehena mapambano. Inanitia cheche kidogo pia, Fauzia wetu, Hawa alisema, na wale mashoga wawili wakaendelea kutembea, wakibishana kidogo ambapo mara Karim akatokea kutoka upande wa pili. Yeye alikuwa ametoka ofisi aliyopangiwa tangu arudi kutoka Dar es Salaam. Kwa hivyo ingawa walishaonana hapo awali, na hata kusemeshana, sasa ilikuwa ni kama hajawahi kumwona pale zamani. Alimtazama machoni halafu papo hapo akageuza macho yake upande mwingine, kana kwamba alikuwa ametazama mahali ambapo hakupaswa.

Ilikuwa kama pigo la radi, muda mfupi uliosimama kati yao, kisha ukapita, lakini haukupita tu, kwa sababu kilikuwapo kitu kilichowaka ndani ya Fauzia pia, na akapita karibu naye huku akitabasamu. Namfahamu, nilikuwa nikimfahamu. Yeye ni nani?

Hapo ndipo yalipoanza macho ambayo Hawa aliyaona na kumtania Fauzia kwa furaha. Anakutaka, alisisitiza. Unakubali? Na kama macho yangu hayanidanganyi baada ya kusoma majarida yote yale, nadhani unamtaka.

Hiyo ni njia gani ya kuongea? Kutaka nini? Unafikiri sina heshima yoyote, Fauzia alisema.

Hawa alicheka kwa dhihaka. Nani angeweza kukushtaki kwa hilo? Ninamaanisha kuwa ni wakati wa kuwafanya ninyi wawili mzungumze, na kisha, unajua ... muendelee.

Marafiki hao wawili walilicheka wazo hilo, kwa sababu hakuna hata mmoja wao ambaye alifikia hatua hiyo katika uzoefu wao. Kuanzia hapo na kuendelea kulikuwa na mikutano mingine kama hiyo, na siyo kwa bahati lakini kwa hamu iliyokua polepole. Mara kwa mara Karim alirudi pale mtaani ambako alikutana na Fauzia akirudi nyumbani kutoka shuleni, na mwenziwe hakuharakisha kuondoka walipoonana.

12

Karim alimfikiria Fauzia, yaani, alimuwaza kwa wakati wake hasa pale Fauzia alipokuwa hayupo. Hasa wakati alipopaswa kuzingatia mambo mengine, kama ripoti ambayo alipaswa kuandika kuhusu ziara ya mwisho ya mitambo ya pampu mpya katika maeneo ya vijiji lengwa, au fomu za gharama kwa madereva ambao hawakuajiriwa moja kwa moja na idara na ambao walipaswa kulipwa kutoka kwenye bajeti nyingine. Bado alikuwa mpya katka kazi hiyo, lakini badala ya kutuliza akili yake katika kufahamu zaidi masuala ambayo yalikuwa muhimu kwa maisha yake ya ajira baadaye, na kujiendeleza ulimwenguni, alijikuta akimuwaza Fauzia. Aliuona uso wake, jinsi nyusi zake zilivyoshuka chini na kutoa hisia ya uwepo wa mstari usoni ulioishia katika midomo yake, jinsi kidevu chake kilivyokuwa na muundo uliopendeza, jinsi macho yake yalivyotabasamu. Alimwona mara kadhaa akipita, lakini hayo yalikuwa maono ya mbali tu na yasiyo kamili. Kwa wakati wake mwenyewe, alimuwazia na kumsoma kikamilifu.

Alitembea mitaa ambayo alidhani kuwa angeweza kumwona, na alipomwona alitabasamu tu na kumsalimia, na wakati mwingine alitazama pembeni kama vile hakujali. Hakujua jinsi ya kumkaribia au kumfuata au kufahamu juu yake. Alielewa kuwa kulikuwa na jambo ambalo halikuwa sawa kuhusu kusita kule. Hakutaka kufanywa bumla. Si kuwa yeye hakuvutia, alikuwa maridadi, na hakutaka kujishusha hadhi kwa kukosea jambo katika mambo yale. Anapaswa kuwa jasiri zaidi, alikuwa na kila haki ya kuwa jasiri. Hakumjua mtu yeyote aliyezungumza kuhusu mwanamke kwa namna alivyotaka kuzungumza na Fauzia. Alijua nyimbo, na hadithi za enzi kuhusu mapenzi, lakini hakuna mtu aliyemjua aliyetumia lugha zile katika maisha halisi, si Ali kwa Jalila, si Haji kwa Raya. Alikaa kwenye chumba cha ghorofa ya chini ambacho Ali na Jalila bado walimwekea na akamfikiria Fauzia na kumpenda kwa dhati, bila hata kuzungumza naye kwa maana hata mara moja. Hakujua jinsi ya kumwonyesha jinsi alivyoyagubika maisha yake.

Hata hivyo, wapenzi hawa wawili machachari walikutana, na baada ya muda tabasamu zao zikazidi kuwa pana kadiri walivyopishana majiani, kila mmoja akimtazama mwenziwe bila kummaliza. Wakati mwingine walipeana salamu pale walipokaribiana vya kutosha walipopita. Baada ya wiki kadhaa za kuhusudiana kwa kupeana salamu hizo za heshima, hapakuwa na kurudi nyuma tena, mambo yalikuwa yameanza, wakakutana kwa bahati kwenye onyesho la nje wakati wa tamasha la muziki. Ulikuwa ni usiku wa kwanza wa tamasha hilo na uwanja lilipofanyika tamasha ulijaa watu hata wakasimama bega kwa bega. Fauzia alikuwa ameenda na Hawa, ambaye pia alikuwa amepanga kukutana kwa siri na meneja wake kutoka kazini kwenye wakala wa usafiri. Hawa alikuwa akifikiria kuanza naye uhusiano wa kimapenzi. Ghafla Fauzia akagundua kuwa Karim alikuwa kasimama kando yake, na baada ya sekunde chache, Hawa akapotea. Karim aliinama na kumkaribia ili kumwambia kitu na katika msisimko wake ukiujumuisha na ghasia za muziki, hakuweza kusikia, lakini alihisi mabega yao yakigusana kwa muda mfupi. Akamtazama na Karim akampa tabasamu lake kubwa la uhakika, kumfanya Fauzia awe tayari kujibwaga akumbatiwe kwenye mikono yake.

Karim alibaki kando yake jioni yote, akisikiliza muziki, halafu wakizunguka kwenye vibanda wakati wanamuziki walipopumzika, na mwisho wa zile saa mbili wakati umati ulipotawanyika, akamsindikiza hadi nyumbani kwake. Nyumbani kwa Fauzia hapakuwa mbali, na walipokuwa njiani alimwuliza kama angependa kwenda kutazama filamu ambayo ingeonyeshwa Ngome Kongwe usiku uliofuata. Walipokutana mara ya tatu, Karim alimshika mkono walipokaa kwenye benchi pale Foro. Ilikuwa usiku, taa zilizoangaza barabara hazikuwa na nguvu sana na Karim alijaribu kujificha, hivyo Fauzia akamwachia amshike mkono na hakuuvutilia mbali kwa kuona haya.

Baada ya kimya kifupi aliuliza: Unafanya kazi ofisi gani?

Maendeleo, alijibu.

Ndicho ulichosomea Chuo Kikuu? Fauzia aliuliza, akibadili jinsi walivyoshikana mikono ili aweze kuushika mkono wake zaidi.

Ndiyo, Ninaweza kusema hivyo, Nimesomea Jiografia na Masomo ya Mazingira, alijibu.

Ah basi hiyo si mbali sana na Maendeleo, alisema. Masomo ya Mazingira yanasikika kama Maendeleo.

Karim naye akabadili jinsi alivyoushika mkono wa Fauzia, halafu baada ya ukimya mwingine akasema kwa utani, Hii inamaanisha wewe ni mpenzi wangu.

Ndiyo, Fauzia akasema, akitabasamu.

Wakakutana hivyo kwa wiki kadhaa, na wakakumbatiana na kubusiana. Karim akazungumzia mafanikio yake Chuo Kikuu, kwamba ilikuwa pale alipoanza kufikiria kuhusu mambo ambayo angeweza kufanya baadaye. Kila mtu duniani anazungumzia mazingira, kuna uwezekano wa kujiendeleza katika ajira. Akambembeleza naye ajisifie pia, kwa namna ambayo hakuwahi kamwe kuthubutu kuzungumza na yeyote kabla ya hapo isipokuwa Ba na Mama.

Alizungumzia mawazo yaliyomsumbua kuhusu baba ambaye hakumjua isipokuwa katika hadithi ambazo kaka yake Ali alimhadithia, kuhusu mama yake aliyemwacha alipokwenda kuishi Dar. Kuhusu jinsi mama yake hakumzungumzia baba yake, kamwe, na jinsi ukimya huo ulimfanya afikirie ukatili uliojaa aibu katika maisha yao, na woga kwamba mama yake hangempenda kwa sababu hiyo.

Nilikuwa nikijiuliza kwa nini watu huwa na watoto kama hawawezi kuwapenda, alisema. Bado nina mawazo hayo, alisema, Bado ninafikiri hivyo, ila sasa pia nimeweza kuona jinsi mama yangu alivyo sasa, na ninafahamu kwamba lazima hakuwa na furaha kabla na alihitaji kutoroka. Haniambii kitu mimi, hata sasa, hasa kuhusu baba yangu. Wazazi wako wanazungumza na wewe? Labda wazazi hawazungumzi kwa njia hiyo, au labda mazungumzo hayo huja baadaye.

Si wakati wote ambapo kuna haja ya kuzungumza, Fauzia alisema. Baba yangu hajawahi kuwa msemaji mkubwa, yaani anapokuwa nyumbani, lakini sihisi kama ninahitaji kumsikia akisema mara nyingi. Sasa ana maradhi na nina hamu angesema jinsi anavyohisi. Ninadhani anajaribu kuwa jasiri au kitu kama hicho, anajaribu kuonyesha kuwa hana maumivu makali. Au labda anataka mama yangu asiwe na wahka, maana mama ana wasiwasi juu yangu na baba yangu na kila kitu. Basi yeye mama huzungumza vya kutosha kwa niaba yetu sote. Mama yangu amezoea kunifuatilia. Fauzia alisita kwa muda halafu akaonekana kufanya uamuzi. Nilipokuwa mtoto nilikuwa na ugonjwa wa kudondoka, akamwambia. Hiyo ndiyo sababu ya mama yangu kunifuatilia sana. Au niseme, hiyo ni sababu mojawapo, sababu nyingine ni kuwa yeye ni mama aliyejitolea lilahi kwa familia yake.

Ilikuwa mara yake ya kwanza kuutamka ugonjwa wa kuanguka mbele yake. Hakujua Karim angeuchukuliaje, kama angehisi kwamba Fauzia ana kasoro na kuanza kujitoa katika uhusiano.

Hakusema kitu ila alitulia akamwangalia, akimsubiri aendelee na mazungumzo.

Wakati mwingine huwa nina hamu ya kuondoka na kwenda mbali na kila kitu, mbali nao, na kufanya jambo ambalo halitarajiwi, jambo la ajabu, lakini sithubutu, Fauzia alisema. Sijathubutu hata kuitaja hamu hii hadi dakika hii.

Ungefanya ulichokuwa na hamu ya kufanya, Karim alisema, sauti yake ikiwa na ukali kwa imani. Uwe jasiri.

Nitajitahidi itakavyowezekana, Fauzia alisema, akitabasamu kuona ukali wa sura yake wakati ule.

Ingawa walijaribu kufanya siri, kukutana kwao kukajulikana na wote, na mwishowe Jalila akazungumza naye. Je, unafanya naye mchezo tu au una makusudi naye? Aliuliza. Vinginevyo utamkosesha furaha na kuharibu sifa yake. Hii siyo nchi ya majarida ya mapenzi, unajua. Watu wanazungumza.

Yaani, ndiyo, nina kusudi naye, alisema huku akitabasamu kwa haya kiasi. Namaanisha, ndiyo, ninamhusudu sana.

Unampenda? Jalila aliuliza akiwa amekereka. Una maana gani kuwa unamhusudu sana? Je, ana umuhimu maalumu kwako?

Ndiyo, ninampenda, Karim alisema huku akipaza sauti ili kuficha kuchanganyikiwa kwake.

Unataka nikazungumze na mama yake? Jalila aliuliza.

Ohooo, papara za nini, Karim alisema huku akicheka unazungumzia ndoa?

Kwa hivyo huna kusudi naye hasa, Jalila alisema huku uso wake hauonyeshi hisia yoyote.

Hebu subiri nifikirie kwanza kwa muda kiasi, Karim alisema kumtuliza. Hebu wacha nilizoee wazo hilo. Ni jambo kubwa kuoa, sivyo?

Ni jambo kubwa kuharibu sifa za mtoto wa kike kama huna kusudi naye, Jalila alisema.

Ninalo kusudi naye, Karim alisema. Lakini mbona papara? Nina miaka ishirini na tatu tu. Sina pesa yoyote. Nitatoa wapi mahari?

Umesema unampenda, Jalila alisema, akipunguza ukali sana na kutabasamu.

Bila shaka ninampenda, Karim alisema huku akijitetea, kama vile anayekataa mashtaka, anayesita kuvutwa ndani ya mazungumzo na Jalila aliyetumia sauti nyororo.

Basi tutapata njia, Jalila alisema, halafu akamrushia busu shemeji yake.

13

Baadaye, huku akitabasamu kwa furaha, Mama alimwambia Fauzia: Jalila alikuja kukuulizia na kuhakikisha kama ungekubali posa kutoka kwa shemeji yake Karim. Furaha iliyoje eti ee? Anakutaka. Kupunguzwa kwa jambo moja lililojaa wasiwasi, mama yake Fauzia alisema.

Fauzia hakuzungumza kwa muda, akifurahia habari hizo - Karim tayari alishamwuliza yeye mwenyewe - na akajaribu kukabiliana na kero aliyohisi kwa tamko la mwisho la mama yake. Unamaanisha nini kwa kupunguzwa kwa jambo moja la wasiwasi? Ulifikiri hangetokea mtu kunitaka?

Yaani walau jambo moja la kutotupa wasiwasi, Mama alisema akimpoza.

Ulikuwa na wasiwasi kwa sababu nina miaka ishirini na sijaolewa? Mambo si hivyo tena, Fauzia alimwambia mama yake. Hatupaswi kuolewa tukiwa na umri wa miaka kumi na tano ili mradi kutoa nuksi ya uwanawari. Mambo si kama ilivyokuwa enzi zenu.

Sikuolewa nikiwa na miaka kumi na tano, mama yake alisema, akiongea kwa sauti yake ya mtu aliyejeruhiwa ingawa hakuumia chochote. Ni kweli, watu waliwahi kuolewa enzi zangu. Unajua vizuri kwamba nilikuwa na zaidi ya miaka kumi na tano nilipoolewa.

Fauzia alijua vizuri sana maana mara nyingi mama yake alimsimulia kisa hicho. Alikuwa na umri wa miaka kumi na minane na aliishi shamba ambapo aliwatunza wazazi wake ambao wote walikuwa wagonjwa. Alifanya hivyo tangu alipokuwa na umri wa miaka kumi na minne, walipomtoa shuleni. Kulikuwa na mtu ambaye baba yake alimfahamu, mkulima aliyeishi karibu na ambaye wakati mwingine alisimama kwenye duka lililokuwa kando ya barabara karibu na nyumba yao ili kunywa kahawa. Hakujua lolote. Wazazi wake walipomwambia kuwa jirani yao Musa alimposa, alipigwa na butwaa kabisa. Aliwahi kuoa hapo awali lakini mkewe na mwanawe walifariki wakati wa kujifungua. Alifahamu hilo tu, si zaidi. Musa hakuwahi kuzungumzia jambo hilo, ingawa dada yake Sahar, aliye-olewa na binamu yake huko Mombasa, alimwambia kwamba mtoto alizaliwa mfu. Alimwomboleza mke wake na mtoto kwa heshima na kungoja kwa mwaka mmoja kabla ya kuleta posa. Hakuweza kuwaacha wazazi wake lakini alikubali kuchumbiwa, na wakasubiri miaka miwili hadi mama yake alipofariki, na kufuatiliwa na baba yake, kabla ya kuoana.

Ba alikuwa na umri gani? Fauzia aliuliza. Alijua tayari, lakini Mama alionekana kuwa na furaha sana kuzungumza juu ya ndoa yake.

Alikuwa na miaka arobaini, miaka arobaini ya kung'aa, mzuri, alisema. Mwari kama wewe sharti kuolewa.

Fauzia alijua kwamba mama yake hakuwa na wasiwasi kuhusu umri wake lakini ule ugonjwa wa kuanguka. Linapokuja suala la posa, watu huwa na kumbukumbu ndefu na huwa na wasiwasi kama jambo kama hilo linaweza kurithiwa. Mama yake alijawa na hofu hiyo miaka nenda miaka rudi, kwa hivyo Fauzia alielewa faraja aliyohisi kwa posa ya Karim, lakini alitamani mama yake asingeweka wahka wake wazi vile. Alitaka kumwambia kwamba alishamwarifu Karim kuhusu ugonjwa wake wa utoto.

Walizungumzia tena Karim alipoleta suala la ndoa, naye alimwambia yote aliyojua. Alimwuliza Dokta Khalid na akasema inawezekana kwa ugonjwa huo kurithishwa, lakini sasa ujuzi wa kitabibu uliendelea sana.

Sasa najua kila kitu, Karim alisema, kwa hivyo hakuna kitu cha kuziba njia ya furaha yetu.

Fauzia alikandamiza furaha aliyokuwa nayo kwa posa ya Karim, kwa sababu ilipendeza zaidi kufanya hivyo hadi pale baba yake atakapokubali na kuutoa mkono wa mwanawe na pia hangetaka kuonekana mhitaji aliyetamani sana ndoa, na pia ilifaa kutoonyesha furaha kubwa ili kutochokonoa nuksi na jicho. Hawa hakuweza kujizuia. Alichora jedwali ili kumsaidia Fauzia kuwa makini, kama alivyosema.

Tunaweza kukubaliana kwamba yeye ni mzuri, alisema.

Bila shaka yeye ni mzuri, Fauzia alisema.

Hasa! Vinginevyo hakuna maana ya kuwa naye. Nadhani mna urefu sawa, alisema. Hutaki mume ambaye ni mfupi kuliko wewe. Hilo lingewafanya muonekane wapuuzi pale mnapotembea au kupanda ndege au kuingia dukani au kitu kama hicho. Wewe ni mrefu sana kwa hivyo ni bahati kwamba yeye ni mrefu kama wewe. Ana nywele nzuri, napenda jinsi anavyozichana. Sijamsikia akiongea kwa urefu lakini wewe umemsikia. Je, unaweza kusema kwamba sauti yake ni ya besi na inafahamika vizuri…si kama ya hao wanaobinya pua… na pia mpole na mwenye heshima? Macho yake anapokutazama... Nimeyaona, yamejaa hamu kubwa juu yako.

Unatunga mambo haya kama kawaida, Fauzia alisema.

Labda macho yake yapo hivyo, Hawa alisema, akimcheka Fauzia. Karim mwenye macho ya kutamani. Anaonekana kuwa na hamu. Pua yake ni nzuri, haijajaa nyama, na mgongo wa pua unaonekana thabiti ukingoni mwake, ukingo wake unafaa kupumzisha miwani yake pale wakati utakapokuja, na ana kidevu chenye nguvu. Ninapendezwa na wembamba wake na anaonekana mtu anayefanya mazoezi na riadha. Anaonekana kuwa na nguvu, yaani, ngoma tosha kabisa. Hana ndevu, ambalo ni jambo zuri. Zingekificha tu kile kidevu chake kilichokomaa, na sidhani kama zingependezea macho yake yanayokuita chumbani. Sasa unasubiri nini? Ana kazi nzuri serikalini katika ile Idara ya kitu gani sijui, Mambo ya Ndani au Uchukuzi au kitu kama hicho, na siku moja atakuwa waziri. Nadhani unapaswa kumwambia akuonyeshe fleti katika ghorofa ambapo mtaishi kinyumba wenyewe. Usikubali kuyawacha yale macho yanayokuita yakudanganye. Sisemi kwamba angetaka kukudanganya, la hasha, tofauti kabisa na wazo hilo. Anaweza kuwa na hamu kubwa ya kusitasita kufanya mipango kama inavyotakiwa.

Tusubiri tuone Ba atasema nini, Fauzia alisema.

Ningalikuwa wewe, nisingaliwacha kila kitu mikononi mwa Ba wako, Hawa alishusha sauti na kunong'ona maneno haya ya uasi.

Ningejitafutia vitu vyangu vichache mimi mwenyewe na pia ningechukua maamuzi yangu.

Nini kinakufanya ufikiri kuwa sijafanya hivyo, Fauzia alisema. Usiwe na shaka sana.

Kwa siku mbili tatu kukawa na mazungumzo ya chini kwa chini, mazungumzo ya siri. Mama yake alinawiri kwa tabasamu lililotetemeka, kwa hivyo Fauzia alikisia kwamba utafiti wa Ba ulimridhisha. Baada ya siku hizo mbili tatu wakazungumza naye kwa pamoja, wote Mama na Ba, wakamweleza kuhusu posa na kumwambia kwamba walikuwa tayari kama yeye aliridhia.

Mama yake anajua? Hatujasikia kitu kutoka kwake, Mama alisema. Sina hakika kama ameridhia. Ningependa kujua kama ameshauriwa. Ukweli ni kwamba ni yeye aliyepaswa kuja kuzungumza nasi. Nisingependa mwanangu aolewe bila ya kunishauri.

Una wahka kuhusu kila kitu, Baba alisema. Najua ingependeza zaidi kama angempa baraka zake lakini ni hiari yake na si yetu kufuatilia jambo hilo. Nina hakika amezungumza naye na amepata radhi yake.

Kwa Fauzia, baba yake alimwambia, lazima ujiridhishe kwamba unatamani yeye awe mume wako. Lazima ujisikie fahari, kuhusu mafanikio yako na yale unayoweza kuyafanya. Nataka uwe na hakika kwamba hivi ndivyo unavyotaka. Ikiwa ni hivyo, tutamwalika aje kukutana nasi hapa nyumbani. Nimeulizia kuhusu familia yake, lakini lazima ukutane naye na kuzungumza naye kisha ataweza kukuambia zaidi kuhusu yeye mwenyewe. Anaishi na familia ya kaka yake na ana kazi nzuri. Watu wanamzungumzia vizuri. Tumeridhika ikiwa wewe umeridhia.

Ilionekana wazi kuwa Ba hakuwa na habari kuhusu mikutano yao, na Fauzia hakumwambia kuwa anaifahamu familia yake, alitamani Karim angekuja, ili awe karibu yake tena na kuona jinsi ambavyo angejisikia. Hakutaka kuonekana kuwa mtu anayefinyangwa kirahisi na aliyejaa utiifu, mtu ambaye hana maoni au hiari, binti mwingine bubu aliyetayarishwa ili kuvunjwa uringo. Ilikuwa ni kwa nafsi yake mwenyewe ambapo hakutaka kuonekana hivyo, si kwamba alifikiri wazazi wake walikuwa wanamlazimisha kuwa na Karim. Alijua wao wangependelea jambo lipi, kumaliza kila kitu na kumpeleka kwenye raha iliyojaa usalama duniani, lakini pia alijua kwamba wangetaka kufanya hivyo kama yeye angekubali na kusadiki kwamba ndoa hiyo ingemletea furaha. Hakukuwa na njia ya kumhakikishia mtu yeyote jambo hilo, ndoa ni kuweka mkono kizani, na hiyo ilikuwa sababu nzuri sana ya kuwa na tahadhari kiasi kwa maisha ya baadaye, lakini alishakuwa na Karim kwa muda wa kutosha kujua kwamba alimtamani sana.

Siku ilipangwa kwa ajili ya matembezi ya alasiri na mialiko ilitumwa kwa Karim na Jalila, mshenga. Ba aliomba msamaha awali kabisa: alikuwa na kazi nyingi sana dukani na hakutaka kijana atishike kwa umri wa baba mtu. Karim alivaa shati la rangi ya samawati na suruali nyeusi, nguo iliyofaa kabisa kwa shughuli kwani alionekana maridadi bila maringo. Shemeji yake, ambaye alimzidi umri kidogo tu ingawa alimpita cheo kwa marefu na mapana kwani alishaolewa na alikuwa mama aliyeonekana kuwa mjamzito kwa mara ya pili, ndiye aliyemshauri kuhusu mwonekano wake katika ule mkutano wa kwanza. Walipoingia ndani ya nyumba, alimsukuma Karim kwa taratibu ili apite mbele halafu yeye akafuata kwa nyuma. Fauzia alikuwa tayari ameshakaa sebuleni, kwenye sofa. Karim alikaribishwa kukaa kwenye kiti cha enzi, kiti cha ufalme wa Ba, huku shemeji yake na Mama wakikaa pamoja kwenye sofa jingine. Karim aliweka macho yake chini kidogo na kuyaelekeza kwenye sofa walilokaa wale wanawake. Fauzia alijaribu kuzuia tabasamu lake alipofikiri maigizo yaliyokuwa yakiendelea.

Salamu za kawaida zilifuata kati ya Mama na Jalila, huku Fauzia na Karim wakiwa kimya. Vipi hali, wazima? Nyote nyumbani hamjambo? Watoto hawajambo? Alaa, unaye mmoja tu, lakini hivi karibuni kutakuwa na mwingine, alhamdulillah. Nilisikia jirani yako Bi Nuru hajisikii vizuri. Je, hajambo sasa? Amekuwa na maradhi kitambo sasa, maskini. Unajua kama wanawe wameshaambiwa? Wataweza kuja? Wamerekebisha matatizo ya maji katika eneo lenu? Hivi hasa wanafanya kitu basi? Umekuwa ukibeba ndoo za maji hadi jikoni juu! Hupaswi kufanya hivyo katika hali yako wakati una wanaume wawili wenye nguvu nyumbani kwako. Lo, nimefurahi kusikia kuwa siyo wewe uliyebeba, la hasha. Ndo tusemeje? Hakuna anayejali ikiwa tunaishi kwenye uchafu kama wanyama.

Mazungumzo haya, mengi yakitoka kwa Mama, aliyekuwa kajaa wasiwasi zaidi kati ya wale wanawake wawili yaliendelea kwa dakika chache. Kisha Mama akamtazama Fauzia huku akinyanyuka, cheche za msisimko machoni mwake. Akapendekeza kwa Jalila waende kuchukua chai jikoni. Karim akamtazama Fauzia na pumzi ikamchomoka. Akashtuka. Hakutaka kushusha pumzi namna ile. Fauzia akacheka naye akajikuta akicheka pia.

Wanaweza kuendelea hivyo hivyo siku nzima, alisema.

Ndiyo, Karim akasema.

Kimya kifupi kikatanda kati yao. Wakatupiana macho huku mboni zao zikiambiana kuwa wangebaki peke yao kwa muda mfupi. Sekunde chache baadaye, Karim akamtazama Fauzia usoni, naye akimtazama pia.

Utakubali? Aliuliza, kwa tabasamu lililojaa ufahamu, akiwa na uhakika kwamba angekubali.

Nikikubali… alisema na kisha akasubiri kwa muda mrefu kabla ya kuendelea. Unajua nitakubali. Nikikubali … tutaishi wapi? Unaishi na kaka yako kwa sasa. Sisi tutaishi wapi?

Sisi tutakodisha fleti ghorofani. Tutatafuta moja pamoja, alisema. Ukitaka… ukikubali.

Alijibu kwa kutikisa kichwa. Mama yangu anataka kujua kama mama yako ameridhia.

Akatikisa kichwa kuafiki. Sidhani kama anajali sana. Nilizungumza naye kwenye simu na kumwambia kuhusu kuja leo. Unajua anaishi Dar es Salaam. Nilimwuliza kama anataka kuwa hapa na akasema ni hiari yetu na si yake. Yeye yupo hivyo, anasema hataki kuingilia kati. Ndivyo anavyopenda kujiona, lakini nadhani hajali kabisa. Ameridhika na maisha yake. Kwa hivyo nadhani unaweza kumwambia mama yako kwamba ametoa baraka zake. Kwa namna fulani. Mama yako ametupa baraka zake?

Ndiyo, Fauzia alisema. Ana hamu ya kumaliza kila kitu.

Karim akainuka kutoka kwenye kiti chake cha enzi na kwenda kwenye sofa. Akakaa kando ya Fauzia na kujisogeza mbele ili kumbusu, lakini wakati huohuo wakasikia sauti ya Mama akija na haraka akarudi kwenye kiti chake. Wakapeana tabasamu kwa kuponea chupuchupu na hivyo ndivyo mambo yalivyokuwa.

Kwa mfadhaiko wa mama yake na mashaka ya baba yake Fauzia alikataa kuruhusu mahari kupangwa. Hakuwa akinunuliwa, alisema, lakini alikubali ndoa kwa raha zake. Alijua kuwa Karim hangekuwa na pesa za mahari na angelazimika kutegemea ndugu, kaka yake Ali ambaye labda hakuwa na chochote cha ziada, au mama yake huko Dar es Salaam. Alisema hakuna mahari ili kupunguza matarajio, na kusema hataki mtu yeyote atumie gharama zisizo za lazima, ili kupunguza wajibu ambao wazazi wake wangehisi kuandaa sherehe kubwa kupindukia baada ya kupokea mahari. Mama yake aliogopa kwamba ingeweza kuonekana kuwa ni kiburi kuacha mila hiyo, kana kwamba wanasema kuwa walikuwa matajiri kiasi cha kutohitaji pesa, au kwamba pesa za bwana harusi hazikubaliki. Hasa kwa vile mahari yangekuwa ya akiba kubwa pindi ingetokea bahati mbaya yoyote. Ilikuwa ni upuuzi kusema alikuwa akinunuliwa.

Fauzia hakutarajia nuksi zozote zile na hakufikiri kwamba baba yake angeogopa kwamba watu wangesema kuwa wao ni matajiri sana hata hawakuwa na haja ya kupokea mahari. Duka la vifaa vya ujenzi la baba yake liliwapa riziki lakini si zaidi ya hapo. Hakuna mtu ambaye angekosea kwa kudhani kuwa wao ni tajiri. Hata hivyo, baba yake hakuona kuwa ni jambo la busara kukataa mahari, na kama ilikusudiwa kama ishara ya uhuru basi tendo hilo halikufikiriwa kwa undani na labda kukataa kulionyesha ubinafsi na kutojali. Alijua kuwa hizi zilikuwa nyakati tofauti, lakini je, walipaswa kuacha mbachao kwa msala upitao, yaani kuacha desturi zao, namna zao za kuishi? Ilikuwa kwenye ncha ya ulimi wa Fauzia kusema, kwa nini usiweke hizo pesa basi kama baba wengi wanavyofanya, lakini alijizuia kwa wakati. Alijua kwamba angemuumiza kama angalizungumza vile, tendo ambalo halikuwa kawaida yake alipoongea naye kawaida. Badala yake alinyamaza na kukataa kuingizwa kwenye mjadala. Baba yake alijirudi mapema, lakini ilichukua muda kwa mama yake kukata tamaa, na hata baada ya yote, hakupendezwa kabisa na hakuweza kuficha kuvunjwa moyo pale mtu alipomuuliza ukubwa wa mahari kama ilivyokuwa kawaida.

Fauzia hataki mahari, alimwambia aliyeuliza. Hataki ubadhirifu wowote. Anasema sivyo wafanyavyo wanawake wa kisasa. Sisi tumepitwa na wakati hata tunataka sherehe ya harusi kwa binti yetu.

Fauzia hakusema lolote kuhusu wanawake wa kisasa lakini alinyamaza ili kuleta amani.

Kukataliwa kwa mahari kulikuwa ni afueni kwa Karim, ambaye kwa hakika angalilazimika kukopa kutoka kwa kaka yake ili aweze kulipa. Mama yake alishajitolea mchango kutoka kwa Haji, lakini uamuzi wa Fauzia ulimaanisha kwamba yote hayo hayakuhitajika. Badala yake, Karim alitumia zawadi hiyo kutoka kwa Haji na mama yake kufulisha bangili, kishaufu na mkufu, na seti ya hereni kutoka kwa sonara aliyefua dhahabu jijini Dar es Salaam, lakini alificha kitendo hicho cha kishujaa kati yake na mama yake ambaye alimshirikisha kwa ajili ya utaalamu wake katika masuala ya vito. Ilipokuwa tayari, akaenda Dar es Salaam kuichukua, lakini hakusema lolote kuhusu hilo kwa Ali wala Jalila. Alihofia wangemdhania kuwa na moyo mwepesi au bumla kwa kuinunua wakati kwa bahati nzuri alikuwa ameondolewa mzigo wa mahari.

Alipokuwa Dar es Salaam alilala kwa mama yake na Haji. Ilimbidi avumilie dhihaka ya kawaida kutoka kwa Haji kuhusu chakula kinachofaa ili kujenga nguvu zake kwa ajili ya sikukuu yake, na kukataa tena na tena msaada wa pesa ili kumsaidia katika makazi yao mapya.

Hata bado hatujapata fleti, Karim alijitetea.

Tafuta moja na unijulishe jinsi ya kukusaidia, Haji alisema. Hakuna haja ya kuwa na majivuno hivyo.

Fleti ambayo Fauzia na Karim waliyoipata mwishoni ilikuwa na vyumba viwili vikubwa. Ilikuwa kwenye ghorofa ya juu ya nyumba kongwe ndefu karibu na shule yake. Ilikuwa na bafu lake. Ngazi za mwisho zilikuwa nyembamba na sakafu ya mbao haikuwa sawasawa katika sehemu nyingine, lakini vyumba vilikuwa wazi na vilijaa hewa na hivyo ndivyo walivyoweza kumudu. Haji aliwasaidia kwa kulipia amana. Walifanya haraka kuichukua kabla ya mtu yeyote kuwaambia haifai, wakajipa ahadi kwamba haingekuwa nyumba yao kwa muda mrefu.

Harusi yao ilikuwa ndogo, kama vile bibi na bwana harusi walivyotaka. Haikumfurahisha mama yake Fauzia, ambaye alisisitiza kuwa bila kujali mengine yatakayofanywa, walilazimika kuwa na karamu ya biriani kwa wageni. Haipendezi, alimwambia Musa. Inatufanya tuonekane kama mabahili.

Musa alikodisha nyumba shamba kwa siku hiyo. Alikodisha magari ya kubebea abiria ili kuwapeleka wageni kwenye nyumba hiyo iliyokuwa karibu na bahari, na kuwalipia wanamuziki kwa burudani ya kucheza. Gari nyingine ilileta biriani iliyotayarishwa mahsusi na mgahawa mmoja maarufu pamoja na kachumbari, saladi na mapochopocho, pia ilileta wafanyakazi na vifaa vinavyohitajika kuandaa chakula hicho. Mikeka na mazulia yalitawanywa katika ghorofa ya chini pamoja na roshani pana iliyotazamana na bahari. Maji ya mawardi yalinyunyizwa kwenye viganja na mikono ya waliyoinyoosha wakati vyetezo vikichoma manukato ya udi ulioenea kwenye vyumba. Wageni walikuwa wachache tu, kama maharusi walivyopendelea, lakini wingi wa chakula na umaridadi wa huduma vilimtumbuiza mama yake Fauzia na kumtoa wahka kwa kiasi fulani.

Musa aliugua ghafla siku chache baada ya harusi. Ilitokea msikitini, alipokuwa akishuka kwenye kusujudu katika rakaa ya tatu ya Sala ya Magharibi. Aliinama na kupiga goti huku akiguna na kuinama mbele ili kugusa sakafu kwa paji la uso wake, subhana rabiyala'ala, na kisha akakaa hivyo huku umati wote ukikaa kwa ajili ya kusoma atahiyatu. Kisha polepole akaangukia pembeni juu ya mapaja ya mtu aliyekuwa akisali kando yake. Naye akavunja sala yake na kwa mshituko uliojaa mshangao akamkumbatia kwa kuizungushia mikono yake kwenye kiwiliwili chake ili kuzuia kichwa chake kisigonge sakafu. Si kila mtu katika waswalihina aliona kuanguka kule, kwani sala ni wakati wa ushirika wa kina ambapo kila kitu hutengwa, lakini wale ambao waliona walimaliza sala haraka na kusema Assalam Aleykum wa rahmatu llah na huku wakiharakisha kumpa Musa msaada.

Fahamu ilimrudia baada ya dakika chache lakini alijikuta ameduwaa kupita kiasi. Mshtuko ulipoanza kupungua, mtu mmoja alitoka kwenda kuchukua gari na mwingine aliyemfahamu Musa aliongozana naye hadi hospitali na kukaa naye hadi alipoonwa na daktari, ambaye alimlaza mara moja kwa uchunguzi. Wakati huo huo, dereva wa gari alikwenda nyumbani kwa Musa kumwarifu Khadija na kumpeleka hospitalini. Alipofika, Musa alikuwa tayari yupo wodini, ametundikiwa dripu iliyopitisha dawa moja kwa moja kwenye mishipa yake ya damu kwa kupitia sindano aliyodungwa na kuwekewa mkononi mwake, tena alikuwa bado amechanganyikiwa sana. Alirudia maneno, sijui nini kilitokea, sijui nini kilitokea. Khadija akachukua kiti na kukaa kimya kando ya kitanda chake. Akauchomeka mkono wake kati ya mikono yake miwili akiwa kamshika na kuupapasa bila kusema neno lolote.

Aliachiliwa baada ya siku mbili, kwa msisitizo wa Dokta Khalid, ambaye Musa alishahudhuria kliniki yake hapo awali. Hospitali si mahala salama kuwepo ikiwa hakuna ulazima. Ilikuwa imejaa mno na wagonjwa walikuwa katika hatari ya kuambukizana magonjwa yao. Dokta Khalid alisoma maelezo yake na kuzungumza na daktari wa zamu. Musa alipatwa na kiharusi, lakini kutokana na matokeo ya vipimo vilivyofanywa na jinsi alivyokuwa na ufahamu, kiharusi kilichomkumba kilikuwa kidogo. Dokta Khalid alipendelea Musa arudi nyumbani na kuhudumiwa huko, ni salama zaidi. Pengine Musa alizidiwa na shughuli za harusi, ingawa labda haikuwa hivyo. Uwezekano mkubwa ni kwamba yaliyomkumba yalikuwa ni matokeo ya hali yake ya muda mrefu, hapakuwa na njia, ilibidi iwe vile. Sasa angewekwa kwenye utaratibu wa matibabu ili kumhadharisha, au kumweka salama iwezekanavyo. Yote tunamwachia Mwenyezi Mungu, Khadija aliongeza.

Khadija alifarijika kwamba Musa hakuwa hoi bin taaban. Aliweza kutembea taratibu, sauti yake ilikuwa nzito lakini aliweza kuongea, aliweza kula kiasi kidogo na chakula kilikaa tumboni mwake. Aliweza kujikosha. Alifanya mambo hayo yote kwa shida, na wakati mwingine, Khadija alimsaidia ili tu kumpunguzia bughudha. Dokta Khalid alisema kuwa, muda ulivyoenda, ndivyo Musa angeweza kufanya shughuli zote zile vizuri zaidi. Khadija alishtuka pale Musa alipotaka kurejea dukani baada ya siku chache nyumbani, lakini Dokta Khalid akasema hapana, bado, mwache msaidizi wako aliangalie duka kwa muda, na Musa hakuwa na njia ila kutii amri.

14

Hakuweza kwenda kwenye harusi ya Karim kwa sababu ilimbidi abaki ili kumwangalia Ami Othman. Bibie na Haji walikwenda na kukaa usiku mmoja halafu wakarudi kwa ndege ya mapema siku iliyofuata. Badar alifikiria kwamba bibi-harusi, ambaye alikuwa bado hajakutana naye, angekuwa na tabasamu na furaha tele, kama vile ambavyo angekuwa bwana harusi, na kwamba wote wawili wangependeza ajabu. Ingawa alikuwa na hakika kwamba, bila hata ya kujitahidi, Bibie angekuwa mwanamke khalat kuliko wote huko.

Miaka miwili hivi baada ya harusi hiyo, Bibie na Haji walienda kwenye harusi nyingine, safari hii Arusha, milimani huko. Kwa mara nyingine tena walimwacha Badar aiangalie nyumba na Ami Othman, lakini safari hii walipanga kukaa kwa siku kadhaa. Waliondoka kwa teksi kuelekea uwanja wa ndege, na baada ya kuwaaga, Badar akaenda kumwandalia Ami Othman chakula cha mchana.

Katika miezi ya hivi karibuni imeonekana wazi kuwa Ami Othman amedhoofika. Amezidi kuwa mnyonge na kujitenga na wengine, kutoka nyumbani imekuwa shida isipokuwa kwa matembezi kabla ya sala ya magharibi hapo msikitini. Hakuonekana kuzungumza na watu, hata Haji au Bibie. Badar hakuwa na uhakika ni nini kilitokea kumfanya ajiondoe mbali na wengine kwa jinsi alivyofanya. Tena alijiweka mbali hata na redio yake kipenzi. Alizidi kuonekana kama mtu aliyesinzia au aliyeduwaa. Juma alipokuja zile siku zake za kulima bustani, aliweza kumshawishi mzee yule atoke bustanini kwa muda fulani na ilionekana kwamba ni yeye tu aliyemweza.

Wakati huo, Badar alikuwa na uwezo wa kuitazama nyumba na hakuwa na wasiwasi hasa alipoachwa peke yake kumtazama yule kikongwe. Kwa namna fulani, ule ukimya ulikuwa jambo jema, bora kuliko kuitwa shingo upande na miguno na kufyonza kulikofanywa awali, ingawa Badar bado alijaribu kujiweka mbali naye.

Badar alikuwa mpishi mahsusi aliyefanya kazi pembezoni mwa Bibie, wakati mwingine akifanya shughuli zote na Bibie kutofanya chochote. Alipika milo ya kila siku pale nyumbani, wali na tambi na mchuzi na samaki na mkate wa ufuta, ingawa Bibie bado alipika vile vyakula vilivyokuwa na shughuli mno. Alipika mikate ya kila namna, chapati zilizonyofoka kwa ulaini, chila na hata boflo iliyookwa kutumia vikopo maalumu. Alipopata msisimko wa kupika au alipotayarisha vyakula mahsusi alitengeneza pia kaimati, faluda, keki ya matunda, katlesi za Samaki, sambusa. Ilipohitajika au alipopata hamu, aliweza kutayarisha karamu kabambe.

Ladha za vyakula alivyopenda Ami Othman hazikutatiza, na Badar alikuwa na utaalamu tosha wa kuvipika. Hakula nyama, hakupenda vyakula vya kukaangwa na hakutaka kusikia kuhusu mikate ya aina yoyote. Kwa chakula cha mchana alikula wali kidogo na labda kitoweo cha maharagwe au minofu ya sangara iliyopikwa kwa tangawizi nzima na vipande vyembamba vya embe mbichi, vyote vikiwa vimechemshwa kwa maji kiduchu. Au kama alitamani kitu tofauti alikula wali wake na kipande cha papa mkavu kilichochomwa kwenye kikaango au kilichopikwa ndani ya mchuzi chukuchuku wenye nyanya. Chakula chake cha mchana kiliambatana na saladi ya majani machungu ya figili. Kwa chakula cha jioni alikula kipande cha tikiti au boga lililochemshwa na kunyunyiziwa lozi zilizopondwa, au ndizi ya kuoka na mchuzi mwepesi wa nazi, ulioshushiwa kwa bilauri ya maji. Wakati mwingine hakujisumbua na chakula cha jioni.

Alishaacha kwenda mgahawani kupata kifungua kinywa chake pamoja na rafiki zake. Hakula kifungua kinywa kabisa ila kikombe cha kahawa tu. Redio haikuwashwa tena jioni na hakukuwa na mkusanyiko wa majirani na marafiki waliojadili hali ya dunia, ni Haji tu aliyezungumza wakati Ami Othman akiwa katulia kwenye ukimya mkuu, sauti ya mwanawe ikimzunguka na kumzonga. Ilionekana kama vile Haji hakutambua hali ile na aliendelea kuzungumza. Wakati mwingine mzee aliitikia kwa kichwa au kutabasamu.

Tabasamu lake, pale lilipojitokeza, lilikuwa fupi na lisilotarajiwa. Baada ya muda alianza kusinzia na Haji angemsogeza kitandani.

Alipokabiliana na Ami Othman, Badar alitazama chini au alitazama begani mwake. Alijifunza kufanya hivyo mapema kabisa alipowasili pale, macho yao yalipogongana kwa bahati mbaya na akaona kile kilichoonekana kuwa chuki kubwa machoni mwa Ami Othman. Hakumsemesha isipokuwa pale alipohitaji kumjibu, na ilipobidi kumsemesha, alitumia sentensi kamili. Ni sawa, Badar alijiwazia, nitazame kama kinyesi cha ng'ombe, mimi ni mtumwa wako. Hicho ndicho kilichokuwa kikomo cha uasi wake. Hivyo ndivyo, kwa miaka mingi, alivyomzoea Ami Othman, kwa kufuta uwepo wake mwenyewe mbele yake na kuwa mtumwa bubu mwenye unyenyekevu. Mkusanyiko wa seli mwilini mwake ulijifunza kumeza na kumezea wito na kufukuzwa kwa ghafla pamoja na miguno iliyojaa dharau.

Kwa vile Haji na Bibie hawakuwapo, Ami Othman alikula sebuleni kwake. Alipokuwa akinywa kahawa yake ya asubuhi, Badar alisafisha chumba chake. Ami Othman alikaa ukumbini, chumba cha kuwakaribisha wageni, nyakati za asubuhi huku akisinzia au akiutazama ulimwengu kama aliyepigwa bumbuazi. Alirudi chumbani kwake mchana na kujipumzisha tena hadi jioni, ambapo alitoka na kunyoosha miguu kidogo hadi msikitini. Badar alihakikisha amekaa ambapo angeweza kumsikia pale mzee alipokuwa nyumbani na alihakikisha chupa ya kahawa imejaa na ipo kando yake. Inawezekana alikuwa akinywa kahawa nyingi kuliko inavyofaa kwake.

Basi ikawa kwamba siku chache za mwanzo wakati Bibie na Haji walipokuwa harusini Arusha, Badar alifanya kazi zake kama kawaida. Alisafisha chumba cha bwana mzee kama alivyo miaka yote. Alifua nguo Ami Othman alizozitoa ili zifuliwe, na siku za hivi karibuni nguo hizo zilijumuisha mashuka yaliyochafuka kwa sababu wakati mwingine alijikojolea usingizini. Hakusema lolote kuhusu shuka hizo kwa Badar ambaye alizichukua na kuziosha. Mara ya kwanza ilipotokea, Badar alimwambia Bibie, na baadaye asubuhi hiyo Haji alileta nyumbani shuka iliyozuia maji ili kufunikia godoro. Ami Othman hakusema lolote kuhusu jambo hilo pia.

Badar alitayarisha chakula cha mchana cha bwana yule mzee na kuendelea na kazi zake nyingine, au mchana alienda kukutana na vijana wengine aliopatana nao, au alikaa chumbani kwake na riwaya moja ya upelelezi kwani alizipenda tangu Karim alipompa moja miaka mingi iliyopita. Baadaye alitayarisha sinia la chakula cha jioni kwa yule bwana mzee, na muda ulipowadia, alimwacha na ukimya wake na kujiendea zake chumbani kwake kule uani. Kamwe Ami Othman hakusahau kufunga mlango wa nyuma kwa komeo.

Wazo la kumwita Ami lilimsumbua Badar ingawa alifahamu kuwa cheo hicho kilikuwa cha heshima tu. Kabla ya jina binafsi kutajwa kila mtu alipewa cheo cha Ami au Mjomba au Ankal au Baba mkubwa au Baba mdogo, na si kwamba Badar alimaanisha chochote kibaya lakini hakuweza kukubali fikra ya mzee yule kuwa na cheo cha ujomba. Akilini mwake alimwita Babu Mzee, yaani kikongwe. Alihisi tishio fulani kutoka kwa Ami Othman na hakujua ni kwa nini mzee yule alikuwa mkali namna ile kwake. Alijiuliza kama kulikuwa na huzuni fulani ambayo haikuwa na uhusiano wowote naye. Baada ya kupata wazo hilo, hakuweza kulisahau tena. Akaamini kuwa ile hali ya ukimya aliyoibeba Babu Mzee ilikuwa ni kutoridhika na pengine huzuni iliyotokana na kupoteza kitu muhimu.

Juma alifika siku yake ya kufanya kazi bustanini, akatambua kuwa Bibie na Haji hawakuwapo, alimtazama Badar lakini hakusema chochote pale pale, alikuwa na sura iliyojaa udadisi au pengine wasiwasi kidogo.

Mambo yanaendaje? Juma aliuliza huku akielekeza kidevu chake kwenye nyumba, ndipo Badar akaelewa kuwa alimaanisha mambo yalikuwaje na Ami Othman.

Naendelea poa tu, Badar alisema, huku akijaribu kupuuza swali. Hajishughulishi nami. Ninafanya anachotaka na hajui kwamba nipo.

Juma alitabasamu kwa huruma. Bila shaka anajua uko hapo, alisema.

Baada ya muda kidogo Juma aliingia ndani ya nyumba kumsalimia bwana mzee kama alivyozoea kufanya siku zote. Baadaye asubuhi ile, Juma alipoamua kuwa muda wa kupumzika uliwadia, alimwita Badar akae naye kwenye kivuli cha ukuta wa bustani huku akivuta sigara. Siku zote ni mkali kwako, alimwambia Badar, akielekeza uso wake pale nyumbani.

Ami Othman? Badar aliuliza. Amekuwa hivyo wakati wote, kama unavyojua. Maneno makali, ukorofi wa ghafla, hasemi nami vinginevyo. Sijui kwanini yuko hivyo, labda ni mtu mwenye hasira tu. Labda yuko hivyo na watu wote wanaomfanyia kazi, isipokuwa wewe. Umemjua tangu zamani, lazima unafahamu.

Juma alikaa kimya huku akionekena kuwa na mawazo, Badar akamwacha na fikra yake. Baada ya muda Juma akasema: Nilianza kumfanyia kazi nilipokuwa mdogo kama wewe.

Baada ya hapo, alinyamaza tena, akipanga na kupangua kumbukumbu zake akilini. Kisha akasema: Alikuwa kijana enzi hizo, hata hakufika miaka thelathini, alikuwa ndiyo kwanza kaoa na anaanzisha shamba lake. Ilikuwa ni ardhi ambayo baba yake alimnunulia. Baba yake alikuwa tajiri, si tajiri kama baadhi ya mabwana hawa wa Kihindi lakini tajiri wa kutosha. Ardhi yenyewe ilikuwa barabara ya kuelekea Morogoro, mbele kidogo tu ya Chalinze. Baba yangu alinipeleka kwake kwa sababu kuna mtu aliyemfahamu ambaye alifanya kazi huko. Alifanya kilimo cha mchanganyiko na alikuwa na ari na ujana na mipango mingi, kutwa akikunja uso, akiwa na wasiwasi wa pesa, nadhani. Hivyo ndivyo inavyokuwa watu wakiwa na pesa, hujawa wasiwasi kuhusu pesa kila wakati. Alikuwa mtu mdogo, kama unavyomwona sasa, lakini alijaa nguvu. Kutwa nzima, akienda kutoka kitu kimoja hadi kingine, kavaa kaptura na buti kama wale watu wa serikali ya Kiingereza tuliokuwa nao siku hizo, akiharakisha kutoka jambo hili hadi jambo lile kana kwamba hakukuwa na uwezekano wa kusubiri. Kama alihisi mtu anafanya kazi polepole, basi alikosa subira, ndiyo ghafla alikuwa mkorofi. Alifuga ng'ombe na kuku na kuuza mayai na alipanda mananasi na alilima bustani za mboga ambazo aliuza sokoni. Ulikuwa ufugaji wa kuku ulioleta pesa, hasa mayai ingawa nyama pia. Sikuhusika kabisa na kero ya kazi hiyo. Mimi nilikuwa kwenye bustani ya mazao yaliyopelekwa sokoni, nyanya, matango, biringanya, mchicha. Nilipoanza huko, lazima msimamizi wa kazi alifikiri hiyo ndiyo kazi iliyonifaa zaidi kwa sababu nilikuwa mdogo lakini nilibaki katika ajira hiyo maisha yangu yote. Kila asubuhi, lori zilizojaa mayai na kuku na mboga mboga na matunda zilielekea Dar es Salaam. Kila asubuhi kabla hata ya mwanga kuchomoza! Hapana, hakuwa na hasira sana wakati huo, yaani, haikuzidi ile ya watu wengine wote wanaotaka kupata pesa haraka. Sisemi kwamba alikuwa mtu wa kucheka, mchangamfu, hapana, lakini hakuwa na kinyongo.

Nini kilitokea basi..? Badar Alianza kumwuliza Juma, naye akamkata maneno.

Usiwe na papara, akasema. Mengi yalitokea. Hivyo ndivyo maisha yalivyo, mengi hutokea. Basi, kwanza huyu bwana mdogo alikuja, Haji wetu. Nakumbuka alipozaliwa. Ilibidi wamsubirie. Nilikuwa pale kwa miaka tisa au kumi kabla ya kufika kwake. Bwana na mkewe walikwenda kuhiji, na waliporudi wakajaaliwa mtoto wa kiume, ndipo walipomwita Haji. Alikuwa mwenye furaha, ndiyo. Ilikuwa inakaribia miaka ya uhuru na kila kitu kilisisimua, fursa zilikuwa nyingi, mipango pia mingi. Ndiyo, alikuwa mwenye furaha enzi hizo, hakuwa kama Haji alivyo sasa, mwenye kujaa vicheko, lakini alikuwa na furaha. Alicheka enzi hizo, si mara kwa mara, lakini alicheka.

Je, Haji alikuwa na kaka yeyote? Badar aliuliza pale Juma alipoonekana kuzama ndani ya wakati uliopita. Mara nyingi alitaka kuuliza hivyo kwa sababu mzee huyo alionekana kuwa jamaa pekee wa Haji.

Hapana, alikuwa na dada, Juma alisema. Aliaga dunia alipokuwa msichana mdogo. Alipata homa; sijui ilikuwa nini hasa. Tunasema yalikuwa mapenzi ya Mungu tu, huwezi kubishana na hilo. Ilikuwa ni wakati huo, labda, ambapo Bwana Othman alianza kuhisi uzito wa maisha, wakati binti yake mdogo alipopata homa na kufariki. Basi, kama ilikuwa wakati huo au la, homa ilimchukua yule mtoto wa kike mdogo, jina lake lilikuwa Saada, Mwenyezi Mungu airehemu roho yake. Homa pia ilimkumba mama yake lakini akapona, au niseme aliishi lakini hakuwa mzima. Alijaribu sana, Bi Mkubwa, hivyo ndivyo alivyofanya kila wakati, alijitahidi. Kwa kweli yeye ndiye aliyekuwa mwanandoa bora kati yao, sote tulipenda kusema hilo.

Juma alitulia kwa muda mrefu hata Badar akaanza kufikiri kwamba ingebidi asubiri siku nyingine ili kusikia sehemu nyingine ya simulizi, lakini akaanza tena.

Wale wawili, Bwana Othman na Bi Mkubwa, unapowaona tu pamoja unayaona mapenzi yao, yaani yalionekana wazi, lakini pia uliweza kuona huzuni iliyomjia Bi Mkubwa maishani mwake. Hakuwa na nguvu tena. Kila kitu kiligeuka kuwa mapambano. Yote hayo tulihadithiwa na mwanamke aliyeenda nyumbani kwao kumtunza Bi Mkubwa. Yeye ndiye aliyetuambia jinsi Bi Mkubwa alivyokuwa, kwa sababu bwana hakusema chochote hata kama ungeulizia afya ya Bi Mkubwa wetu. Alisema tu, anazidi kupata shifaa. Bi Mkubwa alipotoka nje tena, alionekana kazeeka kwa ghafla sana. Alikaa kwa miaka mingi, labda saba, lakini afya yake ilishapotea, ilikuwa ile homa, au labda ilikuwa roho yake, moyo wake ulivunjika. Maradhi yake yalipunguza kasi ya bwana mzee pia. Bado alikuwa mchapa kazi, akipanga na kuelekeza, lakini kule kwenda huku na huko iliambatana na kukunjwa kwa uso na hasira mbaya.

Macho ya Juma yakazunguka bustani kama vile alikuwa akitafuta kitu kawaida tu, halafu akimtazama Badar ili kuona jinsi alivyoyachukulia maneno yake. Bado Badar hakusema neno. Alizoea kusikiliza alipokuwa na Juma. Halafu Juma akasema : Mwishowe akauza shamba. Baada ya Bi Mkubwa kufariki akauza shamba na kuhamia hapa na mwanawe.

Kwa nini alifanya hivyo? Badar aliuliza.

Juma alinyanyua mabega na kuyashusha. Ungemwuliza Haji, alisema. Labda alichoka, labda alikuwa na sababu zake nyingine. Mwulize Haji, ataweza kukuambia.

Kwa nini aniambie? Badar aliuliza.

Wewe mwulize tu, Juma alisema. Anajua.

Wewe unajua? Badar aliuliza, akivutiwa na hali ya Juma ya kutotaka kusema. Kwa kawaida Juma alipenda sana umbea na kuuelezea vizuri.

Juma alishusha na kupandisha mabega. Mwulize, alisema tena.

Walitulia katika hali hiyo kwa muda, wakaegemea kwenye ukuta wa nyumba ya nje, wakaepuka kutazamana machoni. Badar alihisi kuwa Juma alijaribu kumwambia kitu lakini yeye hakuelewa kilikuwa kitu gani.

Hatimaye Juma akasema, Kwa vyovyote vile, hivyo ndivyo mambo yalivyokuwa, na ndivyo Bwana alivyokuwa alipokuwa kijana, lakini maisha yalimbadilisha na kumfanya awe na uchungu kama alivyo sasa. Mambo yamekuwa rahisi kidogo kwa kuishi na mwanawe hapa katika nyumba hii. Ana hasira lakini hakimbilii kazi na pesa tena, jambo ambalo ni zuri kwa roho ya mwanadamu.

Ninaona hivyo, alisema Badar. Mara nyingi hunyamaza, hata akiwa na Haji na bibie. Hawakasirikii sana kama anavyonikasirikia mimi. Nadhani hanipendi tu.

Ndiyo, lakini hiyo ni bahati yako, Juma alisema. Si kosa lako.

Badar aliwaza kwa muda. Unamaanisha kuwa unafahamu kwa nini hanipendi? Aliuliza.

Juma akachekelea. Sijasema hakupendi, akasema. Wewe ndiye uliyesema hivyo.

Badar akatafakari zaidi, akapitia yale aliyoambiwa na Juma, akijaribu kuchunguza ni wapi na juu ya nini kumbukumbu yake ilikwama, akajaribu kukisia ni mchezo gani ulikuwa ukichezwa, ni kitu gani alichojaribu kumwambia. Kwa nini unasema ni bahati yangu kwamba hanipendi?

Ninamaanisha kuwa hujafanya chochote cha kustahili hiyo chuki. Unafanana na mtu ambaye hampendi, Juma alisema, bado akitabasamu.

Baada ya ukimya wa muda fulani, Badar akauliza swali ambalo lilikuwa likizunguka akilini mwake kwa muda, lilitokana na mambo ambayo Juma alimwambia kabla ya hapo : Ulimfahamu baba yangu?

Juma alicheka kisha akashusha pumzi. Ndiyo, nilimjua baba yako, kama alivyomjua huyo Bwana humo ndani. Waachilie mbali hao watu waliojaa wasiwasi. Fungua macho yako wazi na funga mdomo wako. Hapa si mahali pazuri kwako kuwa.

Badar bado hakuwa na uhakika wa kile ambacho Juma alikuwa akimwambia, kile alichokuwa akimwonya. Alikaa kwa muda mrefu zaidi, akiwa ameegemea ukuta wa bustani, fikra zake kwa kile kizee kilichokuwa na kinyongo.

Hutaniambia unamaanisha nini? Badar aliuliza.

Mwulize Haji, Juma alisema kwa ukaidi. Atakuambia.

Angezungumza na Haji pale atakaporudi. Au ilikuwa bora kuwacha kila kitu kifunikwe na ukimya, kukubali aliposhindwa na kunyamaa. Baadaye jioni ile, alipokuwa katika kiza chumbani kwake kule uani, alimfikiria baba yake, baba yake mzazi, baba yake ambaye hakuwapo, na akawa na njozi za kurudi kwake. Kwa sababu ambayo hakuielewa, kutokuwepo kwa Haji na Bibie kulimfanya ahisi kuwepo kwa baba yake zaidi ya kawaida. Jambo gani lilimtokea? Ilikuwa bora kutouliza. Mama yake ambaye hakuwa mama yake aliweka wazi kwamba alikuwa mtu wa matatizo. Hakutaka kusikia mambo hayo tena.

Jumanne iliyofuata, Badar alimpikia Ami Othman wali na minofu ya sangara kwa chakula cha mchana, ilikuwa jinsi alivyopenda, chukuchuku na vipande vya embe mbichi. Badar alipokuja kutoa sahani, akakuta Ami Othman alikigusa gusa tu chakula. Badar alisafisha jiko na kurudi chumbani kwake. Ilipofika alasiri alimsikia Ami Othman akiondoka nyumbani kwa matembezi yake ya kikaidi ambapo alikwenda taratibu. Alirudi nyumbani baada ya sala ya magharibi, na Badar akampelekea pale sebuleni sinia ya ndizi zilizopikwa kwa mchuzi wa nazi. Alipokuwa akipita, aligundua kwamba mlango wa mbele ulikuwa tayari umefungwa kwa komeo wakati kwa kawaida ulifungwa pale mzee alipokuwa tayari kulala. Yeye akakisia kuwa ilikuwa kijitabia kipya, au labda ilitokana na wasiwasi kwani alikuwa peke yake ndani ya nyumba. Badar akaweka sinia kwenye meza iliyokuwa ukingoni bila ya kutamka neno lolote, akasubiri kidogo kuona kama kulikuwa na maelekezo halafu akarudi zake. Hata kwa macho yake yaliyotazama chini, alihisi mguno ambao ulielekea kufika kileleni.

Aliporudi baada ya muda kidogo akiwa na chupa ya kahawa, aliona Ami Othman alidonoadonoa tu chakula. Akaanza kuiweka chupa kando ya sinia la chakula cha jioni Ami Othman alipongu-ruma kwa hasira.

Toa, alisema kwa sauti ya mngurumo huku akipiga mkono wake juu ya sinia la chakula cha jioni kwa hasira.

Badar alitazama mbele na kukumbana na macho ya yule mzee yaliyojaa hamaki, na kwa muda kidogo alipata hamu ya kufanya utundu. Nikuletee kitu kingine? Aliuliza kwa sauti ya kitoto iliyojaa furaha.

Hapana, Ami Othman alisema, huku akipigapiga mkono wake kwa ghadhabu.

Mambo gani tena haya, Badar alijiambia kwa kelele aliporudi jikoni. Alipokuwa akiweka ndizi kwenye friji, akasikia mlango wa nyuma ukifungwa kwa komeo pia. Akaenda zake chumbani kwake huku akiwa na wasiwasi kidogo kuhusu maana hasa ya vitendo vilivyoendelea, lakini akatulizwa moyo kwa fikra ya kuwa Bibie na Haji walitegemewa kurudi siku iliyofuata.

Halafu kila kitu kikatokea kwa wakati mmoja.

Asubuhi, mlango wa nyuma ulikuwa bado umefungwa kwa komeo. Badar akagonga ili afunguliwe, lakini hakukuwa na jibu. Wazo lake la kwanza lilikuwa kitu kilimtokea mzee, au labda alikuwa bado kalala, jambo ambalo halikuwa la kawaida kwake kabisa. Bibie na Haji walitegemewa kabla ya chakula cha mchana, na yeye alihitaji kwenda soko la Samaki, lakini ufunguo wa lango la bustani ulikuwa katika mlango wa nyuma, kwa ndani, sehemu ambapo daima uliwekwa. Mwishoni akapanda ukuta wa bustani na kuruka katika sehemu ya kuegeshea gari halafu akaenda zake sokoni. Akarudi na changu wekundu walioning'inizwa kwenye kamba ambao walikuwa samaki kipenzi wa Haji. Mlango wa mbele ulikuwa bado umefungwa kwa hivyo ilimbidi kupanda juu ya paa sehemu ya kuegeshea gari na kutambaa hadi kufika kwenye ukuta wa bustani kabla ya kuruka chini tena. Hakujua ni nini kilikuwa kikiendelea lakini aliona bora aendelee zake na upishi tu.

Alipokuwa akisafisha na kuwapaka viungo samaki, alimsikia Ami Othman akifungua mlango wa mbele, lakini mlango wa nyuma ulibaki umefungwa. Alipomaliza maandalizi yake ya chakula aligonga tena mlango wa nyuma akidhani angaliweza kufanya usafi wa mwisho mwisho wa chumba cha Bibie na Haji kilichokuwa ghorofa ya juu, lakini bado mlango uliendelea kuwa umefungwa. Kwa hivyo kwa mara nyingine tena alikwea juu ya ukuta wa bustani na sehemu ya kuegeshea gari, na tena akaujaribu mlango wa mbele lakini bado ulikuwa umefungwa. Akasimama kwenye kivuli cha eneo la kuegeshea gari, sasa akiwa amechanganyikiwa kabisa kuhusu kilichokuwa kikiendelea. Akaamua kusubiri Bibie na Haji warejee. Alipata hisia mbaya kwamba kile kilichokuwa kikiendelea kilimhusu yeye.

Bila shaka Ami Othman alikuwa akichungulia kutokea pale sebuleni kwa sababu teksi ilipokuwa ikiingia tu mbele ya nyumba, alifungua mlango wa mbele. Badar alisogea kutoka kwenye sehemu ya kuegeshea gari ili kuwasalimia Bibie na Haji walioonekana kuchoka. Bibie alimtazama huku akionyesha uso uliojaa maswali, kwa hivyo labda mkanganyiko wa matukio ya asubuhi ile ulikuwa dhahiri usoni mwa Badar na kumfanya Bibie apate sintofahamu. Au labda alikuwa akijiuliza kama kila kitu kilienda salama wakati wao hawakuwapo, Badar aliwaza. Alimpa tabasamu ili kumtuliza na akachukua mizigo yao kwenda ghorofa ya juu. Baada ya hapo akashuka ghorofa ya chini, akafungua mlango wa nyuma na kurudi jikoni kumalizia kupika na kusubiri maelekezo ya kuwatengea chakula. Ulipita muda mrefu kabla ya Bibie kutoka nje na kumwambia kuwa angetenga chakula yeye mwenyewe.

Hebu nikusaidie, Badar alisema.

Hapana, wewe kaa kitako hapa, Bibie alisema huku akionyesha ukali ambao haukuwa kawaida yake.

Badar alimtazama akiingia na kutoka huku akiwa na sinia za chakula na akionekana sura imemshuka kwa wahka fulani. Wewe kaa hapa nje, akasema tena huku akichukua bakuli la majani ya figili, lakini safari hii alisema kwa upole.

Alisubiri vyombo virudi nje huku tumbo likiwa joto kwa roho kumwenda mbio kwa kuchanganyikiwa na kujawa wasiwasi fulani. Ni lazima ilihusu jambo fulani ambalo alilifanya. Je, alifanya nini kumkasirisha Babu Mzee? Akaziwaza siku chache zilizopita lakini hakuweza kukumbuka kitu chochote ambacho hakikuwa cha kawaida kilichotokea na kuweza kuleta rapsha kama ile. Je! Ilihusu chakula cha mchana alichopika siku iliyopita? Je, sangara hakupikwa ipasavyo? Yule mzee aligusa gusa tu.

Baada ya muda Bibie alitoa vyombo na kumwacha aweke mabaki pembeni kisha aoshe vyombo. Badar alipomaliza alifuta meza za makabati ya jikoni na kufunga mlango. Hapo ndipo Haji alipotoka nje. Lazima alikuwa akisubiri. Badar hakumwona tangu alipowasili pale awali na alipigwa na butwaa kwa kuuona uso wake ukiwa umekunjamana, tofauti kabisa na kawaida yake ya kuwa mropokaji machachari. Haji alinyooshea kidole chumba cha Badar na kumfuata humo.

Sasa Badar alikuwa na kitanda cha vono kilichokuwa na springi na fremu ya chuma. Pia alikuwa na chandarua, na meza ndogo na kiti pamoja na mkeka sakafuni. Alifungua dirisha lililokuwa ukuta wa nyuma ili mwanga uingie. Haji akakaa kwenye kasha la mbao na kunyooshea kidole kiti kilichokuwa kando ya meza. Wasiwasi ulimjaa Badar aliyekaa chini huku akitarajia tuhuma ambazo zingemkumba.

Haji akahema. Ni kuhusu bidhaa za vyakula vya kila siku akasema na kusubiri. Halafu: Umekuwa ukiiba bidhaa za vyakula vya nyumbani.

15

Saada alikuwa dada mdogo mrembo, dada aliyemchangamsha kila mtu kwa maneno yake. Hilo halikuwa lengo lake lakini alikuwa mwenye werevu kupita umri wake katika udogo aliokuwa nao hata watu hawakuweza kujizuia kucheka pale binti mdogo kama yule alipotamka jambo lililoonekana kuwa la kiutu uzima.

Alikuwa na umri wa miaka sita Haji alipopelekwa shule ya bweni huko Morogoro. Walilazimika kumpeleka huko. Hakukuwa na shule ya sekondari karibu nao, na Morogoro ilikuwa mbali mno kwa mtu kwenda na kurudi kila siku. Hakufikiri walitaka aende shule ya mbali, lakini yeye alitamani sana kwenda. Wakati ulipowadia, hawakuwa na jinsi, waliweka imani yao katika yale ambayo wao walinyimwa. Walitaka asome na awe huru, achonge njia yake mwenyewe maishani. Hivyo ndivyo mama yake alivyosema, hilo ndilo mama yake alilomtamania. Baba yake alicheka na kusema,

Haya, mwache aende shule, labda atakuwa mkulima stadi mwenye hekima zaidi. Alikuwa na matumaini makubwa kwamba mwanawe angeendelea kulishughulikia shamba lile.

Makazi ya shule yalikuwa yamejaa kupita kiasi. Wanafunzi walitoka mbali na walilala kwenye vitanda vya ghorofa, mmoja juu mwingine chini, kwenye mabweni marefu. Chakula hakikuwa na ladha na si wakati wote kilitosha. Hata hivyo kulikuwa na utaratibu, na wavulana wote walikuwa na hamu ya kupata kile walichopewa.

Hata hivyo, wakati Haji alipokuwa shuleni, homa ilimkumba mama yake na dada yake mdogo. Walimwita nyumbani, lakini Saada alishaaga dunia yeye alipofika. Aliwahi maziko. Angalau aliambulia hilo, alishuhudia na kushiriki katika huzuni ya mama yake na baba yake, hilo halikuwa dogo. Alikuwepo kwenye kisomo na du'a. Baadaye aliporudi nyumbani wakati wa likizo ya shule, alikuta kwamba homa ilimrudia na kumpiga mama yake tena. Alikuwa mgonjwa sana, kakondeana mno, dhaifu mno, mwenye huzuni mno. Mara nyingi sasa hakuweza hata kutoka nje ya nyumba.

Safari ya pili aliporudi nyumbani kutoka shuleni, mwishoni mwa mwaka, alimkuta Ismail amekuja kuishi pale shambani. Haji hakuwahi kukutana naye awali ya hapo, lakini baba yake alimweleza kuwa walikuwa jamaa. Ismail alikuwa mtoto wa mjomba mmoja wa mbali ambaye sasa alishafariki. Alikuwa mkubwa kwa Ali kwa takriban miaka miwili, ingawa kuzaliwa kwake hakukusajiliwa kwa hivyo umri wake halisi ulikuwa wa kubahatisha. Alionekana kama mwenye umri wa miaka kumi na sita au kumi na saba, mkuza na mwenye nguvu sana kulinganisha na Haji. Alionekana kana kwamba tayari alishaonja maisha kidogo, na tabasamu lake lilionyesha ugumu aliowahi kupitia maishani, pia lilikuwa na sura ya kubeza.

Mwanzoni alikuwa kimya, na ilikuwa vigumu kujua kama hiyo tabia ilitokana na kuwa mwangalifu mwenye kuficha siri au labda ilikuwa ishara ya heshima kwa mtoto wa bwana, lakini Haji hakusita. Alimpenda Ismail kama kaka, akiketi naye wakati hakuwa na kazi au kumtembelea katika chumba kimojawapo kilichokuwa kwenye ghala ambamo alilala. Ismail hakuwahi kwenda shule na hakujua kusoma wala kuandika. Labda hilo ndilo lililomfanya awe mkali na mwenye hasira, kama mbinu ya kujitetea dhidi ya kupuuzwa, au labda hiyo ilikuwa hulka yake tu. Haji hakujali yote hayo na alizidi kumfuata Ismail, liwalo na liwe. Kwa muda mfupi ambao alikuwa nyumbani wakati wa likizo, akawa redio kifua, yaani mtoa taarifa wa Ismail kuhusu makuu yaliyotokea ulimwenguni. Angalau hivyo ndivyo Ismail alivyomfanya ahisi. Japan iko wapi? Ismail alimwuliza Haji baada ya kuonyeshwa palipoandikwa *Made in Japan* kwenye upanga aliokuwa akiutumia kusafisha njia waliyoipitia. Haji hakuijua sana Japan lakini alijua mahali ilipo kwenye ramani. Waliporudi nyumbani pale shambani, akatoa atlasi yake na kumwonyesha Ismail Japani na Siberia na Kalifornia na sehemu zote zile ambazo hazikuwa za kawaida duniani. Pia akamweleza kuhusu kalenda ya wanawake warembo wa Kijapani iliyokuwa kwa kinyozi kule Morogoro. Ilikuwa ya mwaka 1977 na imekuwa ikining'inia kwenye ukuta wa duka la kinyozi kwa zaidi ya muongo mmoja. Kinyozi huyo alizipenda mno picha za wanawake hao hata hakuwaruhusu wateja wake kuzigusa maana wangezifanya karatasi zake kukwaruzika. Alibadilisha ukurasa kila mwezi.

Baada ya hapo atlasi ikawa ndicho chanzo cha mtiririko wa simulizi za hadithi na mafunzo ambayo hayakuwa na kikomo kutoka kwa Haji. Alimwonyesha Ismail maporomoko ya maji ya mto Nile, Delta ya Amazoni na safu ya milima ya Sahyadri, akinukuu chochote alichoweza kukumbuka ambacho mwalimu wake wa Jiografia alisema.

Kwa nini bahari zina rangi tofauti? Ismail aliuliza.

Sehemu hizo nyeupe ni bahari zilizoganda, majabali ya barafu yaliyochimba kwenda chini kwa maili kadhaa, Haji alisema. Kijani hapa imekoza ili kuonyesha kuwa maji yana kina kirefu zaidi. Katika maeneo mengine, kina ni kirefu sana hata hakuna mtu aliyewahi kuona chini huko, hata kwa kutumia manowari, sembuse viumbe wanaoishi huko.

Ismail alikaa kimya kwa mawazo kwa muda. Inasemaje hapo? Aliuliza, kidole chake akikielekezea kwenye doa fulani kwenye ramani.

Inasema Hamburg, Haji alisema.

Nitaenda huko siku moja, Ismail alisema.

Katika mwaka wake wa mwisho wa shule, Haji alipokuwa na umri wa miaka kumi na saba, mama yake alifariki. Alishikwa na maradhi kitambo na ugonjwa wake ulimhuzunisha baba yake kiasi kikubwa hata kifo chake kikawa kama kutulizwa kwa roho, ingawa alijua kwamba kuwa na mawazo hayo kusingeweza kusameheka. Mwishoni mwa mwaka wa shule, aliporudi nyumbani, alikuta Ismail amehamia ndani pamoja na Baba yake. Haji alichukulia kwamba baba yake alitaka kupunguza upweke baada ya mama yake kufariki. Baada ya muda mfupi Haji aliondoka kuelekea chuoni Dar es Salaam, akarudi nyumbani kwa wiki chache tu, hapa na pale. Mjini aliishi na rafiki za baba yake ambao walimpokea kwa moyo mkunjufu na kumchukulia kama mmoja wao, na hakuna aliyemlaumu kwa kupendelea kuwa mjini kuliko shamba kwenye matope kwa wingi na kinyesi cha ng'ombe na mavi ya kuku.

Baadaye akaja kujilaumu kwa kutotembelea mara nyingi zaidi. Alijilaumu kwa kutoona, au kutokubali, huzuni ya baba yake. Alijilaumu kwa kumwacha baba yake peke yake na Ismail. Alijua kwamba Ismail alikuwa mkorofi na nunda, na kadiri alivyokua, alizidi kushindikana, hasa baada ya mama yake Haji kufariki. Alikuwa na mdomo mchafu na mgomvi na alianza kujichanganya na baadhi ya vijana waasi pale wilayani. Walizurura katika magenge na hawakuwastahi watu na mara nyingi walipigana wao wenyewe kwa wenyewe. Hata uso wake ulibadilika. Ulijaa makovu, na uligeuka kuwa katili alipochochewa kidogo tu, tayari kwa vita. Akakuza ndevu ili kuficha makovu, ambayo kwa kweli hayakuwa matokeo ya ugomvi wake wa mara kwa mara, lakini yalitokana na kukwaruzwa na paka. Paka alizoea kunyatia ndani ya nyumba kwa kupitia dirisha la jikoni na kuiba chakula, wakati mwingine aliiba mchana kweupe. Ismail alikasirishwa na mnyama huyo.

Siku moja alifunga mlango wa jikoni kisha akatoka nje kusubiri hadi paka apande dirishani. Akabamiza dirisha na kurudi ndani. Akaingia jikoni na kuufunga mlango nyuma yake, akiwa amejihami kwa fimbo nene ambayo angemtandikia paka na kumtia akili mnyama huyo. Katika hali yake ya kukata tamaa, paka alirarua mikono na uso wa Ismail kabla mwenyewe kupata akili ya kuufungua mlango na kumwachia aende zake nje.

Haji aliyajua yote hayo kuhusu Ismail lakini pia alijua kuwa alijizuia mbele ya Baba. Baba alipomkemea kuhusu taarifa zilizowafikia kuhusu tabia yake, yeye alinuna ingawa alinyamaza na hakujibu kama vile ambavyo angefanya ingalikuwa mtu mwingine yeyote. Hakufanya hivyo pale mwanzoni.

Kisha mwisho wa mwaka wake wa kwanza chuoni, Haji alirudi nyumbani kwa likizo na kukuta Ismail hayupo. Alipomwuliza baba yake kilichotokea, mzee wake alikunja sura na kuonekana amechukia kabla ya kupungia mkono akiashiria kutokuwa na la kusema. Ilikuwa ni yule mwanamke aliyemwuguza mama yake siku za mwisho Bi Mgeni ambaye pia alipika na kumsafishia nyumba Baba aliyemwelezea kilichotokea.

Unamjua mzee Kigogo kule kijijini, Bi Mgeni alisema. Alikuja kumwona Bwana Othman kulalamika kuhusu Ismail. Yule kijana hakumheshimu mtu yeyote. Bwana alipomkemea alimjibu. Alikuwa akifanya hivyo lakini si kwa ujeuri, kwa hivyo bwana akamezea, akamwacha shetani apite. Safari hii nadhani Ismail alikuwa anavuta bangi akamngurumia Bwana mithili ya mbwa kichaa aliyebweka, jambo lililomtia Bwana hasira. Bwana Othman alipoinua mkono wake kana kwamba angempiga, yule kijana akaushika mkono ulioinuliwa katika kifundo cha mkono halafu akacheka. Kisha akatoka nje ya nyumba kwa hasira na siku hiyo hiyo akaondoka zake. Aliiba pesa ambazo bwana alizihifadhi kwenye sanduku la pesa ofisini kwake halafu akatoweka.

Ilikuwa ni wakati huo ambapo Haji aligundua kwamba baba yake alianza kupoteza hamu ya kulima. Hakujua kama hii ilitokama na pesa alizoiba Ismail au utovu wa nidhamu alioonyeshwa au kama ilikuwa matokeo ya baba yake kupoteza hamu ya kila kitu tangu kifo cha mkewe. Alianza kulalamika kwa uchungu kuhusu uchovu na kuchanganyikiwa kwa kuingiliwa na serikali na uzembe, na Haji alipomaliza tu masomo yake, baba yake aliuza shamba. Alimpa kiasi cha pesa alizopata kununua duka la madawa. Na pesa zilizobaki, akanunua nyumba walimohamia wote wawili.

Hawakumsikia tena Ismail, lakini lazima alimzungumzia baba kwa mtu fulani kwani walipata habari kwamba alikuwa akiishi mashambani, mahali fulani katika njia ya kwenda Kilosa. Kisha siku moja mwanamme ambaye hawakumjua alifika nyumbani kuwaambia kuhusu mtoto yatima wa Ismail. Mama wa mtoto akiwa jamaa wa mbali wa mtu huyo. Baba wala Haji hawakujua kama Ismail alioa au kama alikuwa na mtoto, achilia mbali kwamba mkewe amefariki. Ilionekana kwamba baada ya mke kufariki Ismail aliondoka, akamtelekeza mtoto kwa jamaa za mke wake.

Ilikuwa wakati huo ambapo huyo mtu aliyeitwa Mohamed Rashidi aliwatembelea kwa mara ya kwanza ili kuuliza iwapo wangechukua jukumu la kumlea yatima huyo kwa vile ni ndugu yao wa karibu. Baba alisimama kidete na kushikilia msimamo mkali kwamba hangeishi na mtoto wa mbwa yule nyumbani kwake, na hata hivyo hakukuwa na mtu wa kumtunza. Mwishowe walikubaliana utaratibu fulani. Haji angemlipa mtu huyo na familia yake kiasi cha pesa kila baada ya miezi mitatu ili wamlee, lakini sharti ilikuwa wamweke mbali nao.

Mpango huo uliendelea kwa miaka kumi na nne. Kila baada ya miezi miwili Mohamed Rashidi alikuja kwenye duka la madawa kuchukua pesa kutoka kwa Haji kwa ajili ya kumlea mvulana huyo. Hatimaye siku moja Mohamed Rashidi alimwendea Haji akiwa katika hali ya dhiki, akasema hawangeweza kumtunza tena mvulana huyo kwa sababu alianza kuleta usumbufu kwa binti yao aliyekuwa mwari. Hakuna kiasi cha pesa kilichoweza kumfanya aendelee na mpango ule. Ikabidi Haji aongee na Baba ili amruhusu mvulana huyo aje kwao. Haji alipendekeza kuwa angeweza kuwafanyia kazi, nyumbani au bustanini, na Baba akakubali kwa sharti kwamba kijana huyo asiambiwe wao ni nani kwake. Ilieleweka kuwa huu ungekuwa utaratibu wa muda mfupi, hadi pale ambapo wangepata suluhisho.

Ilionekana kwamba mvulana huyo alileleka, na akaendelea kukaa nao kwa miaka minne. Ghafla yule pale, kakua kawa barubaru na mwizi.

Na yote haya yalijulikanaje?

Inaonekana kila kitu kilitokea jioni iliyopita, kwa maneno ya Baba. Alikuwa akipita nje ya duka la Fadhili akielekea msikitini, bila ya kuwa na nia ya kusimama wala nini, lakini Fadhili alimsalimia kwa bashasha hata akahisi ingekuwa vibaya kupita tu bila kumsalimia pia. Ili kufanya mazungumzo, Baba akauliza kama hesabu zao zilikuwa sawa. Je, kila kitu kimelipiwa? Fadhili akasema akaunti ya mwezi huu bado haijalipwa. Ilikuwa ni Haji ambaye alilipia hesabu zote, lakini kwa vile Baba alikuwa pale na Haji hakuwepo, Baba alifikiri angemaliza kila kitu yeye mwenyewe. Kiasi gani? Fadhili alimwambia kiasi na Baba kwa umakini wake aliomba kuona bili kamili. Fadhili akamwonyesha kijitabu kidogo ambacho aliandika mahitaji yao. Kwa mshangao Baba alikuta kiasi cha mchele, sukari, chai na kadhalika vilivyoorodheshwa humo vikiwa vimezidi mno kulinganisha na kile ambacho walitumia katika nyumba yao ndogo. Aliitazama orodha ya mwezi uliopita na kuona jambo lile lile, tena ilijumuisha vitu ambavyo alijua havikuwahi kutumika nyumbani: kwa mfano, makopo ya jamu ya stroberi. Kuna mtu pale nyumbani aliyekula jamu ya stroberi? Dagaa wa vibati. Hakuwahi kuviona mezani. Kuna yeyote anayekula dagaa wa vikopo?

Sidhani, Haji alisema. Nitamwuliza Raya.

Usijali, Baba alisema. Vipi kuhusu mchele na sukari? Hukuwahi kutazama orodha ya vitu kutoka kwa Fadhili? Hukuona kwamba kuna vitu zaidi ya vile tunavyovitumia?

Hapana, Haji alisema. Fadhili huniambia kiasi cha kulipa na mimi humlipa.

Ni yeye, yule mvulana, Baba alisema. Fadhili kaniambia huyu mvulana hujiendea tu na kuulizia anachokitaka na yeye humpa. Huyu mvulana amekuwa akituibia na kumwuzia mtu hizo bidhaa. Simtaki huyu mwana wa mwizi nyumbani kwangu. Mfukuzie mbali mara moja. Unanisikia, mara moja. Simtaki nyumbani kwangu hata kwa siku moja zaidi.

Hivyo ndivyo Baba alivyompokea alipowasili kutoka Arusha. Alikuwa anatetemeka kwa ghadhabu iliyomshika. Mara ya kwanza alipomwona akitetemeka vile, kabla ya kuhadithiwa kuhusu Fadhili na hesabu za pale dukani, aliogopa kwamba baba yake alipata mshtuko fulani. Alikuwa akidhoofika sana miezi ya hivi karibuni. Baada ya kusema kwamba hakumtaka Badar hata kwa siku moja zaidi, Baba aliketi katika ukimya wake wa kawaida, kama vile hangekuwa na neno la ziada ambalo lingepita midomoni mwake. Haji akaenda juu ghorofani na kumwambia Raya, na wote wakatulia katika ukimya wa wale waliopigwa bumbuazi.

Itabidi aendoke. Yupo wapi sasa? Haji alisema.

Anatayarisha chakula cha mchana nadhani, Raya alisema. Baba kamwambia chochote?

Hapana, hajasema kitu. Sasa tutamfanyia nini?

Tutazungumza naye. Tusikie atakachosema kujitetea, Raya akasema.

Kuzungumzia nini? Itakuwa nani zaidi yake? Kwa vyovyote, Fadhili amesema ni yeye.

Sasa, Haji akamwambia Badar tena, bidhaa za vyakula vya nyumbani. Akasubiri. Halafu: Umekuwa ukiiba bidhaa za vyakula vya nyumbani.

Badar akakunja uso. Bidhaa gani za vyakula? Akauliza.

Umefanyia nini mchele, sukari na chai ambayo umekuwa ukichukua kutoka kwenye duka la Fadhili? Nani anakusaidia?

Badar alipigwa bumbuazi na kukosa la kujibu, alishindwa kupata jibu, ulimi wake ukawa mzito kwa mshtuko kwani hatimaye alielewa ni nini Ami Othman alichokuwa akimtuhumu, ni kitu gani alichokuwa akisubiri kumshtakia. Haji naye aliona mshtuko huo na hakuweza kukosea.

Alipoweza kuzungumza Badar alisema kwa sauti ya chini iliyotetemeka na kukaribia kuwa mnong'ono, sikuona bidhaa zozote za vyakula. Sijaiba kitu chochote.

Kama si wewe ni nani? Haji aliuliza kwa ukali, akitazama chumba kile kidogo kama aliyetaka kupata ushahidi wa bidhaa zilizoibwa. Akanyanyuka kutoka kwenye kasha alilokuwa amelikalia na kufungua ufuniko wake. Akaona blanketi jekundu, mkeka ulioviringishwa na vitabu vichache, majarida na magazeti ya zamani. Hakukuwa na mahali pengine pa kuficha kitu ndani ya chumba hicho, hakuna kabati au meza iliyokuwa na droo. Akasimama akawa anaenda na kurudi mara kadhaa kwenye nafasi ile ndogo, akashusha pumzi ndefu na kusema kama mtu asiyesadiki alichokuwa akikisema : Umefanya nini na vitu vyote vile?

Badar akatikisa kichwa, hakujiamini kunena kitu, wakati huo Haji alimkazia macho.

Kaa hapa, Haji alisema na kutoka mule chumbani.

Sijui niamini nini, Haji alimwambia Raya aliporudi juu ghorofani. Sidhani kama ni yeye. Ameshtuka mno. Sidhani kama ni yeye.

Basi ni muuza duka, Raya akasema bila ya kusita. Amekuwa akikutapeli kwa sababu wewe hutazami hesabu. Hebu nenda kaitazame bili tena, au niletee mimi, naweza kuona ni nini tumetumia.

Haji akatikisa kichwa. Atasema mvulana kachukua vitu, hajui nini kimetokea. Atasema yeye haimhusu. Kwa vyovyote Baba anataka Badar aondoke hapa, bila ya kujali mimi nina mawazo gani. Siamini huyu Fadhili anaweza kutuibia kiasi hiki.

Na mimi siamini huyu mtoto anaweza kufanya anachoshutumiwa, Raya alisema.

Hata mimi siamini pia, lakini Baba anasema lazima afukuzwe. Mara moja.

Baadaye mchana wa siku ile ile, Haji alipochoka na maongezi na kuamua kupumzika, Raya alishuka chini na kuandaa sufuria ya chai. Alijimiminia kikombe kisha akagonga mlango wa Badar. Badar alipokuja mlangoni, Raya aliona macho yake yaking'aa. Hakujua kama ilikuwa kwa ajili ya mshangao, kwa ajili ya uchungu, au kwa ajili ya maumivu.

Kuna chai kwa ajili yako hapo jikoni, alisema. Umekula kitu?

Badar akatikisa kichwa. Sikula kitu. Bwana Haji ameniambia nikae hapa. Sikutaka kuitwa mwizi, akasema kwa ukaidi kidogo. Akamwangalia. Sijaiba kitu chochote.

Raya akampa tabasamu lile alilolipenda, kama vile aliyekuwa akijaribu kutotabasamu. Najua, akasema. Hebu tazama kwenye friji. Chukua kitu ule.

Alipogeuka Raya alimsikia Badar akishusha pumzi. Alikuwa nusu njia kwenda juu ghorofani aliposikia mlango wa mbele ukigongwa.

Raya akaacha kikombe chake ngazini na kushuka chini. Akafungua mlango na kumwona Karim kasimama akikenua meno pale kwenye kizingiti cha mlango. Raya akapiga makofi kwa mshangao.

Chechei Ma, Nimeona nije kumsalimia mama yangu kabla ya kuchukua boti ya kurejea, Karim alisema, akichukua mkono wa Raya na kuusogeza midomoni mwake bila ya kuubusu hasa.

Karibu, karibu ndani, ingia, Raya akasema. Njoo juu.

Haji alisikia hodi pia, na alitokezea juu pale ngazini na kumwita kwa ile furaha yake ya kawaida kila alipomwona Karim. Mhuni wee, unafanya nini hapa? Umemleta Fauzia?

Nimekuja kwa mafunzo, tena haraka, jana na leo asubuhi. Karim akasema. Nitarudi na boti ya asubuhi ndio nikaona niwapitie kabla ya kuondoka. Fauzia anawasalimia.

Umetufurahisha sana, Haji akasema. Karibu.

Karim alikaa kimya akiwasikiliza walivyoelezea mambo yalivyokuwa siku ile . Walipotulia kidogo katika simulizi yao, Karim alizungumza akionyesha uzito wa jambo lile, kama vile alikuwa akitoa hukumu, Je! umemwambia haya yote? Je, Badar anajua ulichoniambia hivi punde kuhusu baba yake?

Hapana, Haji alisema, akionyesha uso wa majuto. Baba alisisitiza asiambiwe kitu.

Kwa nini iwe hivyo? Karim aliuliza.

Haji alinyanyua mabega. Hakutaka atoe madai. Hakutaka awepo hapa na kusema, mimi ni jamaa nahitaji msaada wenu. Kwa kweli, wameshabihiana kwa kiasi fulani. Amefanana na baba yake, na ninahisi Baba alipata taabu kwa hilo. Ismail ilimkatisha tamaa kabisa.

Karim akatingisha kichwa chake. Nadhani unapaswa kumwambia, alisema. Wewe mwenyewe. Ulipaswa kumwambia tangu zamani. Ikiwa unamwamini basi nadhani unapaswa kumweleza haya yote. Iwe unamwamini au la, unapaswa kumwambia. Halafu mwache aje na mimi kesho hadi hapo mtakapopata suluhisho la jambo hili. Nitamtazama. Nitamwuliza ikiwa angependa kuja nami baada ya wewe kuzungumza naye.

Basi ndiyo ikawa kwamba Haji akashinda chumbani kwa Badar kwa muda fulani mchana ule huku akiwa amekaa kwenye lile kasha tena. Kwanza kabisa, ninataka kukuambia kwamba ninakuamini kuhusu bidhaa za vyakula, alisema. Raya pia anakuamini. Lazima Fadhili amekuwa akiongeza vitu kwa sababu kamwe mimi sikuitazama ile bili hasa na kuona kilichoandikwa. Na wizi na ulaghai wake ulipojulikana akakurushia wewe lawama. Hasa, ninaamini ndivyo alivyofanya ingawa hatuwezi kuthibitisha. Tutasitisha hii akaunti na kununua vitoweo na mboga zetu mahali pengine.

Akilini mwake, Badar aliliona tabasamu la muuza duka yule na kukumbuka uchungu ambao mke wake alikuwa nao alipomwangalia. Lazima walimchukulia yeye kama mpumbavu wa mwisho.

Nataka kukuambia kuhusu baba yako, Ismail, Haji aliendelea. Siyo yule mwanamme uliyemdhania kuwa ni baba yako, bali baba yako mzazi. Ulijua kuwa Mohamed Rashidi hakuwa baba yako mzazi, sivyo? Ulisema walikuambia. Baba yako hasa, Ismail alikuwa jamaa yetu, hii inamaanisha kuwa wewe pia ni jamaa yetu. Ndiyo maana upo hapa.

Haji alieleza kuhusu kilichotokea kati ya Ami Othman na Ismail, ugomvi, wizi na utaratibu wa maisha ya Badar ulivyopangwa baada ya mama yake kufariki na baba yake kuondoka zake.

Mohamed Rashidi alipokurudisha kwetu, Baba alikubali ukae hapa lakini sharti tusikwambie kwamba wewe ni jamaa yetu, Haji alisema. Hakuniruhusu nikupeleke shule. Nilitakiwa nijitahidi zaidi kukusaidia. Baba alikuwa bado ana hasira na baba yako, na hakutaka uishi nasi. Sasa anamwamini Fadhili na amekukasirikia mno na anataka utoke nyumbani. Si kosa lako, ni langu, lakini Baba ameng'ang'ania. Tutafanya kitu. Je, umeelewa? Tutafanya kitu.

Kimya, Badar alisikiza kila kitu alichofichwa. Aliitikia kwa kichwa kukiri Haji alipomwuliza kama anaelewa, na akatikisa kichwa kukataa Haji alipomwuliza kama ana swali lolote. Je, kuna jambo ambalo sijakuambia ambalo unataka kujua? Haji aliuliza. Hatujui baba yako yuko wapi. Mohamed Rashidi aliniambia kuwa alipokukabidhi kwao alisema anakwenda Mombasa kutafuta kazi, lakini hawakumsikia tena. Kwa hivyo anaweza kuwa Mombasa. Nakumbuka jinsi alivyopenda kutazama atlasi yangu ya shule. Alitaka kujua, hapa mahali ni wapi, Ni nini hiyo, nitaenda huko siku moja. Labda hivyo ndivyo alivyofanya, labda ameenda zake kuuona ulimwengu.

Badar hakuinuka papo hapo baada ya Haji kuondoka. Kwa muda, alitulia pale pale alipokuwa akichambua mambo. Hakujua kama alikuwa mtumishi au mali ya mtu, lakini alijua kwamba kulikuwa na kitu cha kudhalilisha kuhusu hali yake. Alikuwa na hisia kwamba kitu hicho kilihusiana na baba yake, baba yake aliyetoroka. Miguno na kukenua meno kwa Juma kulidokezea uwepo wa siri, na alishatambua kwamba kulikuwa na kitu kuhusu baba yake, au angalau mtu ambaye alilibeba jina lake, ambaye tayari alishajua kutoka kwa mama yake kule kijijini kwamba alikuwa mtu ambaye hakutulia, mgomvi. Ingemsaidiaje sasa kufahamu baba yake alikuwa nani, au alikuwa mhuni wa aina gani? Wakati uliwadia kwake kuanza kufikiria ni nini angeweza kujifanyia yeye mwenyewe.

Halikuwa wazo geni, lakini hakuwahi kuwa na jibu. Sasa alifikiri labda angepata kazi ya udereva. Haji alimfundisha kuendesha gari, ingawa, kwa vile hakuwa na cheti cha kuzaliwa ambacho kingethibitisha kwamba alikuwa na umri wa miaka kumi na nane, hakuwa na leseni ya gari. Au angeweza kupata kazi gatini, yeyote angeweza kufanya kazi ya ukuli. Alikuwa na nguvu, angeweza kufanya kazi ya aina hiyo. Au kwenye kiwanda. Mahali pale alipokuwa sasa hapakuwa pazuri kwake. Hivyo ndivyo Juma alivyosema, na sasa alijua kinagaubaga kwa nini ilikuwa hivyo.

Muda mfupi baada ya Haji kuondoka mlango wa Badar uligongwa tena. Alikuwa ni Karim, na kutokana na sura yake, Badar alielewa kuwa alijua kitu gani kilitokea kuhusu hali iliyokuwa ikiendelea. Hakuweza kuzuia furaha aliyopata na kuihisi ikisambaa mwilini mwake kama ilivyokuwa kawaida Karim alipokuja kumtembelea.

Una hali gani? Karim aliuliza.

Badar alinyanyua na kushusha mabega. Yeye angejuaje alikuwa na hali gani na jinsi alivyohisi?

Usikubali jendaheka hilo likusumbue, Karim alisema. Wakati mwingine wazee huwa waovu kwa sababu wanaweza kujifanyia wanachotaka, kwa sababu wanajua kwamba tunalazimika kuwatii. Mie narudi Zanzibar kesho asubuhi. Kwa nini usije nami? Je, ungependa hilo? Nina hakika utaipenda Zanzibar. Njoo utembelee. Unaweza kukaa nasi.

Badar alimtazama kwa mshangao. Unanitania? Aliuliza hatimaye.

Hapana sikusanifu, Karim alisema huku akitabasamu. Njoo nami kesho asubuhi, ondoka hapa kwa muda.

Basi hivyo ndivyo mambo yalivyokuwa saa chache baadaye ambapo Badar alijikuta kwenye boti ya asubuhi akielekea Zanzibar, ambapo hakuwahi kufika hapo awali. Nguo zake za Iddi, kanzu yake na riwaya zake za upelelezi zikiwa kwenye mfuko wake wa rambo. Alimuaga Bibie kimyakimya kwa utulivu, naye akampa tabasamu lake moja na kusema, sasa itabidi nipike kila kitu mwenyewe tena. Dakika ya mwisho, Haji aliweka kibunda cha noti kwenye mfuko wake na kumgonga kwa kofi kali kwenye bega lake la kushoto. Usimruhusu mhuni huyu akuingize kwenye matata, alisema. Usiwe na wasiwasi, tutakuwa na suluhisho.

Kwa mara nyingine tena Badar alitambua kwamba mwelekeo wa maisha yake ulibadilika bila ya juhudi yoyote kutoka kwake.

Sehemu ya 3

16

Hoteli ya Tamarind ilikuwa kwenye kichochoro chembamba karibu na karakana ya pembe za ndovu, hatua chache tu kutoka kwenye makazi ya zamani ya Konsol Faransa. Konsol huyo alikuwa akiishi hapo zamani, wakati Masultani wa Kiomani, Wamanga, walipokuwa na madaraka yao wenyewe yaliyowawezesha kuwasiliana moja kwa moja na serikali za kigeni, miongoni mwao wakiwemo Waingereza, Wafaransa, Wajerumani na Wamarekani. Baadaye katika karne hiyo hiyo, Waingereza walidhibiti uendeshaji wa shughuli za Sultani ili kuendeleza maendeleo na ustaarabu. Sultani wa wakati wa Konsol Faransa alikuwa ndiye baba muasisi wa utawala wa Usultani na alikuwa na vijakazi na masuriya wengi walionunuliwa kutoka nchi zilizokuwa mbali kama *Albania, Georgia, Cairo* na *Abyssinia.* Sultani alikuwa na mifuko mirefu hasa iliyonunua vitu kutoka mbali, huku na kule, yote kuridhisha starehe zake. Pia daima kulikuwapo na wanyonge waliokumbwa na majanga yao binafsi kutokana na kuingizwa katika biashara kama hiyo. Sultani alipata watoto wengi sana wa kiume na wa kike ambao baadaye wote walitambulika kama wana wa mfalme halali. Sultani huyo alikuwa ni mume wa mke mmoja tu, lakini ndoa hiyo haikujaaliwa kupata mtoto.

Mbele kidogo tu kutoka kwenye makazi ya Konsol Faransa, baada tu ya kasri ya Sultani ambapo iliishi takriban sehemu kubwa ya ukoo wote wa Sultani, kulikuwa na makao ya zamani ya mfanyabiashara wa Kijerumani. Mmoja wa binti wa Sultani, Salme, ambaye mama yake alikuwa suriya kutoka Georgia au labda alikuwa Msarkasiani au inawezekana Mwalbania. Salme alikuwa kinara katika kashfa maarufu iliyokuwa ni hatima ya uhusiano wake wa kimapenzi na mfanyabiashara wa Kijerumani ambaye jina lake lilikuwa Herr Ruete. Uhusiano wenyewe haukuwezekana kufichika baada ya binti wa Sultani kupata ujauzito, na kwa msaada wa ujumbe wa utawala wa Kiingereza, aliweza kuiepuka ghadhabu ya familia yake kwa kusafiri ndani ya manowari sindikiza ya vita ya *Royal Navy*, ambayo ilimchukua yeye Salme pamoja na Herr Ruete hadi Aden. Huko Aden akabatizwa na kuolewa na Herr na akajifungua mtoto wa kiume ambaye alikufa miezi michache baadaye wakiwa njiani kuelekea Hamburg. Walipata watoto watatu wengine kabla ya Herr Ruete kugongwa na gari moshi la tramu mjini Berlin, miaka mitatu baada ya kuwasili kwao Ujerumani. Binti wa Sultani jasiri aliandika kumbukumbu ya mahaba yao yaliyojaa uthubutu na kupata umaarufu nchini Ujerumani na Uingereza hivyo kumpa afueni kidogo kutokana na hali yake iliyokuwa na taabu. Alifanya maskani ya maisha yake nchini Ujerumani na aliishi huko hadi mwisho wa maisha yake uliokaribia miaka themanini.

Karibu na hapo, katika barabara ile ile ya binti Sultani na mfanyabiashara wake, kulikuwa na majumba ya watoto wa kiume wa Sultani wa Kiomani na mamwinyi, wengi wao wakiwa na nasaba ya Sultani au binamu na koo za karibu zilizohusiana na Sultani. Miaka kadhaa baadaye, baada ya kupinduliwa na kufukuzwa kwa Masultani, nyumba hizo ziligeuzwa kuwa hoteli za watalii, zilizowekewa samani na kupambwa ili kuakisi msisimko wa enzi zile zilizoangamia. Ishara za kwanza za upanukaji wa utalii zilionekana dhahiri katikati ya miaka ya 1980, baada ya kulegezwa kanuni za ubadilishaji wa fedha za kigeni. Migahawa kwa ajili ya wageni ilifunguliwa, ikatoa huduma za maakuli ya baga na chipsi badala ya michuzi ya nyama ya mbuzi na maandazi na chai tamu ya maziwa. Maduka ya kitalii ya kununua zawadi yaliuza nguo kutoka India na viatu vya ndara na makubadhi, vyote vya ngozi kutoka China, ungedhani vile vilitokana na kazi ya mkono ya mafundi ambao waliishi jirani. Vipambo kama vile bangili za mkia wa tembo, mikeka ya shanga na vinyago vya wanyama visivyotambulikana kisiwani – vinyago vya swala, twiga, tembo, pofu - vilisafirishwa kutoka bara kwa wingi sana. Hoteli, ambazo hapo awali zilitumiwa zaidi na maafisa waheshimiwa na waandishi wa habari waliokuja kutoka bara ili kutoa taarifa juu ya vituko visivyokwisha, zilianza kujaza wageni waliokuja kutembea. Wawekezaji wa kigeni walinunua majumba ya zamani na kuyabadilisha kuwa mapambo ya anasa ya dhahabu yaliyoakisi ufahari wenye asili ya Asia na Mashariki. Hoteli mpya za ufukweni zilijengwa kwa kutarajia kuwasili kwa umati wa watalii wa kigeni. Wajasiriamali wenye nyumba kubwa walizikarabati ili kuwapokea wageni wa hali ya kawaida na kwa hivyo kulikuwa na malazi kwa wageni wa uwezo wowote. Waheshimiwa wa kisiasa walimega marupurupu yao, halafu wajenzi na biashara za vifaa vya ujenzi zilishamiri. Biashara ambazo hazikuwa na nafasi hapo awali, zilizuka: Watembezaji wa watalii, makampuni ya kukodisha magari, vilabu vya pombe au mabaa, mabutiki au maduka ya bidhaa ghali, migahawa ya gharama kubwa. Si kwamba hakukuwa na watalii hapo awali. Daima kulikuwa na watu wanaokuja na kuondoka, kueleka Dar es Salaam, Mombasa, Nairobi na baadaye hata Ghuba na kwengineko mbali zaidi. Ghafla utalii ukaleta maelfu ya wageni, wengi wao Wazungu ambao hawakuzungumza Kiswahili na ambao walijiendea tu kwa raha zao na viburi vyao vilivyopindukia mipaka, wakiwa wamejinyoosha nje wakiota jua kali, wakibishana juu ya bei za kununua vipambo katika maduka ya kununulia zawadi au wakizurura katika vichochoro baada ya mtembezaji wa watalii kubwabwaja hadithi zake zilizojaa uongo na chumvi.

Konsol Faransa, kama ilivyokuwa bado inajulikana hata baada ya zaidi ya karne ya Konsol wa Ufaransa kuishi huko, ilikuwa na bustani kubwa iliyozungukwa na ukuta ambayo ikaja kuwa mahali pa sherehe za fete, matamasha ya muziki na hata harusi. Mbele tu ya barabara hiyo kulikuwa na jengo refu jembamba ambalo wakati mmoja lilikuwa likimilikiwa na familia ya wafanyabiashara wa Kihindi. Walikuwa wameshaondoka wakati huo kuelekea Bara Hindi au Uingereza au Canada, mojawapo ya maeneo hayo ambapo Wahindi wengi walipata hifadhi baada ya taharuki ya kupatikana kwa uhuru iliyoikumba sehemu kubwa ya bara la Afrika. Jengo hilo kwa sasa ni hoteli ya Tamarind. Brosha ya hoteli iliisifia hoteli kuwa ya kifahari na butiki, yaani hoteli yenye upekee katika kupambwa na kupambika kwake katika mtindo mahsusi. Tena ilikuwa katikati ya mji mkongwe, kitovuni kabisa. Kulikuwa na bango dogo juu ya mlango. Hilo bango lilikuwa jeusi hapo awali lakini sasa lilipiga kijivu na maandishi yake meupe yalififia. Bango hilo lilisomeka F. Kassam & Son, Mkandarasi na Mfanyabiashara wa aina zote. Hilo bango lilikuwa la zamani na lililoshambuliwa na hali ya hewa, majawapo kati ya masalia yaliyobakia kutoka enzi zilizopita, na kwa namna fulani, lilikusudiwa kuthibitisha uhalisi wa hoteli hiyo kuwa katika mtindo wa butiki, eti. Kando ya mlango wa kuingilia, kulikuwa na bango jengine, hilo lilikuwa la shaba lililochomewa maandishi ya jina la hoteli hiyo.

Mwanzoni Badar alivunjika moyo alipogundua kuwa hapo ndipo alipopaswa kuwa mtarajali. Palikuwa mjini kabisa, karibu na mahali ambapo watu waliishi. Je, hicho ndicho walichokitaka watalii? Je, hawangehisi kuwepo karibu mno na maisha ya watu wasiowajua kunatoa raha, kinyume na kile ambacho likizo ingepaswa kuwa? Je, hawangependelea kuwa ufukweni, au angalau kuwepo kwa bwawa la kuogelea na hata maeneo yaliyokuwa wazi ambapo wangeweza kukaa chini ya mwamvuli wa rangirangi huku wakijinywea vinywaji vyao? Alikuwa ameona picha katika magazeti ambayo Bibie alikuwa akiyatupa nje, yaliyokuwa na wanawake waliovaa mavazi nusu uchi wakikimbizana baharini na tabasamu zilizowajaa nyusoni mwao, na miili ya wanaume na wanawake waliojinyoosha kwenye viti vya starehe vilivyowakinga na jua kandokando ya mabwawa makubwa ya kuogelea yaliyokuwa yanameremeta kutokana na mianzi ya jua. Je, hizo si ndiyo aina ya hoteli za kitalii zinavyopaswa kuwa? Alipofika tu ndani, aliona kwamba hoteli hiyo ilikuwa na vivutio vyake vyenyewe. Licha ya kutokuwepo kwa bwawa la kuogelea, vyumba hivyo vilikuwa vimetengenezwa kwa umaridadi na mpangilio kama alivyomwambia Meneja Msaidizi, vilikuwa vya kifahari.

Meneja Msaidizi alikuwa mtu asiyetabasamu na mwenye uso mwembamba uliokondeana na masharubu yaliyokatwa kwa kunyooshwa kwenye mstari mmoja mwembamba. Hiyo ilikuwa hisia ya kwanza ya Badar, uso wa njaa na masharubu myembamba. Alihisi kwamba mtindo huo wa masharubu ulimfanya aonekane mnoko kwa maana ya mtu dhalifu, mwenye ulokole wa kutumia muda mwingi ili kuutengeneza ule mstari wa sharubu lililonyooka tena jembamba. Meneja Msaidizi Issa wala hakujisumbua kumwangalia Badar kwa takriban saa mbili za kwanza za asubuhi hiyo. Alikuwa ameshughulika sana na wageni na wafanyakazi wa hoteli. Badar alisubiri ofisini kama alivyoagizwa kufanya, akijawa na shauku na wasiwasi kuhusu matukio haya mapya katika maisha yake. Alipata harufu ya kifungua kinywa ambacho kilikuwa kikihudumiwa mahali fulani hapo karibu na kusikia kugongwa gongwa kwa sauti za chuma kwenye sahani na sauti za minong'ono ya chini.

Kulikuwa na madawati matatu katika ofisi hiyo. Kubwa zaidi lilikuwa lile lililofunikwa na ngozi ya rangi ya kijani na lilikuwa halina chochote juu yake isipokuwa karatasi ya kunyonya wino na simu. Ukutani nyuma ya dawati kulikuwa na picha ya Rais iliyozungushiwa fremu. Kalenda ya mwaka 1998 ya Shirika la Ndege za kukodiwa ilining'inia kwenye ukuta mwingine, huku Mlima Kilimanjaro ukiwa nyuma na picha ndogo ndogo za wanyama na ndege zikiwepo baina ya miezi na siku. Pembezoni na kwa upande wa kulia wa hilo dawati kubwa, lilikuwepo dawati dogo lililotengenezwa kwa mbao hafifu iliyopigwa vanishi na juu yake ilikuwepo kompyuta na rundo la karatasi. Meza ya tatu iliyokuwa kando ya hizo mbili ilikuwa nyembamba na ya kifahari, kama meza ya Bibie ya kujipodolea. Kioo kikubwa kilining'inia nyuma yake, mkabala na lile dawati kubwa. Badar alikuwa ameagizwa kukaa na kusubiri kwenye dawati la tatu.

Issa aliporudi ofisini, aliketi kwenye dawati dogo lililokuwa limepigwa vanishi, na aligonga kwenye kiibodi yake ya kompyuta kwa kipindi kifupi bila kutamka neno hata moja kwa Badar. Baada ya muda aliacha kugonga na kubofya kisha akaangalia juu, kwanza alitazama mbele yake kupitia mlango uliokuwa wazi ndani ya ukumbi, na kisha taratibu akapindua kichwa chake kuelekea upande wa Badar, ambaye alidhani hii ilikuwa ni makusudi ili kumtisha, jambo ambalo kweli lilimwathiri. Badar aligeuza macho yake kidogo ili atazame shati la Meneja Msaidizi kwa upande wa mbele badala ya kumwangalia machoni mwake. Katika kipindi kifupi cha kutizamana na Meneja Msaidizi, Badar aliweza kubaini kuwa yule alikuwa na macho makali yaliyojaa aina fulani ya kero.

Unaitwa nani? Aliuliza kwa sauti ya mkato.

Badar, akasema, huku akiishangaa tabia ile ya mkato. Je, huyu Meneja Msaidizi alikuwa hivi daima au hii ilitokana na yeye Badar kupachikwa pale? Wakati huu Badar hakujua Karim alifanya vipi kumpatia nafasi hiyo. Karim alimwambia tu kwamba anamjua mtu ambaye alikuwa rafiki wa familia ambaye angeweza kusaidia, na baadaye akamwarifu kuwa angekuwa mtarajali katika Hoteli ya Tamarind na alitakiwa aende huko asubuhi iliyofuata kuripoti kwa Issa, Meneja Msaidizi. Hakufafanua zaidi ya hayo, na Badar hakuuliza maswali yoyote.

Wakati Karim alipomwambia kuwa atakuwa mtarajali katika hoteli, alikisia kwamba angefundishwa kuwa mhudumu au labda hata mpishi kwa sababu Haji na Bibie mara nyingi walisifu mapishi ya Badar na kumtia moyo afikiri kuna mustakabali kwake katika kazi ya aina hiyo. Baada ya matukio maovu yaliyohusiana na duka la vyakula, na kwenda kuishi na Karim ambaye alisema angeweza kumsaidia kupata kazi katika hoteli, Badar alidhani angefanya kazi za aina zile zile alizokuwa akizifanya nyumbani kwa Bibie, kupika, kusafisha na kuhudumia. Badar alikuwa bado ameumizwa sana na sumu na shutuma za Ami Othman, na alimshukuru sana Karim hata hangeweza kuubishia mpango wowote ambao angeukusudia kwake. Hulka ya Karim ilitarajia shukrani, na Badar alifurahi kuitoa na kuchukua nafasi yoyote ambayo Karim angempa. Wakati Meneja Msaidizi Issa alipoanza kumwelekeza kuhusu majukumu yake, aligundua kuwa Hoteli ya Tamarind haikuhudumia chakula cha mchana wala cha usiku, kwani kulikuwa na migahawa na hoteli za chakula kote pale jirani, na kwamba jukumu lake lingekuwa kutumika kwa chochote ambacho angeambiwa kufanya.

Kwa hivyo hebu tuanze, Meneja Msaidizi Issa alisema na kumtupia jicho, kuanzia kichwani hadi miguuni. Utavaa shati jeupe na suruali nyeusi wakati wa kufanya kazi. Utavaa viatu siyo ndara. Utajilipia mwenyewe gharama hizi. Je, una uzoefu wowote katika kazi za hoteli? Sikudhani hivyo. Itabidi tukuanzishe toka Alif, hatua za mwanzo kabisa. Yanayobidi kufanywa mwanzo, tuyaanze mwanzo. Kwanza, hebu tukuzungushe kidogo. Wengi wa wageni bado wako kwenye vyumba vyao kwa hivyo tutasubiri hadi hapo baadaye.

Sehemu za mapokezi na ukumbi ambazo zilikuwa ghorofa ya chini zilifungukia kwenye ua wa ndani uliosakafiwa na ambao ulikabiliana na roshani iliyozungushiwa mzungukio wa nondo za chuma. Kibeseni kilichojengwa kwa mawe kilikuwa na mche wa buganvilia ndani yake kilikuwa katikati ya huo uwanja. Kulikuwa na mimea mingine katika vyungu vya mapambo vilivyosambazwa kuzungukia ua, kulikuwa na maua ya aina mbalimbali kama yale mekundu ya kanas, yale ya poinsetia, mkarkade na mshubiri. Badar aliijua mimea hii kwa sababu Juma alipenda kuyatamka majina yao kwa ajili yake.

Kazi yako ya kwanza kila asubuhi itakuwa kumwagilia maji vyungu vya mimea, Meneja Msaidizi alisema.

Badar alitingisha kichwa kwa kuridhia na akamfuata Meneja Msaidizi Issa kupitia ua hadi kwenye chumba cha kulia kifungua kinywa, ambacho madirisha yake yalifungukia kwenye kibaraza. Kulikuwa na meza tano katika chumba hicho, mbili kati yao zilikaliwa na wageni waliokuwa wanaendelea na zoezi la kifungua kinywa. Wageni wote walikuwa Wazungu. Mgeni mmoja mwanamme alikuwa mwenyewe tu, huku kitabu kikiwa kimefunguliwa kando yake wakati alipokuwa akila, na meza nyingine ilikaliwa na wanandoa, bwana na bibi wazee ambao waliwatazama kidogo walipokuwa wakipita. Mbele zaidi ya chumba cha kulia kifungua kinywa kulikuwa na jiko. Alitambulishwa kwa mpishi wa kifungua kinywa, Habib, na msaidizi wake, Iddi, na wasafishaji wawili, Maulidi na Chambo, wote wakiwa wanaume. Wao walifanya kazi asubuhi tu. Meneja Msaidizi alimwonyesha vifaa kwa ajili ya wafanyakazi, chumba kidogo chenye viti vigumu na meza ya fomaika, na choo cha wafanyakazi. Katika pembe kulikuwa na dumu la kumwagilia maji, na Meneja Msaidizi Issa alilielekezea bila ya kutamka neno. Jambo la kwanza kila siku asubuhi ni kumwagilia maji vyungu vya mimea.

Baadaye asubuhi ile, mara tu baada ya wageni kutoka nje na vyumba vilipokuwa vinasafishwa, Issa alimchukua kwenye ziara nyingine ya kuelekea ghorofani, akionyesha vilivyomo, vyumba vyote vilikuwa na vyoo ndani, yaani *ensuite* (neno jipya kwake) na kiyoyozi na viliwekewa mahitaji yote ya chooni ambayo yalitengenezwa kwa hali ya juu. Alitaja viwango vya bei ya vyumba vya kawaida na vyumba vya kifahari huku wakiendelea na safari yao, kwa kweli viwango vya bei vilimshangaza Badar. Hoteli hiyo ilikuwa na vyumba saba vya wageni, vinne vya kifahari kwenye ghorofa ya kwanza na vitatu vya kawaida kwenye ghorofa ya juu, ambayo pia ilikuwa na kibaraza kilichokuwa wazi ingawa kilifunikwa kwa paa lililowekewa viti laini vya mapumziko na meza fupi ambapo wageni wangeweza kuchagua kuhudumiwa kifungua kinywa au wangeweza kukaa saa za jioni ili kupunga upepo.

Badar aligundua kuwa wageni wengi katika Hoteli ya Tamarind walikuwa ni wanandoa, bwana na bibi wazee kama wale waliowaacha ghorofa ya chini, watu ambao walitaka kuwa mjini badala ya kwenda ufukweni kama sehemu ya muda wao kisiwani, wao walitaka kuzunguka mitaani na kuchungulia kwenye maduka na kuuliza maswali. Meneja Msaidizi alielezea kwamba wengi wao walikuwa hotelini kwa siku mbili au tatu hivi, ikiwa kama mapumziko kutoka safari zao za huko bara.

Aliendelea kusema, hawa ndiyo wageni wetu mahsusi. Kukaa katika Tamarind ni sehemu muhimu ya likizo zao. Hapa wanapishana mitaani na wenyeji wa eneo hili na kula vyakula vya mitaani, kama wenyewe wanavyoviita, na labda kupata matumbo ya kuhara kidogo. Kisha baada ya kupata uzoefu huu mpya wanaweza kurudi kwenye mabangaloo yao ya kifahari huko ufukweni na kwenye nyumba za kulala zilizopo kwenye hifadhi za wanyama huku wakiwa na hisia nzuri. Baadhi yao wamekaa nasi zaidi ya mara moja. Tunawapa punguzo la malipo pindi wakirudi.

Meneja Msaidizi Issa alitoa maelezo yake bila ya kuonyesha hisia, sauti yake utadhani imepigwa na tindikali. Wakati mmoja aliachilia mbali kutoa maagizo yake kwa sababu mgeni alitokea bila kutarajiwa, mwanamke mzee wa Kizungu ambaye alimkaribia akiwa na tabasamu la kuona haya.

Nadhani niliacha kitabu changu kwenye meza ya kifungua kinywa, alisema.

Badar alisogea pembeni ili kumruhusu mwanamke huyo apite. Meneja Msaidizi Issa aliongea na mwanamke huyo bila tabasamu wala kuonyesha mabadiliko yoyote usoni. Habari ya asubuhi bibie. Natarajia kuwa bado kipo hapo hapo.

Kwa upande wa Badar hilo halikuonekana kuwa taswira sahihi, au sauti mwafaka ya kumjibu mtu hasa kutoka kwa meneja wa hoteli au hata msaidizi wake, kwa hivyo yeye Badar aligonga macho na mgeni huyo na kutabasamu, na aliona jinsi kitendo hicho kilivyomfurahisha huyo bibi. Meneja Msaidizi alimkodolea macho kwa muda mrefu kabla ya kuendelea na maelezo yake.

Tabasamu kama kuna ulazima tu lakini daima zungumza moja kwa moja. Hawa watu hawapendi watu kujipendekeza kwao. Wanataka uwatumikie kwa upole na kisha upotee machoni mwao. Daima kumbuka, wao ni watalii tu. Ni pesa zao tu ambazo tunazitaka, siyo upendo wao. Tena, usibishane wala usijaribu kujibu. Usiwe mjuvi. Usiwaangalie wanaume, hasa wakati wakiwa wamevaa nguo za ajabu ajabu. Usifanye utani na usicheke kwa sauti kubwa. Usiwaguse!

Badar hakuwahi kuwa na shughuli zozote na Wazungu hapo awali lakini hakuweza kuamini kwamba Issa alijua kile alichokuwa akikizungumzia. Kwake yeye maagizo ya Issa yalikuwa ya shari na ya kikatili. Alionekana kama mtu mwenye uchungu sana.

Usicheke kwa sauti kubwa, Badar akajibu, kwa nini nisifanye hivyo?

Watadhani kuwa unawacheka wao, Issa alisema.

Meneja Msaidizi alimruhusu aondoke kazini wakati wa chakula cha mchana, muda ule ule ambapo wafanyakazi wengine walimaliza zamu zao. Badar alitakiwa kurudi saa moja ya asubuhi kesho yake, akiwa amevalia rasmi na ameshajitayarisha kwa kazi ya siku nzima. Mchana ule Badar alinunua shati jeupe na suruali nyeusi kutoka kwenye duka la nguo huko Darajani na jozi ya viatu kutoka kwenye duka sokoni, alitumia zile pesa alizopewa na Haji. Alikuwa akiishi na Fauzia na Karim kwa wiki mbili sasa. Walimruhusu Badar atandike mkeka sakafuni kwenye kona ya sebule yao ya kukaribishia wageni na kulala hapo. Alifahamu alipofika tu Zanzibar kwamba angependa kuishi pale lakini hangeweza kuishi na Karim na Fauzia kwa muda mrefu. Badar alihisi kwamba wawili hao waliendesha maisha yao kwa kushikamana na kuwa na maisha ya kuridhika, na nyumba yao iliwafaa vizuri. Walikuwa na chumba chao kikubwa cha kulala na nafasi ya kuishi ambayo ilijumuisha jiko na nafasi ya viti na meza na rafu kwa ajili ya vitabu vyao. Badar alijitahidi sana kwa uwezo wake wote kutoingilia maisha yao. Karim hakurudi nyumbani kutoka Ofisi ya Maendeleo hadi jioni, muda mfupi tu baada ya Fauzia. Hivyo mwishoni mwa siku hiyo ya kwanza katika Hoteli ya Tamarind, Badar alilazimika kujizuia kabla ya kuwasimulia mambo yake mapya aliyojifunza. Alimwambia Karim kuhusu Meneja Msaidizi Issa na jinsi ilivyoonekana kuwa hangefanya kazi jikoni kama alivyotarajia kufanya hivyo.

Hii ni bora zaidi, na ni fursa, alisema Karim. Utapata mambo mawili, ajira na pia labda mustakbali wako. Jifunze kila kitu watakachokufundisha na kisha angalia kile kilicho mbele yako. Lazima ufanye kazi kwa bidii na ushikilie fursa, vinginevyo kukuondoa kutoka kwa yule mzee kutakuwa juhudi iliyopotea tu. Sijui nini kingekutokea. Wangekutupilia mbali mitaani huko, nahisi. Kuanzia sasa na kuendelea lazima ufikirie kwa bidii kitu gani unachotaka wewe mwenyewe katika maisha yako ya baadaye. Una muda mwingi. Wewe una umri wa miaka kumi na saba tu.

Karibu kumi na nane, Badar alisema. Sijui kwa nini unacheka. Hata hivyo, nashukuru kwa kunipatia fursa hii. Nitajitahidi kadri niwezavyo.

Alisema kwa roho moja, lilahi, na hakusema asante kwa kukejeli, ingawa wakati mwingine Karim alizungumza naye kana kwamba Badar alikuwa kijana mjinga. Yeye hakujali kwamba Karim wakati mwingine alizungumza naye kihivyo, ingawa labda si kweli, labda alihisi kukereka kiduchu, ingawa hisia hiyo ilipotea alipokumbuka jinsi alivyokuwa na deni kwa Karim.

Meneja wa Hoteli ya Tamarind alikuwa Bwana Sharif Makame. Pia yeye alimiliki sehemu kubwa zaidi ya hisa katika hoteli hiyo na alikuwa mtu mwenye shughuli nyingi sana. Alisimamia makampuni mengine ikiwa pamoja na hoteli iliyokuwa ufukweni mwa bahari. Hivyo ndivyo Meneja Msaidizi Issa alivyomwambia Badar. Siku ya tatu tangu Badar kuanza kazi, Meneja Msaidizi alimwita wakati alipokuwa akifunzwa Sayansikimu na Maulidi aliyemwonyesha utunzaji wa nyumba. Alikuwa akifanya kazi katika ghorofa ya kwanza wakati, Chambo alikuwa akifanya kazi ghorofa ya juu. Badar alipangiwa kupewa mafunzo na Chambo siku iliyofuata. Ilikuwa ni uamuzi wa Issa kwamba anapaswa kujifunza kazi zote za hoteli, kusafisha vyumba, kuhudumia kifungua kinywa, kupanga nguo za kufuliwa, pindi angehitajika.

Bwana Sharif alikuwa anakunywa kahawa huku akiwa ameketi nyuma ya dawati lake lililokuwa na droo zake na pia nafasi ya kuingiza miguu na kuiegesha. Alitabasamu na kumpa mkono wake bila ya kusimama, na Badar alilizunguka dawati lote kubwa ili kumpa mkono wake. Alikuwa mtu wa zaidi ya miaka arobaini au mwanzo wa miaka hamsini, mwenye uso wa mviringo, mwili mwembamba wenye kufanya mazoezi mengi, kavalia maridadi akiwa na shati la gharama kubwa na suruali nyeusi. Ilikuwa dhahiri kwamba alikuwa ni mtu muhimu mwenye ushawishi katika jamii. Alishikilia mkono wa Badar huku akimtazama juu chini halafu akaafiki kwa kutingisha kichwa.

Je, vipi hali ya ami wako Haji? Aliuliza.

Badar hakujua kuwa walijuana. Hajambo, alisema.

Sharif Makame alitikisa kichwa kwa kuridhika, akajitazama kwenye kioo pale ofisini na kisha akampa ishara Badar ya kuondoka. Mpe salaam zangu. Sasa rudi kwenye majukumu yako, alisema.

Badar aliposhuka chini baada ya kumaliza kazi ya vyumbani, meneja alikuwa ameshaondoka. Baadaye Badar alikisia kwamba Bwana Sharif ndiye yule ambaye Karim alikuwa amemaanisha wakati aliposema kuna rafiki wa familia ambaye angaliweza kusaidia.

Je umewahi kutumia kompyuta kabla? Issa alimwuliza Badar mchana huo.

Badar alicheka kwa mshangao na labda kwa aibu. Angewezea wapi yeye kujifunza kutumia kompyuta? Issa hakumwuliza kuhusu maisha yake ya zamani na kwa sababu hiyo Badar alihisi alishaambiwa kitu kumhusu yeye, lakini ilionekana haikuwa hivyo. Hasa mtumishi wa nyumbani, boi, angehusika vipi na kompyuta? Wakati huo hakuwa na uhakika kompyuta ilifanya nini, isipokuwa tu kwamba Meneja Msaidizi alitumia muda mwingi akidonoadonoa kwenye hiyo kompyuta. Mchana huo alikuwa na somo lake la kwanza la jinsi ya kuingia kwenye kompyuta na kutumia tovuti ya anwani ya hoteli. Issa alieleza kuwa ndivyo hivyo wageni walivyoweza kuweka ombi la kupata nafasi ya vyumba, hivyo ni muhimu kukagua mara kwa mara baruapepe zilizotumwa kwenye anwani ya hoteli. Alimwonyesha jinsi ya kufungua ukurasa wa tovuti, na hapo aliiona picha ya Bwana Sharif akiwa ameketi nyuma ya dawati lake kubwa lililokuwa tupu. Kisha Issa akamwonyesha ramani ya hoteli, na wageni gani walikalia vyumba vipi. Alimwonyesha jinsi ya kufanya utafiti mtandaoni. Badar hakuweza kuchukua yote mara moja, lakini alijua ilikuwa ndiyo mwanzo wa kitu cha kusisimua.

Hakutumia muda mrefu wa kutosha shuleni, miaka minane tu ya elimu ya msingi. Kulikuwa na majarida ya Bibie yaliyotupwa na riwaya za upelelezi na vipindi vya kuzungumza Kiingereza kwenye redio ya transista ambayo bibie aliiweka jikoni na ambayo alimruhusu kuitumia nyakati za jioni. Alikuwa amewaelewa watangazaji kwenye redio vizuri lakini sasa alichanganyikiwa wakati wageni walipozungumza kwa haraka au kwa lafudhi isiyojulikana au kutumia neno la mtindo ambalo hakulijua. Ilipobidi kuongea, hakuwa na mazoezi ya mazungumzo na hakuwa na ujasiri, kwa hivyo kuzungumza na wageni wa Kizungu kulimfanya awe na wasiwasi, ulimi wake ulikuwa mzito na wakati mwingine aliogopa kwamba pengine alikosea mpangilio wa maneno. Katika siku zake za mwanzo hotelini, kupata maneno sahihi ilikuwa changamoto kubwa zaidi kwake kuliko kujichekea kwa sauti kubwa kwa utani aliotoa yeye mwenyewe au kuwatizama watalii wa kiume au mambo mengine yoyote ambayo Meneja Msaidizi Issa alikuwa amemwonya asifanye.

Wageni walikuwa na maswali mengi na maombi mengi na wakati mwingine walikuwa na malalamiko kuhusu mbu au mvua au harufu ya karo katika mji mkongwe. Badar aliwapa tabasamu la bashasha ambalo alidhani walipendelea, kuliko sura ya Issa iliyokuwa na mtizamo wa kununa. Hata hivyo, alisikiliza, alitoa majibu mafupi ili kuepuka kujiaibisha, na alifanya kila awezalo kuridhisha matakwa yao hata wakati yalipokuwa ya kipumbavu. Hivi walitarajia afanye nini kuhusu mvua au joto au mbu au harufu mbaya kutoka kwenye mitaro mitaani?

Kwa vyovyote vile, wao walikuwa katikati ya mji mkongwe. Hata hivyo, aliwasikiliza na kuwapelekea pangaboi la ziada na kuahidi kuwabadilishia chandarua kuonyesha masikitiko kuhusu mitaro iliyofurika kwa maji. *Madam*, kusema kweli mwaka huu mvua zimenyesha mno bila ya kutarajia. Alimsikia mgeni mmoja akimweleza mwengine kwamba harufu hiyo ilimkumbusha mifereji midogo midogo huko Venice, na Badar alijiuliza ilikuwaje hasa huko Venice. Safari nyingine mgeni atakapolalamika kuhusu harufu ya Mji Mkongwe, angeweza kumwuliza, Je, umewahi kupata fursa ya kutembelea Venice au bado? Mifereji ina harufu kama hii. Bila ya shaka, yeye hakuthubutu kujibu hivyo, ilikuwa ni njozi tu ya kiumbe fukara. Usishindane, usijibu. Usiwe mjuvi. Hata hivyo kulikuwa na matukio mengi ambapo kuwakabili wageni hakukuweza kuepukana, na polepole kutokana na mazoezi, ujasiri wake ulizidi kukua na alipoteza hofu yake ya kuongea kwa Kiingereza. Kwa kweli alipata wepesi fulani na hata akaanza kupata pongezi kutoka kwa wageni. Ilikuwa kana kwamba hao wageni walikuwa wakimtarajia akwame na kupigwa kigugumizi na kutamka maneno sivyo kama ilivyostahili. Alitabasamu kwa ujuaji wao na kuzungumza kwa bashasha na wageni waliotabasamu na kusema ahsante.

Meneja Msaidizi Issa alitikisa kichwa chake kwa kuridhika, uso wake ukiwa hauoneshi hisia yoyote, na akazidi kumpa majukumu kila siku zilivyoenda. Hakumwuliza Badar maswali yoyote kuhusu maisha yake binafsi isipokuwa ilipohusiana na hoteli tu. Aliongelea mambo yaliyohusu hoteli na matukio ya nje tu ambayo yalihusu uendeshaji wake. Wafanyakazi wengine, ambao wote walikuwa katika rika la miaka ya thelathini hivi, hawakusita kumwuliza Badar maswali. Walikuwa wakimtania na kumpiga maswali mengi jambo ambalo umri wao mkubwa kwake yeye kijana uliwaruhusu kujichukulia mamlaka. Naye Badar aliwatania pia na kucheka nao na wote walijiwekea mipaka ya utani. Majukumu yake yalikuja kujumuisha kazi za kumsaidia Meneja Msaidizi kuendesha hoteli katika masuala ya usimamizi wa kila siku, kuagiza mahitaji kwa ajili ya shughuli za jikoni, kukagua vyumba baada ya kusafishwa, kushughulikia na kutatua matatizo madogomadogo ya wageni, kama balbu ya mwanga iliyolipuka, ajali iliyohusu kikombe cha chai, kuita teksi. Maombi yote ya vyumba hotelini na usimamizi wote wa kifedha bado ulilazimika kupitia kwa Issa. Hata hivyo Badar aliuliza maswali na Issa alijibu: kuhusu viwango vya malipo ya vyumba, punguzo la bei za vyumba na jinsi ilivyofanyika, wastani wa kukaa kwa wageni, matangazo ya kuvutia wageni. Wakati Issa hakuwapo, Badar alivinjari kuchunguza taarifa za wageni, majina yao, anwani zao, nakala za pasipoti zao. Wakati mwingine alipokagua vyumba baada ya kusafishwa, alifungua droo za makabati, akaangalia kwa uangalifu nguo za wageni, bila wenyewe kutambua. Aliangalia vitu vyao vidogo vidogo katika mifuko yao ya kukoga na kunusa manukato yao na vipodozi vyao vyengine. Ilikuwa ni jambo la kushangaza kuona kile walichokuwa wakibeba wakati walipossafiri.

Bwana Sharif alipita mara moja au mbili kwa wiki na wafanyakazi walizunguka kijanja karibu naye. Badar alimletea kahawa huku Issa akimpa taarifa au kujadili tatizo. Uso wa Bwana Sharif ulikuwa wa bashasha, wa mtu asiyekuwa na matatizo. Uso wake haukuwa na ndevu wala masharubu, macho yake yalijaa bashasha na yalidadisi. Alizungumza kwa haraka, kwa kifupi na kwa heshima, na kuonyesha muonekano wa kutaka kufahamu upesi, mtu mwenye mengi yanayomngoja. Tabasamu zake zilikuja haraka, mara nyingi katikati ya utani na ucheshi aliokuwa ameujenga na wafanyakazi wote. Hakuna mtu aliyethubutu kumrudishia utani. Katika ucheshi wake na mazungumzo ya tabasamu kulikuwa na kikomo fulani ambacho kilidai heshima yake. Bwana Sharif hakutoa maelekezo kwa Meneja wake msaidizi wala hakuulizia kuona mahesabu au kitu chochote kama hicho. Alimwachia Issa uendeshaji wa hoteli hiyo, au hivyo ndivyo Badar alivyoona katika wiki zile za mwanzo. Kuonekana kwake kulikuwa kwa muda mfupi lakini kila mara alimwulizia Haji, vipi hali ya Ami yako Haji? Mpe salaam zangu, usisahau.

Mbali na Hoteli ya Tamarind, Bwana Sharif pia alikuwa meneja mtendaji na mmiliki wa baadhi ya hisa za hoteli ya ufukweni ya Crystal Bay, na pia mshauri wa Wizara ya Utalii. Badar hakuwa na uhakika ni kiasi gani alichomiliki au wamiliki wengine walikuwa ni akina nani. Alipomwuliza Issa swali hilo, Issa alijikurupusha na kusema ni wawekezaji wa kigeni, kwa hivyo Badar alikisia kulikuwa na mpangilio kabambe. Haikumhusu yeye asilan. Hata yeye alijua kwamba rushwa ilihusika kwenye biashara ya utalii na uendeshaji wa hoteli, lakini kwa kuwa udanganyifu huo ulishikamana na mengi, hakuna mtu ambaye angalijiingiza katika matatizo hayo, na hata hivyo, nani angemshitaki nani? Alikuwa ameangalia tovuti ya hoteli ya Crystal Bay na kustaajabishwa na nyumba za kulala wageni na migahawa na mabwawa ya kuogelea na watalii wake waliopenda kujifurahisha. Kulikuwa na vizuizi vya kuingia ndani ya hoteli kwani walioruhusiwa walikuwa wageni waliolipa na wale walioalikwa na usimamizi wa hoteli. Yaani, ilikuwa ni marufuku kwa wenyeji. Alitamani iwepo siku ambapo Bwana Sharif angemhamishia katika hoteli ya Crystal Bay.

Mchana mmoja, aliporudi kazini baada ya chakula cha mchana – ambapo alijilia kibakuli cha mbatata za urojo tu mgahawani - Meneja Msaidizi Issa alimwambia, tuna mpangaji kwa mchana tu katika Chumba namba 5. Alisema haya kama vile lilikuwa jambo la kawaida huku hamwangalii Badar. Badar alishakuwa pale kwa takriban miezi miwili na kwa muda wote huo hawakuwahi kuwa na upangaji wa nusu siku, kwa hivyo hakuwa na uhakika jambo hilo linamaanisha nini. Wakati Issa alipoelezea kwamba huo ulikuwa ni aina ya upangaji ulioishia alasiri. Badar alihisi kama vile kuna walakin kutokana na sauti ya Issa, utadhani kana kwamba anaepuka jambo fulani. Akajaribu kuangalia skrini ya kompyuta kupitia begani mwake lakini Issa akamkinga kwa kumrudisha nyuma.

Haijaingizwa katika kompyuta, alisema, huku akikunja uso. Ni ya kuzawadiwa, na wakati alipotamka hilo, aliweka kidole chake cha shahada midomoni mwake kuashiria ukimya.

Bwana Sharif, Badar alianza kunong'ona.

Issa akamwonyesha dalili za kutaka aufyate mdomo kisha akatingisha kichwa chake kuafikiana, na kwa mara nyengine tena, akaweka kidole chake kwenye mdomo wake.

Yupo peke yake? Badar aliuliza.

Issa alitikisa kichwa chake. Wageni wako katika chumba tayari, alinong'ona. Itabidi kukisafisha baadaye. Maulidi na Chambo wameshakwenda nyumbani. Tunamtarajia mgeni mwingine kuwasili kwa ndege ya jioni hii kutoka Dar. Atakuwa hapa kwenye saa kumi na mbili na nusu. Ramadhani atampokea lakini lazima uhakikishe chumba kimesafishwa upya kabla hujaondoka.

Ramadhani ndiye aliyekuwa karani wa usiku ambaye aliwapokea zamu Issa na Badar walipoondoka kwenda majumbani kwao. Badar alishangaa kwa nini Bwana Sharif hakumpeleka mgeni wake Crystal Bay, lakini labda kulikuwa na watu wengi mno huko ambao walimfahamu wakati Tamarind ilikuwa na faragha zaidi. Baada ya Issa kuondoka, mapema kuliko kawaida, kama vile kuepuka jambo. Badar aliketi ofisini huku mlango ukiwa wazi kama kawaida na kuwasikia wageni ambao walitulia vyumbani mwao mchana ili kuepuka joto wakijiandaa kwenda nje kwa ajili ya matembezi au kutafuta vitafunio. Ilipokaribia saa kumi na moja hivi, wakati alipokuwa ana wasiwasi iwapo ataweza kupata muda wa kutosha wa kukisafisha chumba, Bwana Sharif alitokeza kwenye mlango wa ofisi, akionekana freshi na aliyejaa bashasha. Alisimama pale kwa muda mrefu, akitabasamu na Badar, akatamka machache ya kumjulia hali, akampungia mkono wa kumwaga na kuondoka. Badar alisubiri kwa dakika ishirini zaidi kungojea yule mtu mwingine aliyekuwepo katika chumba ateremke. Ilipofika saa kumi na moja unusu, alipanda juu hadi chumba cha 5 na kugonga mlango. Hakukuwa na jibu. Akagonga mlango tena, na bado hakukuwa na jibu, akatumia ufunguo wake maalum wa kumpitisha kote na akajiruhusu kuingia ndani. Chumba kilikuwa kitupu. Watu wote wale ambao walikuwa katika chumba hicho, lazima walipenya nje wakati Badar alipokuwa haangalii, labda ni wakati ule ambapo Bwana Sharif aliposimama kwenye mlango wa ofisi, alizuilika kuona. Dirisha lilikuwa limefungwa na chumba kilinukia mafuta mazuri na kitu fulani kama kichachu, labda ni jasho au ngono au choo. Alifungua dirisha, akatoa matandiko ya kitandani na kusafisha bafu. Alisafisha zulia kwa brashi na kupangusa ili kuondoa mavumbi sehemu zote na kisha akachukua mashuka safi kutoka kwenye kabati la kuwekea nguo. Kabati hilo lilikuwa kwenye ghorofa hiyo hiyo. Aliharakisha kushuka ngazi kuelekea chini ili kuleta bilauri safi na chupa mpya ya maji kutoka jikoni. Alimaliza kazi mara moja, na kurudi ofisini kusubiri kuwasili kwa Ramadhani saa kumi na mbili.

Ilikuwa ni mushkeli kuyaweka moyoni yote haya, lakini Karim hakuwapo wakati yeye alipofika nyumbani. Mara nyingi alitoka nje jioni kukutana na rafiki zake kwa muda wa saa moja au mbili hivi, wakati Fauzia akimalizia maandalizi ya vipindi vya madarasa kwa siku inayofuata. Badar hakuwa na uhakika kama ilikuwa sahihi kumwambia Fauzia kuhusu matukio katika hoteli hiyo. Kwa hali yoyote, Fauzia alikuwa na shughuli nyingi za kazi zake za skuli na aliangalia juu ili kutabasamu tu na kumwambia ajitengenezee chai pindi angetaka. Alitengenezea chai kwa wao wote wawili na kupitia tena gazeti la zamani ambalo alikuwa tayari ameshalisoma mara kadhaa, huku akimtizama kwa kificho mara kwa mara lakini akijifanya kama vile haangalii. Alipenda kumwangalia Fauzia.

Walikula chakula cha jioni chepesi tu wakati Karim aliporudi nyumbani, na baadaye Badar akammiminia hadithi yake huku pumzi ikimpaa kwa msisimko.

Karim alimcheka. Ama wewe ni mshamba wa mwisho, alisema. Kwani wewe hujuwi kile kinachoendelea katika mahoteli au vitimbi ambavyo mabeberu kama yule wanavyovifanya?

Bila shaka alijua, vipi asingejua, alishasikia watu wakizungumza, lakini yeye hakupata kulazimika kwenda katika chumba na kusafisha baada ya shughuli zao. Kashfa ya kumfananisha yeye na mshamba wa mwisho ilimuumiza ingawa ilisemwa kimaskhara tu. Hivyo Badar hakusema chochote zaidi.

17

Fauzia alihakikisha kwamba walizungumzia tena ugonjwa wake wa kuanguka kabla ya kusita kutumia vidonge vya uzazi wa majira vilivyozuia kushika mimba, lakini ilikuwa ni Karim ambaye aliuliza, Je, unalifikiria suala la kupata watoto? Fauzia alijua kwamba Jalila na Ali walimdhihaki Karim kuhusu jambo hilo, kama vile walivyokuwa wakimdhihaki yeye pia. Lakini alishangaa kwamba ilikuwa Karim aliyeliulizia suala hilo kabla ya yeye kuliulizia.

Je, unafikiria kuhusu hilo? Watoto? Alisema. Mimi sina haraka kama wewe huna haraka.

Bila ya shaka nimekuwa nalifikiria jambo hilo, lakini mimi pia sina haraka. Nimekuwa nikisoma habari zaidi kuhusu jambo hilo, Fauzia alisema. Uwezekano wa kumrithisha mtoto wako, kama ujuavyo, ugonjwa wa kuanguka, ni mkubwa zaidi ikiwa mama ndiye aliyeubeba ugonjwa. Sijawahi kupata mshtuko wa kuanguka tena tangu nilipokuwa na umri wa miaka sita, kwa hivyo inawezekana kuwa mimi sinao tena, lakini ndivyo nilivyosoma.

Walikuwa sebuleni kwao. Badar alikuwa kazini. Kwa Fauzia nyakati kama hizi zilikuwa za nadra na faragha yao ilikuwa ya thamani sana. Haikuwa kwamba Badar alileta tatizo lolote au alikuwa mtu wa kuingilia mambo ya watu, ilikuwa tu kwamba nafasi yenyewe ilikuwa imebanwa na kuwa finyu kwa watu watatu. Karim alikuwa amefanya jambo zuri, kumleta hapa, mbali na shutuma mbaya, lakini ilikuwa ni kijumba kidogo. Jambo zuri kuliko yote pale walipofunga ndoa ilikuwa ni kupata muda kuwa peke yao, muda usioisha, bila ya kuharakishwa au kuhitaji kubuni hila za kuwa pamoja, wakiwa kitandani na nje ya kitanda. Hivi sasa Fauzia aliuhisi uwepo wa Badar alipokuwa ndani ya nyumba pamoja nao, ingawa kwa ujumla hakujali, isipokuwa wakati alipohisi anahitaji ukimya au faragha, wakati alipotaka kujimwaga mwenyewe bila kizuizi, kuzungumzia mahaba yake kwa sauti ya juu badala ya kunong'ona.

Kama unavyosema, hujapata mshtuko wa kuanguka tangu ulipokuwa na umri wa miaka sita, Karim alisema kwa kushusha pumzi. Lakini wewe inaonekana kwamba huwezi kujishawishi mwenyewe kwamba inawezekana umeshauvuka huo ugonjwa. Kwa nini basi huwezi kuachana na wazo hilo? Inachosha. Katika moja ya makala uliyonipa kusoma, inasema kwamba pindi kama watoto watapewa matibabu ya kuzuia, kwa vyovyote, wanavuka wanavyozidi kuwa wakubwa.

Isipokuwa tu kama haitokuwa hivyo, Fauzia alisema kwa ukaidi.

Na matibabu ya sasa ni ya ufanisi sana, Karim aliendelea, akipuuza ubishi wake.

Katika maeneo ambayo kuna vifaa vya matibabu vifaa vizuri, lakini siyo hapa, alisema Fauzia.

Sikiliza, nina hakika utakuwa salama, alisema, huku kutovumilia kukijitokeza kidogo kwenye sauti yake.

Siyo kuhusu imani, alisema Fauzia, akiwa hayupo tayari kuregeza kamba. Ni suala la pindipo nitamrithisha mtoto.

Karim akashusha pumzi kwa mara nyingine tena. Wewe umeshalivuka hili, alisema kwa kutilia mkazo, halafu kama vile aliyeweza kuihisi hasira katika sauti yake, alitabasamu, na kuruhusu tabasamu lake kupanuka. Na hakutakuwa na kitu kibaya chochote cha kurithisha, hata hivyo hakuna haraka.

Fauzia naye alitabasamu. Aligundua kuwa Karim alikuwa na hulka ya kutawala ambayo hapo awali hakuiona katika uhusiano wao, na kwamba ilijitokeza bila kutarajia mara kwa mara, mara nyingi ikiwa juu ya mambo madogomadogo na kisha Karim ilibidi apate alichokitaka. Kuna wakati mwingine kutokuendelea na mazungumzo kulionekana kuwa ni jambo la busara kuliko mabishano yasiyokuwa na maana, ingawa hofu yake ya kuurithisha ugonjwa ilikuwa si jambo dogo. Hata hivyo, Fauzia hakufuatilia tena mada hiyo. Walikaa kimya kwa muda, Fauzia akiwaza kuhusu wasiwasi wake na Karim akiwa na mambo mengine yaliyomzonga.

Ilitokea kwamba Karim alikuwa na mambo kadhaa akilini mwake, na alikuwa akitapatapa huku akijaribu kufikiria njia ya kuibadilisha hiyo mada. Alifanya jambo fulani kazini ambalo lilimsumbua. Aligundua takwimu zilizokuzwa katika madai ya gharama za matumizi ambazo ziliwasilishwa na mfanyakazi wa cheo cha chini katika timu yake. Alikuwa mwanamke wa makamo, na alipomwuliza kuhusu madai hayo, yule bibi alimsihi amsaidie. Mambo yote yalikuwa magumu sana. Mambo yangeshindikana kabisa kwa huyo mwanamke na kwa familia yake kama angepoteza kazi yake. Karim alikuwa mtu mwenye roho nzuri, bila ya shaka anaelewa kwamba yule mwanamke hakuwa akiiba, ni kwamba alikuwa akijaribu kutafuta riziki katika maisha. Na Karim alikuwa amepitisha na kuweka saini na kuruhusu madai hayo yapite. Alijiambia kwamba huu ulikuwa ni wema tu, lakini alipokaa hapo alitafakari kama ilikuwa ni kule kusifiwa tu kulikomfanya akubali udanganyifu huo. Alikuwa akifanya vizuri sana katika kazi yake, alileta mabadiliko, aliwaza. Hakutaka kosa hili liwe doa katika kumbukumbu ya kazi yake.

Wakati huo huo kulikuwa na Badar. Karim alikuwa amemwokoa kutoka kwa yule mzee mwenye kisasi, na alipata furaha kuhusu jambo hilo. Badar angeishia kuishi mitaani kama aina fulani ya mhalifu. Alikuwa akiishi nao kwa miezi kadhaa sasa, miezi minne. Kama ndugu mdogo. Ali alimfanyia vivyo hivyo yeye pia, ingawa si katika hali ya kubanana kama vile. Badar hakuwa kaka yake, na Karim alikuwa akimsaidia kwa ukarimu tu siyo kwa wajibu. Badar alikuwa na shukrani, alikuwa hawaingilii, alikuwa tayari kusaidia wakati wowote alipotakiwa kufanya hivyo, na hata bila kuulizwa. Alimsaidia Fauzia katika kazi za jikoni na kutayarisha baadhi ya mapishi. Jambo moja ambalo Karim alipatia kuhusu Badar tangu awaIi, ni kwamba alikuwa makini, msikilizaji na mtu mwenye kutazama. Karim hakuhisi tena kwamba tabia ile ilimtaabisha, jinsi alivyosikiliza kwa makini, jinsi alivyotazama, lakini alijiuliza ikiwa ilimkanganya Fauzia kama ilivyokuwa kwake yeye Karim pale awali. Fauzia hakuwa mtu wa kulalamika, bado, hiyo haikuwa tabia yake, lakini Karim alihisi Fauzia angependelea pindi Badar angeondoka. Hili lilikuwa jambo jingine katika fikra zake.

Nadhani nimepata mahali pa Badar kuhamia, Karim alisema katika ukimya uliotanda. Hakuitangaza taarifa hiyo kabla ya hapo kwa sababu hakutaka ionekane kana kwamba yeye alikuwa anaupuuza wasiwasi wa Fauzia kuhusu ugonjwa wake, ingawa kwa kweli alitamani laiti Fauzia angaliachilia mbali mazungumzo yale.

Fauzia alitoa sauti ndogo ya mshangao kusikia habari hiyo, na macho yake kama yaling'aa kwa muda mfupi. Wapi? Aliuliza.

Siyo mbali sana, karibu na Mtaa wa Darajani, kuelekea Mbuyuni. Kuna mtu kazini anajua kuhusu chumba cha ghorofa ya chini cha kukodisha. Nilimwambia ni kwa ajili ya jamaa yetu, na aliahidi kuzungumza na mmiliki, Karim alisema.

Kiasi gani? Je, anaweza kumudu? Hoteli hiyo haimlipi fedha nyingi za kutosha, Fauzia alisema.

Hapana, ni kweli haimlipi, lakini nadhani anaendelea vizuri kwa hivyo nina hakika mshahara wake utaongezeka hivi karibuni tu. Pia, yeye hatulipi sisi kodi, kwa hivyo atakuwa na akiba ya fedha kidogo natumaini. Nitamsaidia kama ikilazimu, alisema Karim. Bado sijamwambia, lakini nitampeleka kukiona hicho chumba kesho.

Fauzia alikuwa akitabasamu kwa mapana na marefu. Hii itakuwa vizuri kwake, alisema. Anaweza kuendelea kuja hapa kwa ajili ya chakula chake au jambo lolote.

Hakika kweli, Badar hatokuwa mbali sana na hapa, labda dakika kumi na tano tu, Karim alisema. Nina hakika angependa kuja hapa kwa chakula mara kwa mara. Labda angeweza hata kutupikia. Sasa, mpenzi wangu, njoo hapa na unisikilize.

Nini tena? Je, kuna kitu kingine? Fauzia aliuliza, huku akikunja uso.

Karim akacheka. Hapana, hakuna mengi zaidi. Nilitaka tu kukuambia kwamba sifikirii jambo lolote isipokuwa wewe.

Usitie chumvi, Fauzia alisema huku akimkaribia.

Mimi sitii chumvi, alisema huku akimrukia mkewe.

Chumba ambacho Karim alimpatia Badar kilikuwa katika nyumba ambayo hapo kale ilikaliwa na mfanyabiashara na ukoo wake. Mfanyabiashara mwenyewe alishafariki muda mrefu uliopita na familia yake ilikuwa imetawanyika, hakuna aliyejua wapi, isipokuwa mtoto wake mmoja wa kiume ambaye alifanya kazi katika ghala la samani jijini Dar es Salaam na alikuwa na hamu ya kuiuza. Nyumba hiyo sasa inamilikiwa na mtu anayeitwa Hakim ambaye alikuwa akifanya kazi kwa miaka mingi huko Abu Dhabi, katika biashara ya usafirishaji inayosambaza bidhaa katika maduka na vyakula katika Falme za Kiarabu. Mke na watoto wake walibaki Zanzibar, wakiishi na wazazi wake katika kijumba kidogo huko Miembeni. Hakim huja kuwatembelea wakati anapoweza. Baada ya miaka kadhaa, aliweza kununua hisa ndogo katika biashara ya usafirishaji. Tayari kulikuwa na mmiliki mwingine wa sehemu iliyobakia, Msomali kutoka Bukoba, ambaye jina lake lilikuwa Abdirahman, ambaye kama Hakim pia alianza kufanya kazi katika nafasi ndogo tu na kutokana na unyenyekevu na uaminifu alipata hisa katika biashara hiyo. Mmiliki mkuu, yaani mwenye taslimu ya kuendesha hiyo biashara, alikuwa ni Muabu Dhabi ambaye alijihusisha kwa mbali lakini alifuatilia kwa karibu miamala ya biashara na alijua jinsi ya kuwazawadia washiriki wenzi.

Huko Abu Dhabi, Hakim aliishi katika hosteli pamoja na wafanyakazi wengine kutoka sehemu ya ulimwengu alikotoka yeye, na kama wao alilimbikiza kila dirham ambayo angeweza kuiokoa. Baada ya muda aliweza kulimbikiza vya kutosha kumwezesha kununua nyumba ya huyo mfanyabiashara. Mtoto wa mfanyabiashara huyo hakuwa mfanyabiashara madhubuti na labda hakuwa hodari sana au alikuwa ni mhitaji mno wa hizo pesa, na Hakim aliweza kujipatia kwa bei nafuu. Aliisafisha nyumba, akaipamba na kuisakafia na kuweka samani katika ghorofa za juu, na akawahamishia mama yake na baba yake kwenye ghorofa ya kwanza, akabakisha ghorofa ya juu kwa ajili ya mkewe na watoto.

Kwenye ghorofa ya chini kulikuwa na chumba na mlango wake wa mbele, ambao labda ulikuwa ofisi ya mfanyabiashara wakati fulani. Hakim aliikodisha kama duka la vyakula. Kukiuzwa makopo ya maziwa ya unga na samaki wa dagaa wa kopo na siagi ya margarine , na pakiti za chai na unga na viwembe. Mlango wa mbele wa nyumba yenyewe ulifungukia katika vyumba vingine viwili vya sakafu ya chini. Kimoja kilikuwa nyuma ya nyumba, mbali kidogo na ngazi ambayo iliongoza kwenda juu. Chumba kingine kilikuwa hapo hapo ukiingia tu kwenye mlango wa nyumba. Kulikuwa na bafu la jumla jamala nyuma, na lilikuwa na sehemu ya kukogea na choo. Sehemu ya kukogea ilikuwa na mwanga mdogo uliopitia mipasuo ya uwazi juu ya ukuta. Sakafu yake ya zege ilikuwa mbaya haijasakafiwa na kujitokeza kwa juu pale ambapo mfereji wa kukogea ulipochuna. Mitandao ya zamani ya buibui ilitanda na kuning'inia kutoka kwenye dari na kila kitu kilihitaji kusafishwa. Badar alikumbuka kwa upendo bafu na choo chake nyumbani kwa Bibie. Hakim alijitahidi kufanya matengenezo kadri alivyoweza katika vile vyumba viwili vya chini na kuvikodisha bila kuweka samani. Baada ya kuwahamishia familia yake katika makazi yao mapya, alirudi kwenye biashara yake na kuishi kwenye ile hosteli yake huko Abu Dhabi. Bado alikuja kuwatembelea kila wakati alipoweza.

Karim alijua haya yote kutoka kwa Idris, mfanyakazi mwenzake ambaye alikuwa mpangaji katika chumba cha nyuma na ndiye aliyemwambia kuwa chumba cha mbele kilikuwa sasa kinapatikana. Chumba hicho kilikuwa kikubwa na dari lilikuwa refu kwenda juu, na katikati ilining'inia balbu iliyoshukiliwa na waya mrefu. Kulikuwa na dirisha moja tu, ambalo lilitizama mbele ya nyumba. Dirisha lilipigiliwa nondo na lilikuwa na vijilango vya kulifungia vilivyokuwa imara na vilivyokakamaa kutokana na matumizi mabaya. Kwa Badar, kukosekana kwa samani ndani ya chumba hicho kulikipa mwonekano wa utupu na kutisha, hasa ukitizama sakafu ya zege na kuta nyeupe, na ile balbu ya taa iliyoning'inia. Chumba kilitoa harufu ya saruji na chokaa, matokeo ya ukarabati na upakaji rangi ambao Hakim aliufanya. Lakini chini yake kulikuwa na kitu kingine, ni kitu fulani ambacho kilihifadhiwa chumbani mule hapo zamani. Alidhani kama vile alipata harufu ya karafuu. Hakukuwa na chochote kwenye kuta, hata msumari mmoja wa kuning'inizia shati, lakini hakusita. Ndiyo, hiki ni kizuri sana, alisema. Hakuwa na vingi vya kuleta, ni nguo zake chache, riwaya zake na mkeka wa kulalia. Giza la chumba hicho lilimkumbusha wakati alipowasili kufanya kazi kwa Bibie miaka mitano iliyopita, isipokuwa hivi sasa hakuwa na hofu tena. Alikuwa na hamu ya kuondoka pale nyumbani kwa Fauzia na Karim, siyo kwa sababu aliona taabu kuwa nao, lakini kinyume kabisa. Aliwapenda wote wawili. Kwa namna fulani alishindwa kujizuia, aliwatazama wakiwa pamoja na kusikiliza maongezi walipokuwa chumbani mwao. Hakuweza kusikia walichokisema lakini kuna wakati alihisi kwamba walikuwa wakifanya mahaba. Alijaribu kutowaangalia, alijaribu kutosikiliza harakati katika chumba chao, alijaribu kutojihisi aliyepuuzwa na kutopatwa na wivu, lakini hakuweza kujidhibiti yeye mwenyewe. Ilikuwa ni hamu ya ajabu ya kutamani kushiriki katika jambo fulani la furaha yao, lakini alijua haikuwa sahihi. Alijua wangekasirika wangeshuku chochote, wangedhani yeye ni maluuni au hata mwenye nia mbaya. Kwa hivyo alikuwa na hamu ya kuondoka pindi fursa ingetokea kwa sababu alihisi alikuwa kama pingamizi. Uwepo wake uliburuta furaha yao ya pamoja, na angefarijika kuondokana na hatia ya uchungu wa kutazama na kusikiliza.

Njoo ule pamoja nasi, Fauzia alisema wakati alipokuwa amesimama kwenye kizingiti cha ghorofa yao, akiwa njiani kushuka ngazi. Njoo ututembelee wakati wowote utakapotaka. Njoo mara kwa mara.

Nitakuja, alisema.

Na alifanya hivyo, kila baada ya siku kwa kuanzia. Aliwatamani kwa kiasi kikubwa. Mwanzoni alifikiri aliwatamani kama wanandoa, lakini alikuja kuelewa kwamba ilikuwa ni kuwa pamoja na Fauzia hasa ndiko alikokutamani zaidi, uso wake, sauti yake, tabasamu lake, jinsi alivyomtazama, bila kuyumba na kwa makini. Alikuwa mjinga kiasi gani, mpuuzi kiasi gani na mwenye utoto wa aina gani! Ilikuwa ni jambo baya kwamba yeye alidiriki kufikiria hivyo kuhusu kipenzi cha Karim, wakati Karim alimfanyia mengi mno. Badar alimpenda Bibie na alipatwa na huzuni kulazimishwa kuondoka na kumwacha, lakini kila kitu kingeishia kwa maumivu makubwa kama Karim asingalikuwepo wakati ule kumwelekeza na kumsalamisha. Na hapa yeye alikuwa akionyesha fadhila zake kwa kujijengea njozi za kumfikiria mkewe. Baada ya hapo Badar aliwatembelea mara moja kwa wiki, na kisha baadaye kwa nadra tu lakini mara nyingi kutosha kuendeleza mawasiliano nao na kudumisha upendo wao.

Kutoka sokoni alijinunulia godoro la sponji, kiti na meza za plastiki, na balbu ya taa. Aliazima shuka na taulo kutoka chumba cha kufulia hotelini, na sabuni ya kifahari ya kukogea kutoka kwenye vifaa vya choo. Hatua kwa hatua vitu vingine vilijaa chumbani mwake, vitabu vilivyoachwa na wageni hotelini, kifunika taa, kalenda yenye picha za bustani za Kikorea iliyoletwa hotelini kama tangazo kwa watalii. Alinunua redio ndogo ya mtumba na alikuwa akiiwasha kwa muda fulani kila jioni, akisikiliza vipindi vya muziki na mazungumzo kwenye vituo tofauti: Shirika la Utangazaji la Kenya, Deutsche Welle, *BBC World Service*, Shirika la Utangazaji la Afrika Kusini wakati alipoweza kuzikamata redioni, pamoja na Redio ya Taifa. Alipochoka kusikiliza redio alisoma kwa muda, au alijilaza tu kitandani akisubiri usingizi umjie wakati mawazo yake yakikumbuka siku na miaka ya maisha yake.

Wakati huo huo, Fauzia aliwacha kutumia vidonge vya uzazi wa majira vilivyozuia kizazi na wawili hao walianzisha kampeni yao ya kupata watoto. Fauzia alitafuta vitabu na kusoma juu ya siku bora zaidi za mayai yake kuwa tayari kupokea mbegu na kuhusu utungaji mimba na nini cha kufanya baadaye (weka mto chini ya mgongo wako ili kunyanyua fuko la uzazi juu na kuzuia manii inayokuja kwa kasi isimwagike nje). Karim hakudhani kwamba wanapaswa kuwa pamoja zile siku bora za kupata mtoto tu. Alipendekeza kwamba wanapaswa kujitahidi kuchukua kila fursa iliyowezekana, iwe ndiyo siku bora au vinginevyo. Kuna madhara gani ambayo yangetokea? Walijadili mambo haya na kuyatatua kwa kukubaliana vizuri tu na wakati mwingine kwa njia za kuchekesha, walifurahia kufanya mahaba bila ya woga wowote. Baada ya chakula cha usiku Fauzia alifanya maandalizi yake kwa darasa la siku inayofuatia, wakati Karim akisoma gazeti au moja ya vitabu vyake au kimoja cha Fauzia. Alikuwa ameacha kwenda kwenye baraza na marafiki, na alitambua kwamba alienda kule ili kuepuka kubanana kulikokuwa pale nyumbani. Fauzia alipomaliza maandalizi yake ya shule, walikwenda kulala na kuendeleza mazungumzo yao. Walikubaliana kwamba hawajawahi kuwa na furaha kama ile waliyokuwa nayo wakati huo.

Fauzia alikuwa na umri wa miaka ishirini na moja na Karim alikuwa na umri wa miaka ishirini na tano, kila mmoja wao akiwa na afya sahihi ya ujana, ni nini kingeweza kwenda kombo? Wasiwasi juu ya ugonjwa wa kuanguka ulitupiliwa mbali katikati ya furaha yao ya ndoa. Ndani ya miezi mitano ya mahusiano hayo ya kuwa katika furaha, Fauzia alitoa taarifa za ishara za awali za mafanikio. Hakuna hedhi. Dalili nyingine zilijitokeza na kuonekana kuthibitisha hii dalili ya awali, ikiwa ni pamoja na kero za kichefuchefu na uchovu. Wakati Karim alipofurika kwa furaha kubwa ya matarajio yaliyokaribia, Musa alitabasamu kimyakimya, na Khadija alitokwa na machozi na kujaa ushauri na kujionya mwenyewe, yote hayo yalitokea kwa pamoja (kitu chochote kinaweza kutokea, Mungu atunusuru). Fauzia alisaga meno yake na kupambana na kero za siku zile za awali.

Mama yake alimwambia, hii kero ya awali itapita na baadaye utajihisi uko katika hali nzuri zaidi kuliko ulivyowahi kuhisi katika maisha yako. Hili ndilo aliloumbiwa mwanamke, usijali, wewe sherehekea ulichotunukiwa. Usile vyakula vichungu, usitumie malimau au pilipili au matumbo. Yatachafua damu yako na kukutapisha. Mungu akulinde akuweke salama. Mimi niliweza kufanya hivyo mara moja tu, na ilhali nilitaka sana kukupa kaka au dada.

Karim alitazama kwa tabasamu la furaha wakati ujauzito ulipothibitishwa. Ni mimi huyo niliyefanya hivi, alimwambia Fauzia, na Fauzia alitafakari ingawa hakusema kitu. Ama kweli, huyu mpenzi wangu anajua kujipigia madebe. Karim alimnunulia Fauzia vizawadi vidogo vidogo ili kumfurahisha, kama vile kijikisanduku cha muziki kilichomeremeta na kutoa sauti ambayo alihisi kama aliifahamu ingawa hakuweza kuikumbuka, seti ya kujipodoa ambayo ilijumuisha rangi ya midomo ya damu ya mzee ilhali Fauzia hakuwa na tabia ya kujipaka lipstiki, DVD ya muziki wa Kilebanon japokuwa hawakuwa na santuri ya kuchezesha DVD.

Ni nini hasa kilichokusibu? Fauzia aliuliza huku akicheka, ingawa ukweli ni kuwa alifurahia. Ni nini hasa makusudi ya hii? Hatuna chombo chochote cha kuchezea muziki.

Tutakuwa navyo hivi karibuni, Karim alisema, hakuna shaka. Mshahara wangu umepanda siku mbili hizi. Karim alikuwa akimsubiri Fauzia aanze kudai vyakula mashuhuri vya hamu ambavyo havikutarajiwa kuliwa na ambavyo wanawake wajawazito huvidai katika nyakati za ajabu ajabu. Hata hivyo kule kutajwa tu kwa chakula mara nyingi kulimfanya Fauzia aanze kuwa mgonjwa, hasa katika miezi ya mwanzo wa ujauzito wake.

Mtu pekee ambaye hakuchukulia mateso ya Fauzia kuwa jambo la kawaida alikuwa Hawa. Hawa alitazama kwa mshtuko kile ambacho shoga yake alijitakia mwenyewe. Sikupata kuwa na uhakika ni kwa kiasi gani wazo hili lina busara, Hawa alisema. Sasa n'najua. Hiki ni kifungo cha maisha, je unafahamu hilo. Utatapika na kupambana kwa miezi kadhaa, na kisha utakuwa mtwana wa huyo aliye humo tumboni mwako, naye atayaendesha maisha yako yote. Asante Hawa, wewe ni msaada mkubwa, Fauzia alisema, lakini kwa kweli alijua nini Hawa alimaanisha. Yatapita, Fauzia alijisemea mwenyewe.

Na hivyo ndivyo ilivyokuwa. Baada ya mwezi wa tano, mwili wake ulitulia na kuwa shwari. Alianza kuhisi kuwepo kwa kitu kilichotembea ndani yake. Fauzia alimwona Dokta Khalid mara kwa mara na kukutana na mkunga aliyefanya kazi na huyo daktari na ambaye alimtembelea nyumbani siku za mwisho. Alikuwa hapo nyumbani kwake wakati chupa ya maji ya uzazi ilipopasuka, na akawapeleka Fauzia na Karim kwenye kliniki kwa kutumia gari lake. Uchungu wa uzazi ulizidi kuchachamaa na kudumu kwa kipindi kirefu, na ulionekana kutokuwa na mwisho na usiovumilika, lakini alivumilia usiku kucha. Mama yake alikuwa amejitolea kuwa naye lakini Fauzia alimwomba Karim abaki naye. Karim alikaa pamoja naye hadi asubuhi, wakati mtoto hatimaye alipozaliwa. Wakamwita Nasra.

Fauzia na Nasra walirudi nyumbani baada ya siku tatu, nyumbani kwenye ghorofa yao pale juu ambapo Karim alikuwa akiwasubiri kwa furaha. Kliniki ilipiga simu asubuhi, karibu na dhuhr tena, na kusema kwamba walikuwa tayari kuja kuchukuliwa naye aliwajibu kwamba angechukua teksi kwenda kuwachukua. Hata hivyo, muuguzi alimwambia kuwa tayari Khadija alikuwa pale katika kliniki, alishakuja hapo tangu alfajiri. Kasema atawarudisha nyumbani, na hivyo hakukuwa na haja ya yeye kujisumbua. Walipowasili nyumbani, Khadija alimharakisha Fauzia kuingia chumbani ili apumzike baada ya kupitia siku chache zilizojaa mikiki, akamweka Nasra kwenye kisusu kidogo ambacho Fauzia na Karim walikipenda walipokiona dukani. Kisha Khadija akaangalia kwenye kabati, ndani ya friji, ndani ya friza ili kuweza kuamua chakula gani angepaswa kuandaa. Walikuwa na vifaa vya mtoto tayari, na Khadija alivikagua hivyo pia.

Karim aliingia chumbani na kuona kwamba mtoto alikuwa amelala, lakini Fauzia alikuwa macho na akamnyooshea mkono kumpa ishara akaribie. Akaketi kwenye kitanda na kumshika mkono. Mwenyewe kadhibiti kule, alisema Karim, akimaanisha mama mkwe kashika tama, halafu wakapeana tabasamu.

Khadija alibaki mpaka giza ilipoingia na kisha akaondoka kurudi nyumbani. Musa alikuwa kitandani taabani baada ya kipindi kingine kibaya kilichomsibu. Mwambie Ba nitamleta mtoto katika siku mbili hizi, Fauzia alisema.

La, usijichoshe, mama yake akasema. Yeye anaweza kusubiri. Nitarudi kesho.

Walileta kile kisusu sebuleni baada ya Khadija kuondoka, na Karim alikaa akitazama kwa mshangao wa ajabu wakati mtoto alipokuwa akinyonya kwenye matiti ya Fauzia, huku akiyafyonza na kuyapigapiga ili kushikilia chuchu za matiti. Karim alijikuta akijikunyata bila kutegemea pale kitu kilipofyatuka kutoka upande wa nyuma wa mwili wa mtoto, halafu mtoto mwenyewe akatoa ukelele kwa kile ambacho Karim alidhani kuwa kinyaa alichohisi yeye mwenyewe. Ilionekana kuwa kama kichekesho hasa.

Khadija aliwasili mapema asubuhi iliyofuata na kwenda moja kwa moja chumbani. Karim aliweza kumsikia akiongea na kuzunguka huku na kule, na baada ya muda mfupi akaufunga mlango. Alitoka nje baada ya muda huku kashikilia shuka za mtoto, halafu akaonekana kushangaa kumkuta Karim ameketi kwenye kiti na kikombe cha chai.

Ala, wewe upo hapa, alisema. Je, nikutengenezee kifungua kinywa?

Hapana, nimeshapata kifungua kinywa, alisema, huku akishikilia kombe lake la chai.

Vyema, nitamtengenezea chochote Fauzia baada ya kumaliza kushughulikia hizi, alisema, huku akishikilia rundo la nguo chafu. Huendi kazini leo?

Nina siku ya mapumziko leo, pindi kama kunahitajika chochote hapa nyumbani, alisema. Kazi inaweza kusubiri.

La, hapana, hakuna kitu kinachohitajika hapa. Nitakuwa hapa siku nzima, Baba. Nitawaangalia. Wewe nenda tu kazini, alisema.

Aliondoka kwa shingo upande. Katika kipindi cha takribani miaka mitatu tangu alipomwoa Fauzia, alishindwa kumzoea mama yake Fauzia.

Labda alikuwa hajajaribu kwa kweli. Fauzia aliwatembelea wazazi wake peke yake, kwa kawaida, na wao hawakuwahi kuja kuwatembelea pale nyumbani kwao. Ngazi zilimshinda Musa, alisema Khadija. Karim alihisi kwamba sasa hivi Khadija alimsemesha bila ya uvumilivu kidogo, kana kwamba yeye Karim alikuwa kero, wakati yeye ndiye aliyekuwa amejiingiza katika himaya ya Karim na familia yake. Hakupenda jinsi Khadija alivyokuwa akitawala. Hakuna haja ya kuleta rapsha kwa siku moja au mbili alijiambia mwenyewe, alikuwa na uhakika kwamba uwepo wa mama mtu ungempa faraja na msaada Fauzia, kisha baadaye mambo yangerudi kuwa kama awali na angekuwa na mkewe na mwanawe. Ni kawaida. Yeye ni binti yake na mtu kwa mara ya kwanza huwezi kujua kitu gani kinahitajika wakati kama huu. Hivyo ndivyo alivyojiambia alipokuwa akielekea ofisini, wakati huo huo akiandaa maelezo ya kumwambia meneja wake, ambaye kwa ukarimu alimwambia achukue siku moja ya mapumziko kumkaribisha mtoto nyumbani.

Mama yake Fauzia aliendelea kuja kwenye nyumba yao kila siku, akiwasili kabla ya kuondoka kwake kwenda kazini, na kumfurumusha bila kuchelewa. Potelea mbali wewe, alifikiri alipokuwa akijikokota kiuvivu kwenda kazini. Alijaribu kujizuia kwa uvumilivu kwa kile alichokiona kama ghasia kwa sababu alijua kwamba Fauzia hakuhisi mama yake aliwaingilia kama alivyohisi yeye. Kinyume chake, Fauzia alimwambia alipomwuliza, kwamba yeye anaona ni faraja kuwa naye pamoja na Nasra. Yeye ni msaada kwetu, yeye ananieleza mambo, baadhi ya hayo mimi husikiliza na baadhi mimi huyapuuza. Ananisaidia mtoto, yeye ni mama yangu na anampenda mtoto. Itakuwa kwa siku chache tu. Ingekuwa vigumu sana kwangu mimi mwenyewe peke yangu. Wewe hupo peke yako. Mimi nipo hapa, Karim alilalamika.

Najua bila ya shaka, wewe upo hapa, na unanisaidia kuliko mtu yeyote, alijibu. N'namaanisha wakati wa mchana, wakati wewe unapokuwa kazini. Ananisaidia sana na kufanya mengi.

Hivyo basi akaridhia kuwepo kwake nyumbani kwao kila siku, kwa sababu ilimfanya Fauzia kuwa na raha zaidi. Khadija alikuwa mama yake, kama alivyosema, ilikuwa ni jambo la kawaida kufanya hivyo, na haitodumu milele. Mwishowe ilidumu kwa wiki tatu kwa sababu Musa alipata pigo tena la kuugua vibaya na Khadija alilazimika kukaa naye.

Siku ya kwanza ya kutokuwepo kwa Khadija, Karim alirudi nyumbani wakati wa chakula cha mchana kama kawaida yake na kumkuta Fauzia akihangaika na Nasra na kazi zake za nyumbani. Kuna kiporo cha samaki kwenye friji, alisema Fauzia. Samahani.

Ninapenda kiporo cha samaki, alisema. Nitaenda kununua mkate.

Katika siku zilizofuata, Karim aligundua bila shaka jinsi Mama alivyowasaidia. Alirudi nyumbani kumkuta Fauzia akionekana amechoka na kama aliyekorofishwa, na Nasra akilia hasa. Wakati mwingine Fauzia alitokwa na machozi mara tu Karim alipoingia. Nasra alilia sana kuliko alivyokuwa akilia kwa kawaida yake, akilia kwa saa kadhaa usiku, na hakuna kati yao aliyeweza kumsitisha asilie kwa kipindi kirefu. Badala ya kurudi nyumbani kwa chakula cha mchana, Karim alijilia chakula kwenye mgahawa, na ikawa kwamba mwisho wa kazi alijikuta akielekea nyumbani baada ya kazi bila ya kupenda. Kelele za Nasra zilikuwa hazivumiliki. Kila usiku aliweza kupata usingizi wa saa tatu au nne tu, akingoja kwa hofu kikelele cha kupumua kwa Nasra kianze kabla ya kufumuka na kuwa jikelele kubwa ajabu. Alikiogopa kile kikelele cha mwanzo hata wakati mwingine alikisikia wakati mtoto mwenyewe alikuwa amelala na wala hakukaribia kulia. Walijaribu kumruhusu ajilize hadi apate usingizi kama walivyoshauriwa katika kitabu walichokisoma, lakini hawakuweza kufanya hivyo. Hawakuweza kuvumilia kelele zake za maumivu.

Ilionekana wakati mwingine kwamba kitu kidogo tu kilimfanya aanze kelele, sauti ya ghafla kutoka jikoni, kikohozi, sauti yake yeye Karim au hata kuwasili kwake nyumbani kutoka kazini. Karim alihisi kwamba ni yeye hasa aliyemfanya acharuke na kelele. Alirudi nyumbani kutoka kazini mchana mmoja na polepole akajiingiza nyumbani, kwa uangalifu ili asikichokoze kilizi. Alimwona Badar akiwa ameketi kwenye sofa na kumpakata mtoto na hakuwa akilia, hata alipozungumza kwa sauti kubwa, akisalimiana kwa furaha na Karim na huku akimwambia Nasra, Haya, huyu hapa Baba, mpungie, na mtoto kwa utiifu akatikisa miguu yake hewani.

Badar alionekana kuwa amestarehe sana kumshika mtoto kiasi kwamba Karim alilazimika kupambana na kuzikandamiza hisia za hasira . Huyu ni mtoto wangu ambaye unamshika, aliwaza. Awali, Badar aliwahi kuja kumwona mtoto lakini alikuwa amejitenga mbali wakati mama yake Fauzia alipokuwa akisimamia mambo pale. Hii ilikuwa ziara yake ya kwanza tangu alipoacha kuja. Angalia jinsi alivyokua mtoto, alisema. Kitizame kitipwatipwa, hivi ana umri wa wiki ngapi?

Tano, Fauzia alisema, akiangalia huku akitabasamu. Unapaswa kuja mara nyingi zaidi. Angalia jinsi alivyotulia nawe.

Analia sana, Karim alisema, na alihisi kama vile aliona tetemeko likipita kwenye viguu vyake vidogo alipokuwa akizungumza, lakini ukweli ni kwamba hakukuwa na kitu kama hicho.

Badar alimpa mtoto Karim ili ampokee, lakini Karim alitikisa kichwa chake. La, hapana, endelea kumbeba, unafanya kazi nzuri. Yeye anakupenda, wewe endelea kumpakata. Nitakwenda kunawa mikono yangu.

Baada ya kuondoka kwa Badar, Nasra alirudia ukorofi wake, akacharuka kwa kero ndogo tu au bila ya sababu yoyote iliyotambulika. Kila usiku walijipa moyo kumruhusu aendelee kulia hadi ajilaze mwenyewe, na kumlaza kifudifudi kama kitabu kilivyoshauri, na mwishowe ilionekana kama kufanikiwa, kwa muda. Hata hivyo, punde si punde, angeondoa vizuizi vyote na kuanza kulia. Usiku mmoja alilia kwa kwikwi na kelele kubwa za kupitiliza hata akaonekana kama amechanganyikiwa. Kila Fauzia alipoamka kwenda kwa mtoto, Karim alisema, lazima umwachilie.

Anapatwa na mshtuko, Fauzia alisema kwa taharuki.

Hapana, Karim alimpigia kelele. Yeye anapiga kelele tu. Unapaswa kumwacha mwenyewe.

Pale ilipoonekana kwamba Fauzia hangeweza kuvumilia tena, na alipokuwa anajitayarisha kwenda kwenye kisusu cha mtoto, ghafla, Nasra akanyamaza kimya. Fauzia akangoja kuisikia ile sauti yake ya kujiliza kwa kuvuta pumzi za nguvu puani ambayo ilikuwa ni dalili ya kawaida ya kuashiria kwamba alikuwa ananyamaza na kuanza kuchukuliwa na usingizi, lakini hakukuwa na ule uvutaji wa pumzi. Akakimbilia kwenye kisusu, huku akibonyeza swichi ya taa juu yake na kumkuta Nasra amejifungafunga kwenye mashuka, na ameanza kugeuka rangi nyeusi.

Mtoto amekabwa, Fauzia alipiga makelele huku akimbeba.

Karim alimkimbilia na wakasimama pamoja, wakionekana wamepigwa na mshtuko wakati mtoto wao alipokuwa akijitahidi kupumua. Kisha Fauzia akafinya pua ya Nasra na kumpulizia hewa polepole mdomoni mwake, na baada ya muda mfupi akapumua hewa ambayo ilifuatiwa na hewa kama mluzi wa filimbi na kisha kuvuta hewa kwa taabu na kunyonya mdomo iliyoashiria kuhitaji kunyonya.

Fauzia alihofia kuwa hiyo ilikuwa ishara ya kwanza ya ule ugonjwa wa kuanguka. Ingawa ilikuwa alfajiri, Fauzia alisisitiza wamwite Dokta Khalid, ambaye alikuja katika dakika chache. Alimchunguza mtoto na kumpa kijiko cha dawa fulani ya kumtuliza. Sasa mtoto alirudia kuwa na rangi yake ya kawaida. Aliwaambia kuwa ni shuka zilizomzonga na kumfungafunga hivyo kusababisha hali ile. Ingebidi wamlaze chali. Pia aliwaandikia dawa fulani ambayo ingemtuliza kama angepapatika. Tutafanya uchunguzi kamili kesho katika kliniki, alisema.

Siku iliyofuata Badar alienda kuwatembelea, bila kujua chochote kilichotokea. Alihisi kulikuwa na kitu cha huzuni wakati alipokuwa akipanda ngazi nyembamba kufikia ghorofani kwao. Ilikuwa magharibi na wote walikuwa pale, Karim, Fauzia na mtoto akisinzia mikononi mwake, na shoga yake Fauzia, Hawa, na wote watatu walionekana kukosa furaha kusikokuwa kwa kawaida. Karim alikuwa amenuna, huku macho yakiangaza chini. Fauzia alionekana mwenye fikra za mbali, kana kwamba yupo usingizini au labda amechoka. Hawa alimgeukia na kumwangalia kwa haraka akiwa na mtizamo wa kukereketwa, kana kwamba uwepo wake Badar ulikuwa wa kuongezea shida. Badar alisita mlangoni na kuanza kujiuliza ikiwa alikuwa ameingilia katikati ya mabishano.

Hamjambo? Aliwasalimu. Vipi, nyote wazima?

Kulikuwa na ajali, Hawa alisema kwa ukali, akiashiria kwamba huu haukuwa wakati wa salamu za furaha.

Ilikuwa kosa langu, Karim alisema, sauti yake laini iliyojaa huzuni, macho yake yakimeremeta. Nilimwambia amwache alie na karibia Nasra afe kwa kukabwa na pumzi.

Hapana sivyo hivyo, Hawa alisema. Haikuwa makosa yako, ilikuwa ni ajali. Hii hutokea kwa watoto wachanga sana.

Sauti kama ya kulia ilimtoka Fauzia. Ndiyo, ulisema mwache alie, na karibu afe. Nilipaswa kujua kuwa haukwisha, alisema Fauzia.

Umeshakwisha. Hii haihusiani na ugonjwa wa kuanguka, Karim alipiga ukelele, sauti yake ikionyesha uwepo wa kukata tamaa au hasira. Umesikia daktari alichosema! Acha kuendelea kufikiria jambo hilo!

Mtoto alitoa ukelele wa ghafla wa kushangaza na mara moja akaanza kulia. Karim akaguna, Hawa akafunga macho yake kama kukata tamaa, Badar akasonga mbele na kunyoosha mikono yake ili kumchukua mtoto. Fauzia akasita, kisha baada ya muda mrefu akamkabidhi Nasra. Akamchukua mtoto na kutembea naye polepole hadi kwenye eneo dogo panapoanzia ngazi, mbali na mvutano wa matatizo katika chumba. Hakuufunga mlango na alihakikisha kwamba alikuwa daima katika upeo wa macho ya Fauzia. Nasra alipotulia, Badar alirudi ndani na kumkabidhi mama yake.

Kisha wakamwambia kilichotokea usiku uliopita, Karim akiwa amefadhaika, Hawa akilalamika kama alivyofanya hapo awali, Fauzia akiwa kimya kwa muda na kisha, kana kwamba kuzuia majadiliano zaidi kuhusu tukio hilo, alisema huku akitabasamu, sijui wewe unafanyaje hivyo, kumchukua tu mikononi mwako na ghafla tu anaacha kulia.

Badar aliwatembelea tena magharibi iliyofuata na baadaye tena, na kuona huzuni yao ikiongezeka. Alijua kwamba Karim alikuwa akihangaika tangu kuzaliwa mtoto huyo na kwamba kuhangaika huko kwake kulikuwa katika hali mbaya zaidi baada ya ajali. Fauzia hakushawishika na hakikisho la Dokta Khalid kwamba mshtuko haukuwa ni mwanzo wa ule ugonjwa wa kuanguka, wala Khadija naye hakushawishika. Badar aliweza kuona kwamba Fauzia alikuwa akihangaika na kazi zote za nyumbani, kazi ambazo alitakiwa kuwajibikia, kazi ambazo yeye Badar alikuwa amezizowea, lakini Fauzia hakumruhusu Badar amsaidie. Fauzia alifanya kadri alichoweza, kumlisha mtoto, kukosha na kusafisha, kupika, lakini alifanya yote hayo kwa kusitasita, ovyo ovyo tu, kama kwa kukereka. Kero yake wakati mwingine ilimjumuisha Karim, ambaye alijikuta akijiondoa na kujihami na hakuweza tena kukandamiza maudhi yake dhidi ya Fauzia. Katika hali hii ya ukosefu wa mapenzi, alikuwapo mtoto Nasra, ambaye aliendelea kupiga makelele ya kulia na kudai kulelewa, akiwa katikati ya mapambano yake mwenyewe dhidi ya maisha ambayo hakuwa ameyachagua.

Khadija pia aliyaona yaliyotokea na kuugawanya muda wake baina ya Musa na Fauzia. Musa hakuwa tena asiyejiweza, na katika njia yake ya kuvumilia maumivu alisisitiza kwamba angeweza kukabiliana na matatizo vizuri bila ya msaada. Aidha, walikuwa na kijana mmoja ambaye alikuja kusaidia katika nyumba na kufanya manunuzi yao ya vyakula na kumsindikiza Musa katika matembezi ya masafa mafupi kila siku. Isije ikatokea pengine nikasahau njia ya nyumbani, Musa alitania. Kwa hivyo hakukuwa na pingamizi yoyote ya kumzuia Khadija kuondoka nyumbani na kwenda kuwa na Fauzia na mtoto kila siku. Khadija aliandaa chakula cha mchana kwa Musa na kijana wao na kukileta kiasi kwa ajili ya Fauzia na Karim, ingawa mara nyingi Karim hakurudi nyumbani kwa chakula cha mchana.

Alisema wao walikuwa wanajishughulisha sana na mradi mpya, na wakati mwingine alilazimika kwenda nje ya mji mashambani ili kuangalia maendeleo. Kwa kawaida Khadija alishinda pale mchana kutwa.

Badar aliona kile ambacho kilikuwa kikiendelea na alipata huzuni kuhusu kukosa raha kwao. Yatapita, alijisemea mwenyewe. Ni lazima mambo yanakuwa hivi unapoishi na mtu, unajifunza namna ya kukabiliana na kile ambacho hamkukijua kuhusu kila mmoja wenu. Alifumbua macho yake wazi na kuufumba mdomo wake, kama mzee Juma alivyomshauri miaka mingi iliyopita.

18

Ombi la kupatiwa nafasi ya chumba kwa ajili ya Maria Caffrey lilifanywa kwa njia ya simu na wakala wa usafiri huko jijini Dar es Salaam. Wao waliagiza kuwa tozo zote zitolewe kwenye akaunti yao, hivyo alikuwa ama mfanyabiashara au mtu muhimu sana kutoka shirika fulani. Alikuwa peke yake. Ilikuwa ikinyesha mvua kubwa mno wakati alipowasili. Gharika ilianza kumiminika usiku wa manane na ilikuwa bado katika hali ya kunyesha na kusita wakati wa mchana alipotokeza Maria Caffrey kwenye mlango wa hoteli akiwa amerowa na kufadhaika, kabeba mkoba mkubwa wa mgongoni. Alisimama mlangoni huku akicheka wakati akiuteremsha mkoba wa mgongoni na kuliondolea mbali koti la mvua jembamba la plastiki ambalo halikumsaidia chochote katika kumzuia kutorowana. Alikamua maji kutoka kwenye suruali yake ya kipande, nywele zake fupi, matimtim na kutingisha kichwa chake upande huu na ule ili kuondoa maji kutoka kwenye masikio yake. Badar alileta taulo kutoka kwenye kabati la mashuka na kusubiri wakati Maria Caffrey alipojikausha maji mwilini mwake kwa kutumia maguvu.

Nimetembea kutoka gatini, alisema, huku akipumua kijuu juu kidogo baada ya msisimko na kujisugua. Ingepaswa kuchukua dakika tano tu... kwa mujibu wa ramani. Mvua ilisita kunyesha na kisha ghafla ... mvua hilo likaanguka. Mimi nimerowa mwili mzima. Mimi Maria Caffrey, nina ombi la nafasi ya chumba.

Alikuwa bado anacheka alipopatiwa chumba: Mwingereza, mwenye umri wa miaka thelathini na mbili, aliyevaa jinzi na fulana ya kijani kibichi ambayo sasa ilikuwa imerowa na kushikamana na mwili, mwili ulioumbika vizuri, msafiri mwenye uzoefu kutokana na mihuri kwenye pasipoti yake. Badar alimpokea mkoba wake wa mgongoni wakati akijiandaa kumwonyesha ghorofa ya juu lakini Maria Caffrey alifanya ukelele wa kuzuia. Ni sawa tu, alisema ghafla, bila kutabasamu, kicheko kiliondoka ghafla. Ilikuwa ni mzigo mkubwa wa mgongoni na aliuchukua bila juhudi yoyote. Badar alijiuliza kama kulikuwa na kitu cha thamani ndani ya mfuko huo au ikiwa kukataa kwake ghafla kwa msaada wake kulikuwa ni tabia ya kujitegemea, au labda kutokuwa na uvumilivu tu.

Sawasawa alisema Badar, huku akirudi nyuma.

Alikuwa akichururika maji walipoelekea ghorofani, viatu vyake vya raba vikifinya finya kwa sauti kila alipopiga hatua. Alikichunguza chumba kwa utulivu wakati Badar akifahamisha utaratibu wa makaribisho na huduma za hoteli. Baada ya kumaliza, Maria Caffrey alisema, Asante, kwa sauti ya chini isiyokuwa na hisia na kisha akamtazama Badar kikamilifu kwa muda mrefu. Papo hapo Badar aliangalia upande wa pili, akiufahamu mtazamo huo wa dharau. Aliona wakati huo kwamba macho yake yalikuwa rangi ya makaa na kulikuwa na umakini fulani uliochunguza na uliojificha katika macho yake yalioonekana kama vile yamechoka.

Hakumwona tena hadi asubuhi iliyofuata wakati wa kifungua kinywa. Alikuwa amevalia suruali ya kitambaa cha kitani cha kijani na blauzi pana pana hivi ya kijani kibichi. Nywele zake zilikuwa za mawimbi yaliyojaa, sivyo kama ilivyoonekana wakati alipowasili akiwa amerowana. Aliinamisha kichwa kwa ishara ya kumjibu salamu zake na kutembea akimpita mbele yake kuelekea kwa mwanamme ambaye alikuwa tayari akimsubiri pale kwenye ukumbi.

Mimi ni Maria Caffrey, alisema, huku wakipeana mikono. Wewe lazima utakuwa ni Sefu. Shukrani kwa kuja kukutana na mimi.

Ndiyo, Mkurugenzi, unakaribishwa. Natumai ulipitisha jioni njema jana usiku, mtu huyo alisema huku akifanya ishara ya heshima.

Ndiyo, nilimudu vizuri, alisema kwa tabasamu ya chini kwa chini, na baadaye akatangulia mbele ya mtu ambaye alikuwa amekuja kukutana naye.

Ilionekana kwamba Maria Caffrey alikuwa amekuja kuchukua nafasi kama mkurugenzi wa kitu fulani - Mkurugenzi, unakaribishwa - na alipangiwa kukaa Tamarind kwa muda usiojulikana. Alikuwa na shughuli nyingi, akaja na kuondoka chapuchapu, huku akiwa ameshughulika na makabrasha wakati wa kifungua kinywa na kutowajali sana wafanyakazi waliokuwa wakimhudumia. Mara tu alipomaliza kifungua kinywa chake, alipanda ghorofani na muda si muda alianza safari zake kuelekea nje. Asubuhi moja alisita ofisini kidogo wakati alipokuwa anatoka, na kumtizama Badar kwa mtizamo ule wa kumpima aliomwonyesha mchana ule alipowasili mara ya kwanza, kana kwamba kuna kitu kuhusu yeye kinachomshangaza. Mtizamo huo ulikuwa mkali. Badar hakuwa na hakika kama kweli yule mwanamke alimwona hasa. Hakuweza kuelewa nini hasa maana ya ule mtizamo. Ukiondolea mbali tukio hilo, Badar hakumwona sana katika kipindi alichokaa pale, alimwona kwa muda mfupi tu wakati wa asubuhi alipokuwa akiharakisha kutoka na baadaye tena alipohama pale. Alikaa kwa wiki moja wakati makazi yake ya kudumu yalipokuwa yakiandaliwa. Maria Caffrey mwenyewe aliitoa hiyo habari bila ya kuulizwa. Nyumba yangu sasa iko tayari, kwa hivyo nitahama hapa kesho asubuhi. Je, kuna kitu chochote kwa mimi kulipa kwenye malipo yangu? Shirika langu litashughulikia gharama za malazi.

Hayo ndiyo yaliyokuwa jumla ya maneno ambayo alikuwa amezungumza na Badar wakati wote alipokaa pale hotelini. Alihisi kwamba Maria Caffrey alikuwa ni mmoja wa wageni wenye uzoefu wa kusafiri katika maeneo haya ya dunia, ambao walidhani kwamba watu aliokuwa akishughulika nao kikazi walikuwa wasio na uwezo wowote au pengine wa ovyo zaidi kuliko hivyo. Hakumwuliza maswali yoyote kuhusu malazi yake mapya ingawa alikuwa na hamu ya kujua nini hasa kilichomleta kufanya pale. Labda kitu cha kuhusika na kuleta misaada au asasi isiyo ya kiserikali, chochote ambacho kilikuwa cha aina hiyo. Ataangalia baadaye. Hakuwa mtalii. Hakuwa mwanadiplomasia au mfanyakazi wa Umoja wa Mataifa. Ingalikuwa hivyo, angalikaa katika moja ya mahoteli ya kifahari ufukweni mwa bahari, siyo katika kihoteli cha Tamarind katika njia za vichochoro za mji mkongwe.

Maria Caffrey mwenyewe alimsaidia Badar kukidhi udadisi wake. Alimpa kadi yake ya biashara mchana huo alipoondoka: Maria Caffrey, Mkurugenzi, *Relief Exchange International*, Uajiri wa Wafanyakazi Wanaojitolea. Kadi hiyo ilikuwa na anwani yake ya ofisi, barua pepe yake na nambari yake ya simu ya mkononi. Alimpenyezea hiyo kadi wakati Badar alipokuwa akifunga akaunti yake kwenye kompyuta na Badar akaangalia kwa mshangao na kukumbana na macho yake meusi yaliyosinzia yakiwa yamemkodolea, huku akimpima tena kwa mara nyingine, kabla ya kuondoka taratibu.

Je, huku kunikodolea macho hasa maana yake nini? Alijiuliza. Alikuwa amedhani kuwa mtizamo ule ulionyesha udadisi wa kitu kama vile dharau lakini labda ulionyesha jambo jengine la udadisi mwengine. Alijilaumu kwa ukuu aliotaka kujipa kutokana na kule kutizamwa. Halafu akamwona mara mbili mjini baada ya kuondoka pale hotelini lakini Maria Caffrey hakuonyesha ishara ya kumtambua. Mara ya pili alipomwona alikuwa akiingia benki, na Badar akajiuliza, je angefanya kazi gani hasa kama angalikuwepo nyakati njema za himaya za kikoloni. Hilo lilikuwa ni wazo ambalo lilimtokea kwa baadhi ya wageni, au baadhi ya watalii aliowaona mjini, wakichochewa na kitu cha himaya ya kikoloni na kujitenga na wenyeji hata pale walipotabasamu. Alihisi kwamba kilichojificha katika tabasamu hizo ni hisia za kujiona na kujihisi wao ni wao tu, kuwa na hisia ya chini kwa chini ya kuwa wao ni viumbe bora. Ni nani angeweza kuwalaumu, wakati waliona wamezungukwa kote na wanyonge? Maria Caffrey wala hakutabasamu, walau, hakumpa Badar tabasamu kabisa.

Miezi kadhaa baada ya kukaa hapo, Maria Caffrey alituma upya barua pepe kuhusu kuwekewa chumba hapo hotelini. Haikuwa kwa ajili yake yeye lakini ilikuwa kwa ajili ya Geraldine Bruno, ambaye labda angeweza kuwa mfanyakazi wa kujitolea au mbadala wa mkurugenzi au mgeni tu. Maria Caffrey hakueleza kikamilifu.

Aliandika: *Sehemu ya kuwekewa vyumba ya Hoteli ya Tamarind, Ninaagiza kuwekewa chumba kwa mgeni mmoja kwa wiki moja kuanzia tarehe 16 Machi, na uwezekano wa kuendelea kukaa zaidi. Jina la mgeni ni Geraldine Bruno. Tafadhali pokea na uthibitishe kupatikana kwa chumba, salaam, Maria Caffrey, Mkurugenzi wa Relief Exchange.* Badar alithibitisha kupokea na kuhakikisha kuwekewa chumba.

Ulikuwa mwaka wa tatu kwa Badar kufanya kazi katika hoteli ya Tamarind, bado akiwa anafanya kazi chini ya Meneja Msaidizi Issa. Alikuwa na uzoefu na uhakika katika kazi yake, na alipata hisia ya uwezo wa kumudu kazi, licha ya kuridhika katika hatima yake. Ingawa alikuwa bado anapokea amri za watu wengine na kuitika wito wa kutumwa huku na huko, lakini angalau haikuwa utumwa wa dhahiri kama ilivyokuwa hapo awali. Watu aliowahudumia walisema tafadhali na kumshukuru kwa kumwambia asante, na hoteli ilimlipa mshahara, jambo ambalo lilimpa hisia ya kuwa huru na kuheshimika. Ingewezekana kuwa yote yale hayakuonekana kama mafanikio timilifu kwa wengine, kwake yeye yalikuwa yametimia, alihisi kama kulikuwa na kupumzika, kutulia baada ya kutokuwapo kwa uhakika kwa muda mrefu sana. Alikuwa bado anakodi chumba katika nyumba ya Hakim, ambayo kwa miaka mingi alikuwa ameiwekea samani na kuipamba kwa njia ya kiajabu ajabu kulingana na jinsi fursa zilivyojitokeza. Alichagua vitu ambavyo vilivutia machoni mwake wakati alipokuwa akitembea mitaani, kizulia kidogo, kioo chenye fremu ya fedha, pazia kwenye dirisha lake moja, friji ndogo ambayo aliinunua kutoka kwenye duka lililokarabati vyombo vya umeme vilivyovunjika. Idris alikuwa bado anaishi katika chumba kingine cha chini, sasa akiwa na mke wake mpya, Maryam. Walimshawishi Hakim kurekebisha choo cha chini, au labda ilikuwa ni Maryam ambaye aliweza kushawishi ili mabadiliko yafanyike. Alifanya ushoga na mke wake Hakim, ambaye alizungumza na mumewe kuhusu kuboresha vifaa kwa wapangaji wake.

Badar alipenda kufanya kazi na Meneja Msaidizi Issa ingawa mwenziwe hangekuwa pale kwa muda mrefu zaidi. Bwana Sharif Makame alikuwa akifanya matengenezo ya jengo jengine karibu na Shangani, na kuligeuza kuwa mgahawa na hoteli. Jengo hilo lilikuwa likimilikiwa na familia ya Kihindi, kama vile Tamarind ilivyokuwa hapo awali, lakini jengo hili lilikuwa na vyumba vingi, ukumbi mkubwa wa mapokezi ambao ungekuwa mgahawa, roshani pana kwenye ghorofa mbili za juu, na bustani iliyozungukwa na kuta na lango la chuma lililojitokeza kwa haiba kubwa. Badar hakuijua familia hiyo kwa sababu walikuwa tayari wameshaondoka wakati alipokuja mjini. Alichokijua kuhusu wao, ni kile ambacho Issa alimsimulia, mtu muhimu katika familia hiyo alikuwa wakili na mkewe alikuwa daktari na familia iliitwa Adamji. Walijulikana kwa kutoa misaada ya hali na mali, kama vile wengi wao matajiri wa Kihindi walivyokuwa. Serikali iliwapora jengo lao kama walivyofanya kwa kila jengo jingine ambalo lilitamaniwa. Punde tu baada ya hapo familia ikaondoka kwenda zake Canada au Sweden au mahali pengine ambapo ujuzi wao ulikaribishwa.

Kwa kipindi fulani, jengo hilo lilitumika kama makazi ya muda kwa ajili ya wafanyakazi wa kigeni, mwanzoni walikuwa Wasovieti na Wachina na wataalamu wengine waliokuwa na itikadi za kidugu. Hivi karibuni, baada ya mahusiano hayo kuharibika, wataalam kutoka nchi tajiri wamekuwa wakija kutoa ushauri kwa serikali. Nchi zao ziliwalipia wao na magari yao ya kifahari, na labda ushauri wao ulizingatiwa au labda haukukubaliwa, lakini serikali zao ziliweza kujifakharisha kwa ukarimu wao wakati wakichota maslahi yao kadri walivyoweza kutokana na uhusiano huo. Pia waliwapatia kazi wananchi wao. Jengo hilo lilikuwa halina wapangaji kwa muda mrefu, Meneja Msaidizi Issa alisema, na hiyo ni kwa sababu vifaa vyake vilikuwa vimepitwa na wakati au vilikuwa vimeharibika, hivyo basi muungano uliojumuisha fedha za kutoka nje na wafanyabiashara wa hapa nyumbani, ikiwa ni pamoja na wanasiasa na Bwana Sharif Makame, walilinunua na walikuwa wakilikarabati kuwa hoteli ya kimataifa yenye mgahawa wa kiwango cha sifa za kiulimwengu. Hii ina maana kwamba kungekuwa na chakula ambacho tajiri hula. Ilikuwa iitwe Masri Hotel. Badar aliwaza kuwa labda hizo fedha za kigeni zilitoka Masri, Misri, au kutoka kwa Waarabu wa Ghuba ambao waliipenda Misri. Au labda majina ya hoteli hayahitaji kuwa na maelezo ya busara, ni maneno tu ya kusisimua njozi, au jina la chapa ambayo iliashiria uzuri na ustawi wa wenye pesa.

Wasimamizi wa ubunifu wa huo ukarabati walikuwa ni mpishi mkuu mtarajiwa wa mgahawa huo pamoja na mkewe, ambaye alikuwa ndiye awe meneja wa hoteli. Issa angebaki kuwa meneja msaidizi, lakini sasa katika taasisi yenye haiba zaidi. Badar alitarajia sheria zile zile zingehusika kule kwa vyovyote vile. (Usifanye utani na usicheke kwa sauti kubwa. Usiwaguse!)

Mpishi mkuu na mkewe walikuwa Wazungu ingawa hawakutoka Ulaya. Yeye alikuwa anatokea Afrika Kusini na mke wake alikuwa anatokea Mauritius. Kile alichokijua juu yao alikisikia kwa Issa, ambaye wakati mwingine aliwazungumzia, ingawa Badar mwenyewe pia alikuwa amewaona mjini. Alikuwa ni kipande cha mtu mwenye nywele fupi zilizoanza kupata mvi na mwenye uso mviringo ambao ulionekana umejiweka katika hali ya tabasamu ya chati. Mkewe alikuwa mrefu kama mumewe, mwembamba na mwenye sura nyembamba yenye ukali, uso wake ulionekana kama vile uliobeba huzuni utadhani wakati wote anawaza mambo. Issa alisema kuwa hao wanajua kazi zao. Kwa kweli wanafikiri kwamba wao wanajua jinsi ya kukabiliana na watu kama sisi, alisema. Yule bwana alikuwa ni jitu lenye upole lakini bibie alikuwa mwepesi wa kutoa amri na alikuwa mkali na kila mtu, hususan wapambaji. Ilionekana kwamba hakuwa na uhakika kama walijua kile walichokuwa wakifanya. Issa hakuwahi kufanya kazi chini ya bosi Mzungu hapo awali. Lakini angejifunza, almradi tu kama hawakumfanyia jeuri, alisema. Alikuwa na mashaka nao, lakini hangekubali kufanyiwa ufidhuli, alisema, hata wangalikuwa wanampa pesa gani. Hoteli ya Masri itakapokuwa tayari kufungua milango yake, na Issa kuhamia kwenye nafasi yake mpya, Badar angekuwa Meneja Msaidizi wa Tamarind.

Bwana Sharif mwenyewe alimwelezea kuhusu hilo baada ya matumizi yake ya siku ya chumba namba 5. Sasa Badar alikuwa ameshazowea vituko vya kuagiza kuwekewa chumba kwa siku, si kama wakati ule wa mwanzo ambapo hakuweza hata kuvumilia kabla ya kumweleza Karim kuhusu tukio hilo. Sasa kwa makusudi hakushughulika tena na vituko vya ingia toka vya mahusiano ya mmiliki. Bila ya kujali, aliangalia kando na alisafisha na kutayarisha chumba pale kilipokuwa na mgeni anayewasili baadaye na aliyehitaji kuwekewa chumba vizuri. Vinginevyo alikiacha tu kwa wasafishaji kushughulika nacho asubuhi. Ilitokea kwa nadra, si zaidi ya mara moja kwa mwezi au hivi, na mara chache tu wakati chumba kilipokuwa kinapatikana. Mambo ya bosi daima yalifanyika katika Chumba namba 5, jambo ambalo halikuwa na sababu iliyoeleweka isipokuwa tu kwamba bosi mwenyewe alitaka iwe hivyo.

Bwana Sharif aliendelea na utaratibu ambao ulimwezesha mwanamke wake kificho cha upenyo wa kutoka chumbani bila ya aibu. Wakati Bwana Sharif alipomaliza shughuli zake zilizofanyika katika Chumba namba 5, aliteremka chini kwanza, aliingia ofisini na kuufunga mlango nyuma yake. Kisha alizungukazunguka mlangoni kwa dakika moja au mbili hivi, akionekana kuburudika na mwenye nguvu mpya kama kawaida yake kila mara baada ya maagizo ya kuwekewa chumba cha mchana. Pia huanzisha mazungumzo mafupi kabla ya kufungua mlango tena. Hii hali ya kujikurupusha na kuwa mwangalifu, haikuwa na ulazima wowote hadi sasa, kwani Badar alijua kuwa huyo mwanamke wake alikuwa mke wa Naibu Waziri. Mahusiano haya yalikuwa yakiendelea kwa muda mrefu, labda miaka minne au mitano. Bwana Sharif alifanya mpango huu wa kujificha ili kumwepusha mwanamke kupata fedheha, kumheshimu, lakini hatimaye labda hakujali tena ni nani aliyejua. Huyu hakuwa hawara wake pekee, bali ni huyu tu aliyemleta kwenye hoteli hii. Issa alimwambia Badar habari zote hizi.

Baada ya siku moja maalum ya maagizo ya kuwekewa chumba cha mchana, wakati kazi za ujenzi katika Hoteli ya Masri zilipokuwa zimefika mbali, Bwana Sharif alimwambia Badar, unafanya kazi nzuri sana hapa. Una ufanisi mzuri sana na unatunza siri. Huna ubabaifu wowote. Je, nimewahi kukuambia hivyo kabla?

Ndiyo bosi, Badar alisema. Issa alikuwa akimwita bosi, na wakati Badar alipoona kuwa anapenda kuitwa hivyo, naye alifanya vivyo hivyo.

Ndiyo, kwa kutunza siri. Lazima hiyo ni hulka katika familia. Ami yako ataona fahari wewe kuwa namna hiyo. Masri itakapokuwa tayari, nitakuweka hapa kusimamia, alisema, huku uso wake ukiwa hauoneshi hisia, macho yake yaking'aa kwa utundu. Kisha akafungua mlango wa ofisi na kutazama nyuma ya bega lake ili kuhakikisha kwamba yule mwanamke wake haonekani tena. Unadhani utaweza kumudu? Aliuliza.

Ndiyo bosi.

Lakini siyo bado kijana mdogo sana?

Hapana bosi, Badar alisema. Sivyo hivyo hata kidogo.

Bwana Sharif alicheka kwa cheko la raha na kejeli jambo ambalo lilikuwa ni kawaida yake, cheko la kelele la watu wakubwa, na kisha akanyanyua mkono wake kumwaga. Mara nyingi alimtaja Ami yake Badar, akikusudia Haji. Karim alikuwa amemwambia Badar siyo muda mrefu uliopita kwamba Haji na Bwana Sharif walikuwa wanafunzi chuoni pamoja, na bado walikuwa wakiendelea kufanya shughuli zao mara kwa mara. Biashara za kificho zilizohusisha uhamishaji wa pesa mbali na mamlaka husika. Badar alifikiri kwamba wakati Bwana Sharif alipomsifu kwa hulka yake ya kutunza siri, labda alikuwa anaihusisha na mahusiano yake katika chumba namba 5, na kule kumtaja Haji katika kushusha pumzi zake, ilikuwa kana kwamba anawahusisha Haji na Badar katika mitandao yake ya hila. Badar alitumaini kwamba Haji hakuwa akifanya chochote kinyume na sheria, ingawa jambo hilo halikumhusu yeye ndewe wala sikio. Jambo alilofanya Badar kiujumla ni kuufunga mdomo wake wakati bwana mkubwa mwenyewe alipokuwa akishughulika na starehe zake.

Kiujumla majukumu yake hayakuwa tofauti na yale ya Meneja Msaidizi Issa. Mara nyingi zaidi ilikuwa ni Badar ambaye aliwasalimia wageni wakati wa kifungua kinywa, alitoa ushauri kuhusu magari ya kukodisha na kufanya mipango ya safari zao za kutembelea maeneo wanayotaka kwenda au kuwekewa meza katika migahawa, kuagiza mahitaji ya jikoni na kushughulikia takriban maagizo ya kuwekewa nafasi za kulala. Kazi pekee ambayo bado ilibaki kuwa jukumu la Issa peke yake ilikuwa ni kwenda benki kuweka pesa taslim na kukusanya mishahara yao. Malipo ya wageni yalifanywa kwa kadi za benki.

Wakati baruapepe hiyo ilipofika kuhusu kutayarishiwa nafasi ya chumba kwa ajili ya Geraldine Bruno, Badar aligundua kwamba hakuwa amemfikiria zaidi Maria Caffrey tangu alipokuwa akikaa pale. Alikumbuka jinsi alivyofika hotelini akicheka, nywele zake zilikuwa zimerowa chapachapa, koti lake jepesi la plastiki halikufua dafu mbele ya mvua ile iliyokuwa kubwa mno, nguo zake zilitota maji. Kile kicheko lazima kilijitokeza pale mwanamke yule alipojisahau na kilisababishwa na usumbufu aliouhisi kuliko kitu kingine chochote. Alikumbuka kwamba wakati wa kuwasili kwake yeye Badar hakujua jina la shirika la kujitolea ambalo alikuwa akiliongoza Maria Caffrey. Alikuja kugundua tu kutokana na kadi yake ya biashara pale alipokuwa akiondoka hotelini. Ni shirika hilo hilo ambalo lilipaswa kulipa kwa ajili ya kuwekeza chumba kwa Geraldine Bruno. Alishangaa ni nini hasa kilichowafanya watu kama huyo kuja mbali kote kwa nia ya kufanya matendo yao mema, wakati ilionekana kwake yeye kwamba alifanya hivyo kwa ucheshi uliojaa kebehi. Alijiuliza kama Geraldine Bruno naye angekuwa mkali kama mwenzake.

Mvua ya rasharasha ilikuwa ikinyesha mchana huo ambapo Geraldine Bruno alitarajiwa kuwasili, ilikuwa manyunyu madogomadogo yaliyonyesha kati ya vipindi vya jua kabla ya kuwasili kwa msimu wa mvua kubwa ya masika ya mwezi wa Aprili. Kutokana na udadisi wa kukagua kwa kupitia kompyuta kuangalia tarehe alizokaa Maria Caffrey katika hoteli hiyo, Badar aligundua kuwa alikuja mwezi wa Desemba, wakati wa msimu wa mvua fupi za Vuli ulipokuwa umeshamiri.

Mapema mchana huo kabla ya kuwasili kwa Geraldine Bruno, Issa alikuwa ameondoka kwenda kuangalia kitu kuhusu kazi zinavyoendelea katika hoteli ya Masri, au hivyo ndivyo alivyosema, ingawa Badar alishuku kwamba alikuwa amekwenda kukagua biashara yake mwenyewe. Mara nyingi familia yake ilionekana kuhitajia msaada wake. Issa hakuwahi kuzungumza asilan juu yao au kuhusu maisha yake yeye mwenyewe, au alifanya hivyo kwa njia ya kulalamika wakati alipolazimika kukabiliana na jambo gumu. Badar alikuwa hapo kwa muda mrefu wa kutosha kuweza kupata habari kuhusu familia ya Issa, kwamba Issa alikuwa ameoa kwa muda mfupi lakini aliachana na mkewe na kamwe hakusumbuka kuoa tena, pia kwamba yeye aliishi na dada yake na mume wa dada yake, shemeji yake, na watoto. Issa alisubiri hadi baada ya chakula cha mchana kabla ya kuondoka kwa sababu kama Bwana Sharif angewasiliana nao, basi ingalikuwa nyakati za asubuhi, isipokuwa tu wakati mwengine alipotaka kuwekewa chumba kwa mchana. Hawakuwa na shughuli nyingi siku hiyo, vyumba viwili tu vilikuwa na wageni na walimtarajia Geraldine Bruno kuwasili. Ilikuwa katikati ya mwezi wa Machi, wakati uliokuwa na upungufu mkubwa wa kuwasili kwa wageni, kwa hivyo Badar asingezongwa kupita kiasi hata bila ya Issa.

Kwenye milango ya saa kumi unusu hivi jioni, saa tulivu wakati jua lilipoanza kupoa na watu walipoanza kutoka majumbani mwao, Badar aliisikia teksi imesimama nje ya hoteli na baada ya muda mfupi tu, Maria Caffrey alionekana mlangoni. Alikuwa amevaa suruali ya jinzi na fulana, kama vile alivyokuwa wakati alipowasili kwa mara ya kwanza, na alisimama hapo kwa muda mfupi na kisha akatembea kuelekea ofisini ambako Badar alikuwa amesimama. Nyuma yake aliingia mwanamke mwembamba aliyeng'ara kwa uzuri – hilo lilikuwa ni wazo la kwanza lililompitikia Badar - naye alitoa tabasamu mara tu alipomwona Badar. Badar alisubiri kwa muda kidogo ili Geraldine Bruno ajitokeze lakini kwanza alikuja dereva wa teksi huku akiwa amebeba sanduku, na kisha akagundua yule mwanamke alikuwa amesimama mbele yake. Badar alimwangalia huyo mwanamke kijana mrembo na kujikuta akicheka, kicheko kifupi kilichojaa pumzi na mshangao. Badar alitarajia mtu mwenye umri mkubwa zaidi, yaani Maria Caffrey mwengine, au vinginevyo mtu aliyesumbuliwa na mawazo yaliyojaa ufahamu wa maisha yalivyo na jinsi yaendavyo, jambo ambalo alidhani kuwa ni hulka fulani miongoni mwa wafanyakazi wa kujitolea. Maria Caffrey alimkunjia Badar uso na kusema, huyu Geraldine Bruno, una nafasi tayari kwa ajili yake.

Badar alinakili pasipoti yake na kupata nakala pale alipomkaribisha: Geraldine Bruno, Mwingereza, mwenye umri wa miaka ishirini na moja. Aliandika anwani yake kwenye fomu ya makaribisho ya kuingia hotelini, Mtaa wa Gemstone, London NW3. Una Chumba namba 3 kwenye ghorofa ya kwanza, alisema huku akimkabidhi ufunguo. Kifungua kinywa kinatolewa kule ukumbini. Nitakuletea mzigo wako huko juu. Hakuna haja, naweza kujishughulikia mimi mwenyewe, Geraldine Bruno alisema kwa tabasamu kubwa, huku akilichukua sanduku lake. Lilionekana zito lakini Badar hakubishana naye.

Nitakupitia baada ya saa chache hivi, na tunaweza kwenda kula chakula cha usiku, Maria Caffrey alisema. Au labda umechoka sana baada ya safari ya ndege?

La hasha, sikuchoka kabisa. Hivyo itakuwa vizuri sana, Geraldine Bruno alisema, akitabasamu kwa kupendeza, akiwa na hamu ya kumfurahisha.

Waliacha harufu ya jasho na sabuni ielee hapo ofisini, jambo ambalo Badar alilitambua kama harufu ya mgeni mpya aliyewasili kwa ndege. Alimfikiria Geraldine Bruno na akapumua kwa maumivu yaliyojaa raghba. Alikuwa na nywele ya manjano iliyofifia, hakujua jina hasa la rangi yenyewe ya nywele, lakini alikumbuka kutokana na majarida ya Bibie kwamba kulikuwa na rangi kadhaa za nywele zile. Alikuwa na macho yaliyong'ara yenye rangi isiyokoza, ama kijivu ama buluu, hakuwa na uhakika. Alikuwa mwembamba na mrefu, na pengine mrefu kuliko yeye. Alikuwa amevaa suruali ya kitambaa cha buluu na shati jeupe. Mtandio mrefu mwepesi wa rangi isiyokoza ulizungushiwa shingoni mwake. Hakika, ni mrembo wa kupendeza mno, aliwaza Badar, kisha akarudia gazeti lake alilokuwa akilisoma kabla ya kuwasili kwao.

Muda mfupi tu kabla ya karani wa zamu ya usiku Ramadhani, kuja kumpokea zamu, kwenye saa kumi na mbili, Badar alisikia sauti ya filimbi ikitokea juu ghorofani, au labda alidhani ilikuwa ni filimbi. Ilikuwa na uzito wa sauti ingawa ilisikika kwa wazi na kama iliyotoka kooni, kwa hivyo inawezekana kuwa ni ala nyingine ambayo alikuwa haijui. Ilikuwa ni sauti tulivu yenye upole, iliyojaa fikra, na ilibembeleza au ilijaa hamu fulani. Alijua kwamba wageni katika Chumba cha 1 walikuwa wametoka awali, na wale walio katika Chumba cha 2 walikuwa kwenye safari ya siku kwenda Crystal Bay Resort, ambapo hisa ya Bwana Sharif iliruhusu wageni wa Tamarind kutumia vifaa vya ufukweni. Hivyo mpiga filimbi anaweza kuwa Geraldine Bruno tu, mrembo mwenye filimbi. Badar Alikwenda nje kwenye ukumbi na kuthibitisha kwamba ule muziki ulikuwa bila ya wasiwasi ukitoka Chumba cha 3. Alipiga konde kishawishi cha kutaka kwenda ghorofa ya kwanza kwa kisingizio fulani ili aweze kusikia kwa uwazi zaidi, akarudi ofisini na kumsubiri Ramadhani.

Badar hakuwepo wakati Maria Caffrey alipokuja kumchukua Geraldine Bruno kwa ajili ya chakula cha usiku, lakini alikuwepo wakati alipokuja kumpitia asubuhi iliyofuata. Badar alishughulika na usambazaji wa nguo zilizofuliwa na hivyo hakumwona Geraldine Bruno hadi pale alipokuja kwenye ukumbi kumsubiri Maria Caffrey. Alikuwa amevaa suruali ya rangi za kiza na shati panapana lenye mifuko miwili ya kifuani na hakuwa na mtandio, alikuwa na mwonekano wa kikazi zaidi. Mkanda wa mfuko wake wa begani ulipitia kifuani mwake, na kwa kipindi kifupi ulivutia macho ya Badar kuyaangaza matiti yake kabla ya kumgeukia tena dobi wa kufua nguo. Issa alikuwa kwenye dawati lake na hakushughulika kumwona msichana mrembo aliyesimama katika ukumbi.

Habari ya asubuhi, Geraldine Bruno alisema kwa sauti ya chini huku akimsalimia Badar peke yake. Wakati Badar alipomtazama, aliona mtazamo wa macho yake ukiwa tofauti na alivyotarajia. Ilikuwa kana kwamba alimtambua vizuri au alimchunguza kwa undani, akiwa anamdadisi zaidi kuliko kumchukulia kama kawaida ya mazingira ya hapo. Labda Badar alionyesha kitu fulani kuhusu nafsi yake na hivyo labda Geraldine Bruno alikuwa akijaribu kukielewa. Ilibidi Badar adumishe kujiweka mbali na wageni, alijikumbusha, hata kama walikuwa warembo kama huyu.

Nzuri, Badar alijibu kwa furaha, labda kwa furaha ya kupindukia, kwa sababu Issa aliangaza macho kutoka kwenye dawati lake huku akiwa kaukunja uso kidogo. Alipendelea kuwa makini na sahihi na wageni, ili kuepuka uwezekano wowote wa kutokuelewana, kama alivyoeleza. Wewe endelea kuwa kama unavyotaka, Bwana Meneja Msaidizi, Badar aliwaza kimoyomoyo. Wewe endelea kutoujali urembo wa kuvutia kama utakavyo, lakini mimi sijali kujifurahisha.

Nilisikia ukipiga filimbi jana mchana, Badar alimwambia Geraldine Bruno.

Ni ala ya klarineti, natumaini haikukera, alisema kwa tabasamu la ghafla la furaha.

La hasha, hapana, ilikuwa nzuri sana, alisema.

Wow, nakushukuru sana, alisema, huku bado akitabasamu, na hapo hapo Maria Caffrey aliingia kwenye ukumbi.

Maria Caffrey alisita kidogo, huku akichunguza mazingira, labda aliona tabasamu bado limebaki mdomoni mwa Geraldine Bruno na labda pia alisikia mwangwi wa maneno yake. Kwa vyovyote, Badar alikuwa na hamu iwe hivyo.

Habari za asubuhi, je upo tayari kuondoka? alimwuliza Geraldine Bruno na kisha akageuka na kuondoka bila kusubiri jibu.

Ni mtu mwenye kupenda watu, au sivyo? Badar alimwambia Issa wakati akirudi ofisini.

Issa alimtazama, huku akiwa amejishughulisha, lakini hakutoa jibu lolote. Alirudi kwenye skrini ya kompyuta na kuendelea kusoma kile kilichokuwa hapo. Badar alizunguka na kutazama skrini kupitia bega la Issa. Kulikuwa na hakiki mpya kwenye tovuti ya hoteli, iliyowapa nyota moja. Ilisomeka hivi: *bei kubwa iliyopindukia. Inajiita hoteli ya butiki lakini kwa kweli ni wizi tu. Kuna wepesi kwa kwenda kwenye maeneo ya kutembelea na migahawa iliyo katikati ya mji, lakini kuna wadudu katika chumba, Televisheni ni ndogo, kiyoyozi hakileti ubaridi chumbani, maji yananuka na bafu lingeweza kuwa safi zaidi na la kisasa zaidi. Kifungua kinywa ni hovyo, chakula kimejaa takataka za mafuta. Wahudumu ni wazito na wana hasira. Ninawapa nyota moja kwa sababu siwezi kuwapa sifuri. Kaa kwengine*!

Jina ambalo mhakiki alilolitoa lilikuwa Jazzy. Huyu ni mwanaharamu gani? Issa aliuliza, na alitumia saa nzima iliyofuata akipitia majina ya wageni wa hivi karibuni kujaribu kujua anaweza kuwa nani yule. Alifanya hivyo kimyakimya kwa ghadhabu, na hakuweza kuondoka kwenye skrini ya kompyuta. Badar alimwacha aendelee na kwenda kuona jinsi huduma ya kifungua kinywa ilivyoendelea. Wageni katika Chumba cha 1 na 2 walikuwa bado wapo juu wanaendelea kula vyakula vyao. Ni wazee, bwana na bibi wa Kidenishi waliokuwa chumba namba 1 na Waingereza vijana zaidi waliokuwa chumba namba 2. Wadenishi walipenda kutembea mitaani na vitabu vyao vya kuwaongoza na ramani, huku wakiangalia nyumba na makumbusho na kutafuta migahawa iliyojificha kwenye mizunguko ya vichochoro. Mume alikuwa mwanabiolojia mstaafu wa mambo ya baharini na mwenzake alikuwa mwalimu hapo zamani.

Yule bibi alimsimulia Badar kuhusu muuzaji wa viungo wa Kidenishi ambaye aliishi katika mji huo kwa muongo mmoja katika karne ya kumi na tisa. Alikuwa amesoma makala kuhusu mtu huyo kabla ya kuja. Moja ya jitihada zao ilikuwa ni kupata nyumba aliyoishi, kwa kutumia vidokezo alivyoacha katika barua zake, kama ilivyoelezewa katika makala. Je, yeye, Badar, alitaka kusoma makala hii? Mwandishi wa makala hiyo hakuwa na uhakika kwamba huyo mtu kweli alijishughulisha na viungo na alipendekeza kwamba kunaweza kuwa na siri ndani yake. Je, yeye, Badar, alisikia habari za mtu huyu? Je, alikuwa na wazo lolote kuhusu wapi angeweza kuishi? Pale Badar aliposema hakuwahi kusikia kuhusu muuzaji wa viungo wa Kidenishi na hakuwa na wazo lolote kuhusu wapi angaliweza kuishi, mtu huyo alisema kwa sauti ya kukata tamaa, Ama wewe, inasikitisha kwamba huna shauku na historia yako mwenyewe.

Wale wanandoa wa Kiingereza – bwana alikuwa mwandishi wa habari, lakini bibi hakusema alichofanya - alipendelea safari za mashua na ufukweni, na alitaka ushauri kuhusu migahawa kwa ajili ya chakula cha usiku ambacho Badar aliwataarifu kwa rota kwani hakuwahi kula katika sehemu yoyote ya gharama kubwa ambayo wao wangetaka kutembelea. Walikuwa wamepitisha siku iliyopita katika Crystal Bay Resort, na asubuhi hiyo walitaka kumweleza Badar kuhusu vyakula vya kila aina vilivyopangwa kwa wageni kula mchana na pia kuhusu bustani nzuri kando ya ufukwe ambapo walikuwa wamejinyoosha wakati wakisubiri Bahari ijae. Naam, ungepaswa kuwaona Waitaliano waliojaa katika hoteli ya jirani huku wakijinyoosha kwenye viti vya kulalia vya ufukweni huku wakiota jua. Walivutia hasa. Safu baada ya safu ya vitanda vya kuotea jua, na miili hiyo ikiungua na jua. Hata hivyo, haikutuhusu sisi. Kwetu sisi upungufu ulikuwa ni kupwa kwa bahari kwani maji yalikuwa mbali sana asubuhi na Bahari haikujaa hadi baada ya chakula cha mchana, lakini baada ya hapo mambo yalikuwa mazuri.

Ofisini Issa alikuwa bado kwenye kompyuta, masharubu yake membamba yamechomoza, huku akijaribu kumtafuta mgeni ambaye angeweza kuwa ameandika hiyo hakiki. Huu uongo mtupu. Nadhani nimemgundua. Ni yule Mfaransa mwenye mashati ya maua maua na kofia ya ukili, yule mwenye kaptula ndefu. Alikuwa hapa kwa ajili ya tamasha la muziki, jazz au kitu fulani, unamkumbuka? Huyu hapa Bernard Georges. Ndiye huyo mwanaharamu. Angalia tarehe. Huyo ni yeye. Jazzy.

Badar alikwenda kuangalia tarehe, akaona ilikuwa siku kabla ya uhakiki. Alitingisha kichwa lakini hakusema chochote. Hakukuwa na sababu kwa mhakiki kuandika siku baada ya kuondoka hotelini. Ingeweza kuwa wiki moja au baadaye zaidi. Badar alichunguza yeye mwenyewe. Alipitia tena hiyo hakiki ambayo iliandikwa kwa Kiingereza. Akagundua tahajia ya jinsi alivyoandika neno katikati kama *center* na wadudu waliokuwa chumbani kama *bugs in the room*, na akakisia ilikuwa ni Mmarekani. Mwanamke mmoja wa Kimarekani alikaa peke yake kwa siku mbili tatu kama wiki mbili zilizopita. Badar alimkumbuka vizuri sana. Alikuwa mwenye umri wa kuzidi miaka arobaini, na siku alipowasili na ndege ya mchana alionekana mwenye nywele nyeusi, blauzi isiyokuwa na mikono na iliyoonyesha ngozi ya kifua chake. Badar alimwandikisha halafu akampelekea kibakuli cha barafu kama alivyoagiza, akakiacha nje ya mlango wake baada ya kumgongea. Hakumwona hadi asubuhi iliyofuata wakati wa kifungua kinywa na baadaye alipofika ofisini kutaka maelekezo ya kwenda nyumba ya sanaa ambapo alikuwa amepanga kukutana na rafiki. Issa alitoa maelekezo na ramani, lakini macho ya mwanamke yaliendelea kumrudia Badar na hatimaye akamkodolea macho na kumwangalia vizuri. Tina Derrick, jina lake lilimrudia.

Alichukua ramani na kuondoka. Issa alikuwa ofisini wakati huo, na Badar alipomtazama, alipandisha juu nyusi zake, kitendo ambacho kiliashiria kitu kisicho cha kawaida katika tabia ya huyo mgeni. Au ilikuwa inahusiana na jinsi ya uvaaji wake, blauzi nyingine isiyo na mikono na iliyoshuka mbele hata kuonyesha mwanzo wa matiti? Au Issa aliona jinsi yule mgeni alivyomkodolea macho Badar kabla ya kuchukua ramani na kuondoka?

Badar alikuwa ofisini peke yake wakati huyo mgeni aliporudi jioni sana, na aliita kwa kusema *hello* kwa furaha kubwa wakati akipita. Alionekana kana kwamba alikuwa amekula chakula kizuri cha mchana. Baada ya muda fulani, labda nusu saa au zaidi, alipiga simu ofisini kutaka barafu tena. Badar alifunga ofisi kama utaratibu ulivyokuwa wakati kulipokuwa na mtu mmoja tu kwenye zamu, na akachukua barafu kutoka jikoni. Alipofika chumbani kwake alikuta mlango uko wazi. Aligonga mlango, akikusudia kuacha kibakuli cha barafu kwenye kizingiti kama alivyofanya siku iliyopita, lakini mwanamke akaita na kusema, ilete ndani. Badar akamkuta kajilaza kitandani, juu ya matandiko, akiwa amevalia gauni la gagulo la kulalia. Miguu yake ililaliana na gauni lilikuwa limefunguka wazi ili kuonyesha miguu yake hadi kufikia mapaja yake. Badar akaelekea kwenye meza upande wa chumba akiwa na kibakuli cha barafu, huku akiepusha macho yake yasigongane na ya mwanamke.

Jina lako ni nani? Aliuliza kwa upole.

Badar, alijibu, huku akiepuka kugongana kwa macho.

Badar, je unaweza kufunga mlango tafadhali? Alisema.

Badar alisita, akijua fika kwamba hapaswi kufanya hivyo na kwamba mazoea pale hotelini hayakuruhusu kamwe kwa wao kuwa katika chumba na mgeni wakati mlango umefungwa. Baada ya muda mfupi, aliufunga mlango na kuuelemea. Alielewa kile kilichokuwa kikiendelea na alikuwa katika hali ya mshtuko. Sasa aliuona uso wa yule mwanamke, uligeuka rangi na kuwa mwekundu huku mdomo wake ukionekana kuregea. Alizungumza kwa sauti nyororo lakini Badar aliona ukakamavu wa ukali machoni mwake.

Mzuri ajabu, njoo hapa Badar, alisema kwa uthabiti, akiunyoosha mkono wake wa kushoto na kufanya gauni lake lifunguke zaidi.

Lilikuwa tendo kama la kuigiza tamthiliya hata Badar akacheka, kitendo kilichomnasua kwenye mtego wa mshangao na bumbuazi iliyomzonga. Alikamata kitasa cha mlango kilichokuwa nyuma yake na kukimbilia chini. Alijiuliza kama huyo mwanamke angemfuata chini na kumlaumu kwa kumkimbia. Badar alikuwa bado hakuwahi kulala kimapenzi na mwanamke yeyote, ingawa alikuwa na mpenzi kwa miezi michache mwanzoni mwa mwaka. Jina lake lilikuwa Zakia. Alikuwa mpenzi wake wa kwanza, na walikuwa na mahusiano ya mahaba kwa siri, wakikutana magharibi katika maeneo yaliyojificha na kupeana mabusu. Huyo binti alikataa kuja chumbani kwake na hawakuwa na mahali pengine ambapo wangeweza kuwa na faragha, na hiyo hali ya kuweka siri ilimchosha Zakia kwa vile aliogopa kugundulika na kuipata hasira ya baba yake, kwa hivyo waliacha kuonana.

Muda mfupi baada ya kutoroka kutoka kwa Tina Derrick, Badar alipokelewa zamu yake na Ramadhani, karani wa usiku. Badar aligundua asubuhi iliyofuata kwamba Tina Derrick alihama hoteli usiku ule ule uliopita. Huyo bibi alimwambia Ramadhani kwamba kuna udhuru fulani umetokea na ilibidi aondoke. Ramadhani alisema yule bibi alionekana kama amelewa, na alipokwenda chumbani kwake kulinuka bangi. Alimweleza yote haya Issa, ambaye daima alianza kazi mapema kuliko Badar ili kumpokea Ramadhani. Wakati Issa alipomwambia Badar kuhusu kuondoka ghafla kwa yule bibi, alifanya ishara ambayo ilimaanisha kitu kama, je wewe unaonaje kuhusu jambo hili? Badar alijikurupusha na hakusema chochote. Badar alihisi kwamba yule aliyejiita Jazzy ni Tina Derrick, lakini hakutaka kumwambia Issa kwamba yeye alimkatalia kuwa naye wakati alipomtaka. Hata hivyo Badar hakuweza kabisa kuondosha hisia kwamba yeye alikuwa mwoga kufanya hivyo, hakuwa kidume, na ilibidi ajikumbushe jinsi mdomo wa yule bibi ulivyoregea kwa matamanio ya macho yake ili ajihakikishie kuwa alifanya jambo la busara kumtoroka.

Simu iliita wakati Issa alipokuwa kajaa kero na hiyo kompyuta na akaipokea simu huku akiwaza mengine. Hapa Hoteli ya Tamarind, nikusaidieje? Alisema. Alisikiliza kwa sekunde chache na kisha akasema, Haya, haya, OK. Inshaallah. Utaniarifu baadaye.

Aliiweka simu chini kwa uangalifu na hatimaye akageuka mbali na skrini ya kompyuta. Kero nyingine ilijitokeza kwenye upeo wake. Ramadhani huyo, alimwambia Badar, huku akionyesha kuchukizwa usoni mwake. Nilijua tu kuwa hili lilikuwa linakuja. Hali yake mbaya, tena. Ramadhani amekuwa mtu asiyeaminika. Ama yeye mwenyewe ni mgonjwa, au jamaa yake amekufa au kitu fulani, daima kuna kitu. Najua yeye ni mgonjwa, analewa sana, na hilo ndilo tatizo lake. Nadhani pia anafanya kazi kwa mtu mwingine na hapa pia, lakini hataki kuacha kazi hii.

Anafanya kazi kwa nani? Badar aliuliza kama asiyeamini.

Sijui, Issa alisema kwa ukali. Unanitarajia vipi mimi kujua? Labda anasambaza mahitaji katika moja ya hizi hoteli za ufukweni au anamfanyia magendo mtu fulani. Sijui nikuambie nini. Ninachoweza kukuambia ni kama anakuja au haji kufanya kazi usiku wa leo na labda usiku wa kesho pia. Utalazimika kukaa kama karani wa usiku badala yake.

Badar alitikisa kichwa kwa kukubali. Alijua kwamba Ramadhani alikuwa ana ujamaa wa ndoa au namna fulani na Issa, na hii ilihusika na mume wa dada yake, na hii ilikuwa labda ndiyo sababu ya yeye Ramadhani kutofukuzwa kazi. Ilishatokea mara tatu zilizopita ambapo Ramadhani alipiga simu kusema kuwa hawezi kuja kazini na Badar alilazimika kuchukua zamu yake. Badar alijua kwamba Ramadhani aliendelea kuupiga mtungi na rafiki zake, na wakati mwingine gongo au mataputapu waliyokunywa ilimfanya ashindwe kufanya chochote kwa siku mbili tatu. Ramadhani mwenyewe alikiri kama aliyejuta kwamba hiyo ndiyo sababu ya kutoweza kwake kuja kazini. Chupa kali, alikiri zaidi ya mara moja. Chupa kama rungu. Anasikitisha, Issa alisema, na ilikuwa ni kweli. Ilijidhihirisha wazi usoni mwake, na jinsi alivyokuwa kimbau mbau kama mwiko wa pilau. Uwezekano wa mwili kuwa vile haukusababishwa na njaa tu bali ilikuwa ni magonjwa ya utotoni au maisha ya dhiki. Licha ya hayo yote, alionekana kuwa mtu aliyejituma kwa wageni, tena kwa uangalifu na kuaminika, isipokuwa tu pale alipoacha kuwa hivyo.

Kulikuwa na kitanda cha kukunja ambacho walikihifadhi katika ghala ya wahudumu, na ndicho ambacho Ramadhani alikitumia wakati alipokuwa katika zamu za usiku. Kulikuwa na nafasi ya kutosha ofisini kukifungua, na baada ya usiku wa manane, wakati wa kufunga hoteli, alijinyoosha juu yake na kulala kwa saa chache. Baadaye jioni hiyo Badar alikwenda kukichukua kitanda kutoka ghalani, kisha akaketi ofisini akiwa ama akisoma kitabu au akisikiliza redio. Akiwa katikati ya kupiga miayo kadhaa, alisikia sauti ya ala ya klarineti na alijua kwamba Geraldine Bruno alikuwa amerudi chumbani kwake. Hakumwona alipoingia. Alikwenda nje uani ili kusikiliza na akasimama chini ya kipaa cha roshani ili kujiepusha na mvua. Alihisi muziki huo ulikuwa wa kusikitisha, na akajiuliza ikiwa alikuwa anajisikia mpweke katika nchi ya kigeni na ikiwa muziki ule ulimfanya afikirie nyumbani kwao, au ikiwa alikuwa amechoka baada ya siku yake ya kwanza ya hicho chochote alichokuwa amekuja kukifanya, au ikiwa klarineti ilikuwa ni ala iliyotoa muziki wa kusikitisha. Ilikuwa bado mapema na labda mkurugenzi angekuja punde tu kumchukua Geraldine Bruno kwenda kula chakula cha usiku mara nyengine tena. Alirudi ofisini na kuendelea kusoma kitabu alichokuwa akihangaika nacho. Utakuwa usiku mrefu.

Muda mfupi baadaye, ghafla aligundua kwamba Geraldine Bruno alikuwa amefika kwenye mlango wa ofisi. Hakumsikia alipokuwa anakuja.

Hello, alisema, huku akijaribu kutoa tabasamu na kuonyesha kwamba lilikuwa tabasamu la kawaida, kama vile kile alichokuwa anakaribia kukisema siyo kitu cha muhimu. Alikuwa amebadili nguo kutoka nguo ya kikazi aliyovaa asubuhi, na sasa alikuwa amevaa jinzi na shati jeupe pana pana.

Habari Bi Bruno, ninawezaje kukusaidia? Badar alisema, akionyesha weledi wa kazini.

Samahani kwa kukusumbua. Je, inawezekana kupata kitafunio, labda sandwichi au kipande cha mkate tu? Aliuliza, huku akitabasamu kwa mdomo wake na macho yake, huku amepinda kichwa chake kama anayetaka kuwia radhi kwa usumbufu.

Hapana, ninasikitika kuwa hakuna vitafunio. Mkate wetu huletwa hapa asubuhi, Badar alisema huku akijaribu kadri alivyoweza kuonyesha masikitiko na kuomba radhi. Sisi tunatoa kifungua kinywa tu.

Najua, alisema huku akishusha pumzi.

Kuna maeneo kadhaa ya chakula masafa mafupi tu kutoka hapa, Badar alisema, huku amesimama, akiwa tayari kumwelekeza.

Sijisikii kwenda nje kwa sasa, alisema, huku akikunja uso. Mvua inanyesha huko nje. Nitazunguka kesho.

Badar alimtazama kidogo kabla ya kujibu. Kwa kweli, angepaswa kusema hapana, haiwezekani, lakini huyu ni mrembo aliyeng'ara aliyekuwa anamkabili katika jioni isiyovutia na akajikuta kama aliyetekwa. Inawezekana kuna matunda jikoni, au labda saladi au sharubati. Nitakwenda kuangalia. Tafadhali keti kitini Bi Bruno, alisema.

Badar alirudi na chenza, ndizi, nyanya na bilauri ya maziwa. Aliweka trei juu ya dawati ambalo kwa kawaida alilikalia wakati Issa alipokuwa ofisini pia. Bi Bruno alichukua kitabu alichokuwa akisoma Badar na akakagua gamba la nyuma la kitabu. Badar alimkaribisha kula kwa kumwonyeshea trei, na Bi Bruno akasimama kuelekea kwenye trei, huku akikichukua kitabu. Badar alitarajia yule binti angechukua trei na kurudi chumbani kwake, lakini mwenyewe aliketi kwenye kiti nyuma ya dawati na kunyanyua bilauri ya maziwa. Nzuri sana, alisema, na akanywa maziwa kwa mkupuo mkubwa.

Je, nikuchemshie yai? Badar aliuliza. Aliweza kuhisi kuwa hakuwa na nia ya kuondoka.

Hapana, hii ni sawasawa, alisema. Alimenya ndizi na kuanza kula. Hakutamka neno jingine hadi tunda lote na nyanya yote na maziwa yote yalipomalizika, na kana kwamba alikuwa amejitambua, alicheka kidogo. Nilikuwa na njaa, alisema, na hiyo ilikuwa ni poa tu. Ahsante.

Karibu, Badar alisema, na akachukua trei kuipeleka jikoni. Aliporudi, alitarajia Geraldine Bruno angekuwa ameshaondoka, akamkuta bado amekaa kwenye dawati na kitabu kikiwa wazi mikononi mwake. Ilikuwa ni kitabu kuhusu madaktari vijana katika hospitali ya New York na shughuli zao. Badar alikuwa anafikiria kuachana na hicho kitabu.

Unaweza kukiazima ikiwa unataka, Badar alisema.

Hapana, nilikuwa nadadisi tu, alisema haraka haraka, sauti yake haikuwa na shauku, labda amechoka baada ya shughuli za siku ya machofu.

Wageni mara nyingi huacha vitabu, alisema Badar, huku akionyesha rafu ya vitabu kwenye ukuta wa mbali, karibu na kalenda ya ndege za usafiri za Charter. Ni kwa ajili ya kujisomea wakati wa likizo, mimi nadhani, hawataki kurudi navyo kwao. Azima tu, wakati wowote.

Bi Bruno aliangalia rafu na kisha akasimama ili kutizama vizuri. Aliipitia rafu kwa muda na kisha akauliza, Je, umevisoma hivi? Badar alitambua kutokana na sauti yake na lile tabasamu lake la chini chini ambalo liliambatana na maneno yake, kwamba yeye hakuvutiwa.

Ndiyo, nimevipitia baadhi ya vitabu, alisema huku akitambua kutokana na sauti yake mwenyewe kwamba alikuwa akijihami.

Hivi vitabu vinaonekana kuwa vinahusika na uhalifu au mahaba, takataka za kawaida za kujisomea wakati wa likizo. Je, unakifurahia hiki? Aliuliza, huku akirudi kwenye dawati na kukinyanyua kile kitabu tena.

Badar alishtuka kidogo, huu sasa ulikuwa unageuka kuwa udadisi rasmi, lakini hakujali, ilikuwa raha kuwa na mtu wa kuongea naye. Siyo cha kuvutia sana. Nadhani kilipaswa kuwa cha kuchekesha, lakini labda sielewi vizuri undani wake, maneno ya kitabibu na yale ya dharura, au labda siupati utani huo. Au labda inachekesha kwa njia fulani ambayo mimi sikuelewa, unajua, kwa sababu mimi sielewi ni nini hasa kinachofanyiwa kejeli na kwa nini mtu huyu ni mpumbavu na yule mwengine mjanja.

Bi Bruno alikiweka hicho kitabu juu ya dawati. Huenda nikakiazima baadaye, alisema huku akiwa na tabasamu la uchovu. Nitakuarifu.

Je, ninaweza kuthubutu kukuuliza unafanya nini hasa katika shirika la misaada? Badar aliuliza, huku akiwa amevunja kanuni nyingine ya Issa, kuwauliza wageni maswali ya kibinafsi.

Ndiyo, ninajiunga na mradi wa kuweka rekodi za serikali katika mfumo wa kidijitali, alisema huku akiinuka. Hakuna kitu nyeti, tunaanza na takwimu za afya kwa sababu hapo ndipo ufadhili wa Umoja wa Nchi za Ulaya unapotoka. Mimi ni mtaalamu katika maendeleo ya ubunifu wa programu lakini shirika lina miradi mingine. Wafanyakazi wengine wa kujitolea ni walimu au wataalam wa uchumi au watendaji au chochote. Kila mtu anajaribu kujitolea kwa namna yake, ili kusaidia. Mimi ninafanya kwa majuma kumi na mbili, lakini watu wengine hufanya chini au zaidi ya hapo kulingana na hali zao. Kampuni inayoniajiri kawaida imenipa ruhusa ya wiki kumi na mbili tu.

Bi Bruno alikaa kimya kwa muda, macho yake aliyatupia chini, huku akiwaza. Badar alihisi kwamba kinywa chake kilikuwa kimejaa maneno na kwamba angesema zaidi, kumwambia zaidi kuhusu maendeleo ya programu zake au kuhusu jiji la London NW3. Badar angependa kusikia zaidi lakini ilikuwa kama vile Bi Bruno alikuwa amejikatiza yeye mwenyewe. Ghafla, alipiga mwayo.

Hata hivyo, alisema huku akiamka, shukrani kwa vitafunio. Ninaondoka sasa.

Alikuwa ameshatoka nje ya ofisi kabla ya Badar kutafakari na kusema lolote ambalo lingeweza kumfanya Bi Bruno abakie. Aliona kwamba hakukichukua kile kitabu na hakumlaumu. Badar alikichukua na kukisoma: *Ami aliharakisha kutoka nje ya chumba cha upasuaji wa dharura na kuelekea kwenye vyumba vya kubadilisha nguo, huku akifungua sare ya koti lake jeupe wakati alipokuwa bado njiani. Alitumaini kuwa Dean bado angekuwepo kwenye hafla wakati atakapofika huko. Hakukuwa na wakati wa kuoga kwa hivyo alibadili sare ya koti lake jeupe la chumba cha upasuaji na kuelekea kwenye mlango wa kutokea nje. Hafla ilikuwa katika makazi ya kuishi watu, na alipokuwa akielekea kule, mwili wake ulikuwa tayari unasisimka kwa matarajio....*

Badar alikiweka kitabu chini, huku akijua sehemu ya mkasa wa ngono ilikuwa inafuata. Alifikiria kwamba angeibakiza sehemu hiyo kwa baadaye kama hangeweza kupata usingizi. Alibofya picha za Shiraz na kutafuta kuba la Hafez. Siku chache zilizopita wakati wa usiku alisikiliza kipindi kwenye redio kuhusu mshairi wa Kiajemi kwa jina la Hafez, na baadhi ya mistari ya beti la shairi ilimkaa moyoni.

Usiku wa jana, nikiota nusu usingizini,
Alinijia nusu utupu, ndani ya kijigauni,
bilauri kaipindisha, beti za utenzi midomoni.

Akabofya picha za Shiraz na kulitafuta kuba la Hafez. Akauona umati mkubwa wa watu waliokuwa pale huku wakitembea kwenye vijia vilivyojaa vichaka na maua kuelekea kwenye ngazi za jumba lililokuwa na kaburi, wanaume kwa wanawake na watoto, wengine wakiwa wamevaa makoti marefu, wengine wakiwa wamevaa mashati ya mikono mifupi, wamejitanda mitandio vichwani na kuvaa majaketi. Walikuwa juu ngazini kuelekea kwenye kuba ambapo walijazana watu waliolizunguka pande zote, walijumuika mamia ya watu. Baadhi yao wakiwa wamekaa kwenye ngazi, taabani, au wakisoma kutoka kwenye vijitabu vya maelezo, wengine wakijipiga picha za selfi wenyewe, wengine wakisali na wengine wakiangalia kwa upole, mabwawa na misitu ya mikaratusi. Walikaa huko kwa amani katika vivuli vya mchana. Kulikuwa na jua la rangi ya manjano lililoangaza kupitia miti na kutua kwenye mitungi kadhaa iliyofurika kwa rangi za zambarau na nyeupe na nyekundu. Picha nyingine zilionyesha mabwawa na maeneo yaliyofunikwa yaliyowekewa alama na ambayo yalifungukia kwenye bustani kubwa. Aliifunga kompyuta na kupulizia dawa ya mbu ili kuwafukuza pale ofisini kisha akaufunga mlango. Alitoka nje kuelekea mitaani kwa dakika chache ili kuipa nafasi sumu ya dawa ya mbu ifanye kazi. Mvua ilikuwa imesita lakini hewa yenyewe ilikuwa imejaa harufu ya maji. Ilikuwa ni majira ya mwaka ambapo mbu walifikia kilele cha jeuri yao ya mashambulizi na takriban hakukuwa na kitu chochote kilichoweza kuwadhibiti. Mahali pekee pa usalama baada ya giza ilikuwa ni ndani ya chandarua. Baada ya usiku wa manane alifunga milango ya hoteli, alirudi ofisini na kujinyoosha kwenye kitanda cha kukunja. Alikaa macho kwa muda mrefu.

Mawazo yake yaliyumbayumba na baadaye yalitulia kwa Fauzia na Karim. Jinsi Fauzia alivyonywea na kuvunjika nguvu tangu ile hofu ya ghafla ya mtoto wao. Alimkumbuka Mama Khadija akimwambia kwamba tangu alipokuwa mtoto, Fauzia alikuwa na tabasamu la mtu mzima. Lakini sasa kulikuwa na kitu cha kusitasita au kutokuwa na uhakika utadhani Fauzia hakuwa tena na uhakika kwamba yote yalikuwa salama.

Karim pia alikuwa amebadilika, labda alikuwa amevunjika moyo jinsi mambo yalivyogeuka. Badar naye pia alihisi kwamba Karim sasa alikuwa amezidi kukereka dhidi yake na alihisi kwamba Karim sasa alikuwa hana subira naye tena. Badar alishindwa kufikiria ni jambo au kosa gani hasa alilolifanya yeye hata kumsabibishia Karim hasira kama hizo. Kwa miaka kadhaa Badar alijikuta akilazimika kukabiliana na kashfa za hapa na pale kutoka kwa Karim, na hiyo ilitokana na jinsi alivyookolewa kutoka kwa Ami Othman, au labda kwa sababu yeye alionekana kuridhika kufanya kazi katika hoteli. Lakini makali yale yaliongeza nguvu na Badar alishindwa kupata uhakika wa lipi alilolifanya hata mambo yakawa vile. Pengine hata haikuwa na uhusiano na yeye hasa, lakini ilimhusu Karim mwenyewe, hasa kutokana na matarajio yake kazini kwake, au pengine kuhusu Fauzia na mtoto. Alionekena kushindwa kujikwamua kutoka kwenye maumivu ya nafsi yake yaliyotokana na shutuma ambazo Badar alishuhudia. Ulisema acha aendelee kulia, na mtoto alikaribia kufa. Hiyo ilikuwa wiki kadhaa zilizopita sasa, na mahaba yalipaswa kuponya maumivu na baadhi ya mikwaruzo, lakini ilionekana hayakufanya hivyo. Badar hakwenda kuwaona kwa siku nyingi sasa. Fauzia alikuwa anakaribia kuanza kazi tena shuleni wakati Badar alipowapigia simu mara ya mwisho. Badar alitarajia kwenda kuwaona siku iliyofuata, atakapokuwa njiani kuelekea hotelini. Isipokuwa tu kama Ramadhani atapona siku ya pili ambapo Issa angemwita kwa zamu ya mchana. Kwa vyovyote vile, atawapitia baada ya mchana wakati ambapo kwa uhakika, Fauzia angekuwa amesharudi kutoka skuli.

Ramadhani hakupona, kwa hivyo Badar alijua angekuwa tena katika zamu ya usiku. Alipitia kuwaona kabla ya kuelekea hotelini na kumkuta Fauzia nyumbani. Alikuwa amerudi kutoka kumchukua Nasra nyumbani kwa mama yake, ambapo alishinda kwa siku hiyo. Alikuwa katika hekaheka na labda alihuzunika kidogo kwa shughuli zote ambazo ilibidi azifanye, kwenda kazini skuli, kumtunza mtoto ambaye alikuwa anaugua, na pia kuandaa chakula. Licha ya hayo, alionekana kufurahia kumwona Badar na kumkabidhi mtoto huyo bila taklifu yoyote. Karim hakuwapo nyumbani. Karim atasikitika hamjaonana, alisema Fauzia. Siwezi kukaa kwa muda mrefu, Badar alisema. Ninalazimika kumpokea zamu Issa baada ya dakika kumi hivi.

Nasra alikuwa akifanya vurugu na kulialia, lakini punde si punde alipokuwa katika mikono tulivu ya Badar, alionekana kutulia, na hivyo akambembeleza na kumnong'oneza huku Fauzia akiandaa chakula cha mtoto.

Badar aliwaaga huku Nasra akicheua kwa furaha chakula ambacho mama yake alikuwa amemwandalia. Ana njaa, Badar alisema alipokuwa akiondoka, kana kwamba alijua kile ambacho mtoto mkorofi alihitaji hasa.

Baadaye jioni hiyo wakati alipokuwa amechukua tena zamu ya Ramadhani, Geraldine Bruno aliingia ofisini akiwa amevaa blauzi ya kijani isiyo na mikono na iliyomkaa na jinzi iliyobana yenye rangi ya maziwa. Alikuwa yupo njiani kutoka. Alisimama mbele yake kwa muda, amependeza, mguu wake wa kulia kautanguliza mbele kidogo ya kushoto, akijifaragua, huku akijionyesha kwa chati. Badar naye aliyahisi hayo maonyesho, akampongeza kimyakimya.

Lazima ulinifikiria mimi mjinga sana jana usiku, kuja kukuomba vitafunio wakati kuna chakula kitamu cha mitaani dakika chache tu kutoka hapa, alisema Bi Bruno. Nilikuwa bado sijapafahamu hapa vyema.

La hasha, siyo ujinga kabisa, Bi Bruno. Kwangu mimi ilikuwa ni furaha kukupatia matunda, Badar alisema, huku akisimama pia. Bi Bruno alionekana kuwa mtulivu sana, mwenye kujali urafiki. Badar alishindwa kutambua kinachoendelea. Kwa kawaida, wageni wao hawakuwa watu wenye urafiki sana. Labda ni kwa sababu huyu alikuwa kijana na kawaida wageni wengine walikuwa wa umri mkubwa.

Nadhani bado nilikuwa nimechoka na safari ya ndege, na labda nilikuwa na wasiwasi kidogo kuhusu hali ya huko nje, alisema, huku akiangaza kuelekea mitaani.

Na mvua ilikuwa inanyesha. Wewe ulikuwa ugenini, Badar alisema kwa huruma.

Badar alipata mshangao pale Bi Bruno alipokuja karibu na dawati alipoketi ile jioni iliyopita, halafu akaketi tena. Tayari ninapapenda hapa, alisema Bi Bruno, huku katoa macho na tabasamu. Ni pazuri hata wakati wa mvua.

Inafurahisha kusikia hivyo, alisema Badar. Je, wewe unatoka London?

Bi Bruno aliitikia kwa kichwa.

Je, London ni pazuri sana? Badar aliuliza.

Alicheka. Labda inategemea ni sehemu gani ya London. Nilizaliwa Bermondsey, hata jina lenyewe ni baya. London ni kubwa sana, utadhani penyewe ni nchi. Haiwezekani kuijua yote, ambalo ni jambo zuri kwa sababu angalau daima kuna mahali pengine pazuri panapokuletea mshangao.

Kwa hivyo, baadhi ya maeneo ya London ni mazuri sana, alisema Badar.

Ndiyo, hakika, na sehemu nyingine ni mbaya na za kutisha, alisema huku akicheka. Nilikulia maeneo ya Clapham na nadhani huko panapendeza kwa namna yake. Kuna maskani ya kawaida na migahawa na majumba yote makubwa ya kifahari, lakini pia kuna misururu ya magari na makelele na halaiki ya watu.

Hasa, napajua Clapham, alisema Badar.

Umewahi kuwa huko? Bi Bruno aliuliza kwa mshangao.

Hapana, ni picha tu za kwenye kompyuta. Nilikuwa nikitembea huko kwenye vibaraza siku chache tu zilizopita, alisema, akitumaini kuonekana kama mtu wa kuchekesha, lakini Bi Bruno alionekana kufadhaika kidogo.

Picha, alisema, akikaribia kumhurumia.

Walikaa kimya kwa muda. Ni nini hasa kilichomhuzunisha kuhusu kuangalia picha kwenye kompyuta? Yeye mwenyewe Badar alisafiri kwenda sehemu zote za ulimwenguni namna hivyo. Labda siku moja angeweza kusafiri kikweli. Hata hivyo, Badar alishangaa yule bibi alikuwa akifanya nini pale ofisini. Je, alikuwa akimsubiri mkurugenzi wake au rafiki yake mpya aje kumchukua. Bi Bruno hakuonekana kuwa na wasiwasi wowote au haraka. Siishi tena huko Clapham, alisema. Unaishi mtaa wa Gemstone NW3, Badar alijisemea kimoyomoyo. Kisha akaanza kuelezea mtaa ambapo aliishi, barabara kuu ikiwa kwa juu hivi na mgahawa wake alioupenda ukiwa karibu tu.

Enhe, silijui hata jina lako, alisema Bi Bruno, huku akikatiza mazungumzo yake mwenyewe.

Badar, alijibu. Mkono wake ulikuwa mdogo na mwepesi walipopeana mikono, baridi kwa kuugusa.

Unalijua jina langu, alisema akitabasamu.

Bila ya shaka, unaitwa Bi Bruno, alisema, huku akitabasamu pia. Je, unaelekea kwenye chakula cha usiku?

Niite Jerry, tafadhali, niite Jerry tu. Nitaenda nje kwa ajili ya chakula hivi punde, nitakapopata ujasiri wa kutoka, alisema. Natamani laiti ningalikuwa na mtu wa kufuatana naye.

Ni salama kabisa, tembea tu kando kando ya bahari kwa dakika chache na utakuwa umeshafika, alisema Badar, huku akitupia jicho bila kukusudia kwenye shati jepesi lisilokuwa na mikono na jinzi iliyobana ya Bi Bruno. Kuna umati wa watu na utakuwa salama tu.

Alitikisa kichwa kwa kukubaliana na akajiuliza ikiwa angepaswa kumwambia kwamba mtu anaweza kumtongoza mwanamke ambaye yupo peke yake na kutaka kuongozana naye, hasa akiwa mrembo na aliyevalia kwa kupendeza kama alivyokuwa yeye Bi Bruno. Je, anapaswa kumwonya kuhusu vijana ambao walizungukia pembezoni mwa vibanda vya kuuzia vyakula vilivyopo mitaani, wakiwa makini kujinyakulia chochote? Bi Bruno alionekana hana hofu wala wasiwasi. Je, angeweza kukabiliana na yote hayo? Alikuwa na hakika kwamba ameshafunzwa vyema na Maria Caffrey, kwa hivyo hakusema chochote.

Je, bado unasoma kitabu kile kuhusu madaktari wa huko New York? Aliuliza.

Alitikisa kichwa chake. Kinahitaji umakini mkubwa sana, alisema Badar, jambo ambalo lilimfanya Bi Bruno kucheka.

Alisimama ghafla, kwa uamuzi thabit. Sawa, mimi ninaondoka, alisema na kuondoka.

Badar alirudi kwenye kompyuta na kuangalia Clapham tena na kutumia dakika chache kudurusu maeneo ya viwanja vya bustani za mapumziko na mitaa mirefu iliyopandwa miti, mabaa ya mvinyo na migahawa. Akaifungua ramani ya London na kushangazwa na ukubwa wa jiji. Kuna kitu kilimwingia katika hisia zake na kukirihi nayo.

Aliangalia barua pepe na kuthibitisha maombi mapya ya chumba kwa wiki mbili. Anapaswa kuwatembelea Karim na Fauzia tena, kwa wakati mwafaka. Ni watu wawili ambao aliwapenda zaidi duniani. Je ilimaanisha nini hasa kusema kitu kama hicho? Hakuwa anajuana na watu wa kutosha duniani kwa kauli kama hiyo kuleta maana yoyote, lakini yeye alijua anawapenda hao watu wawili. Karim alikuwa anampenda kwa sababu alikuwa amemtunza wakati alipokuwa na shida, na pia kwa sababu alikuwa mwerevu na mzuri wa maumbile na mwenye kupendeza, au alikuwa hivyo wakati mwingi ambapo hakuwa na ubosi na mwenye kutaka kunyanyasa. Fauzia alimpenda kwa sababu alikuwa mpole na mwenye busara na mrembo, ingawa hivi sasa alikuwa katika hali ya kusumbuka. Ilimfanya afurahi kuwa pamoja nao, au angalau ilikuwa hivyo hapo awali, lakini ingekuwa hivyo tena Inshallah.

Haikupita saa moja tangu kuondoka, Jerry Bruno akawa kesharudi huku akiwa amezishikilia kwa vidole vyake vya gumba na shahada, pembe za mfuko wa karatasi uliojaa mafuta. Aliutoa mfuko na kuuelekeza kwa Badar ili kumkabidhi.

Badar aliuliza. Je, ulikifurahia chakula chako? Hicho ni nini?

Nadhani ni pweza, alisema akionyesha huzuni usoni mwake. Sikujua kilikuwa nini hasa na muuzaji aliendelea kujaza kwenye mfuko.

Badar alimfuata, akachukua mfuko na kumpa karatasi ya mkono. Je, ulipata kitu chochote cha kula?

Asante. Nilikula chipsi na katlesi ya samaki, alisema. Na ningependa kupata chenza.

Badar akacheka. Sawa, nitaangalia kama lipo angalau moja huko jikoni. Nadhani hutaki kuviona hivi tena, Badar alisema, huku akishikilia mfuko uliotapakaa mafuta.

Aliuweka ule mfuko kwenye friji la jikoni ingawa alijua Issa angechukizwa na jambo hilo. Aliporudi na machenza mawili na bilauri ya maji alimkuta Bi Bruno ameketi kwenye kiti alichokuwa amekalia mapema jioni, ingawa sasa alionekana kuwa matimtim tofauti na alivyokuwa pale awali. Alikunywa maji na kumenya machenza na kuyala kwa uangalifu, moja baada ya jengine.

Nadhani nilikuwa na hofu, alisema. Ilikuwa ni giza sana na kulikuwa na vimeza vya vyakula vingi sana. Sikuweza kuelewa ni nini mtu yule alikuwa akisema na kulikuwa na watu wengi sana. Sipendi makundi ya watu. Sipendi halaiki hata kidogo katika maeneo nisiyoyafahamu. Hapana, nimesema vibaya. Sipendi makundi ya watu wakati mimi ni mgeni hapo mahala.

Huna haja ya kula chakula cha mitaani, Badar alisema. Unaweza kwenda kwenye mgahawa au hoteli ya chakula ambapo unaweza kukaa kwa wakati wako mwenyewe. Kuna sehemu kama hizo hapa maeneo ya karibu, alisema Badar.

Je, utakuja na mimi kesho? Aliuliza Bi Bruno.

Badar alitafakari mwaliko huo wa kushangaza kwa muda na akazingatia athari zake. Huyu mrembo anayewaka ambaye alikuwa ni kama bingwa wa programu za kompyuta alikuwa akimwalika mtu kama yeye, kijana aliyekuwa mtumishi wa nyumbani aliyegeuka kuwa mfanyakazi wa mikono katika hoteli ndogo, ili aende naye kwenye chakula cha jioni. Je, alikuwa anakijua alichokuwa akifanya? Huyu Bi Bruno alijifunza wapi kuwa na uhakika huo? Kwa hali yoyote, yeye Badar hangeweza kwenda kwenye migahawa ambayo angemwelekeza kwenda, yeye hangeweza kumudu bei na wala hakujua hata majina ya vyakula kwenye hizo menyu: *fricassee, au gratin, thermidor, liver parfait, crispy belly,* na kadhalika. Alikuwa amesoma hizo menyu kwenye tovuti zao. Yeye kawaida alichoweza kumudu ilikuwa wali, samaki, mchicha, supu ya mbuzi na mikate ya aina mbalimbali, yote hupatikana kwenye migahawa yoyote. Labda angeweza kumpeleka kwenye moja ya migahawa hiyo ya bei ghali na kumwacha hapo. Kwa hakika Bi Bruno alitaka tu mtu wa kumsindikiza wakati akiwa bado anazoweazowea, mtu wa kuweza kuzungumza naye ili kumtoa kwenye woga wake.

Inategemea kama Ramadhani atarudi kesho. Yeye ni mgonjwa na mimi ninamsimamia zamu yake, unajua tena, karani wa usiku, Badar alisema. Lakini kwa hakika, ikiwa atarudi nitakuja na wewe kesho.

Jambo zuri hilo Badar. Wewe ni mtu poa sana, alisema kwa tabasamu kubwa.

Issa alipofika asubuhi kushika zamu ya asubuhi iliyofuata, alimwambia kuwa alipitia nyumbani kwa Ramadhani jioni iliyopita na aliambiwa na mwanawe wa kiume kwamba Ramadhani amelazwa hospitalini.

Wanafikiri inahusika na ini lake, Issa alisema. Miguu yake imevimba na macho yake yamechukua rangi ya manjano na ngozi yake imegeuka kuwa ya kukosa rangi. Inavyoonekana daktari alisema kuwa ni ugonjwa wa homa ya manjano. Ndicho hicho ambacho mtoto wake wa kiume alichonieleza. Sijui ni nini hasa homa ya manjano lakini jina lenyewe linatisha vya kutosha. Hata hivyo wamemchukua kwa ajili ya uchunguzi na vipimo. Inaweza kuwa siku mbili tatu hivi au hata wiki kadhaa. Nitampigia simu Bwana Sharif na kuona kama tutaweza kupata mtu wa kutusaidia wakati wa mchana, lakini wewe itabidi uendelee kama ulivyo. Hatuwezi tu kumleta mtu ambaye hatumjui. Nahitaji mtu ambaye ninaweza kumwamini ili asimamie mambo wakati wa usiku. Je, hii yote ni sawa kwako?

Badar aliinua na kushusha mabega. Nifanyaje? Alisema kwa hasira. Sawa tu, lakini hapana budi tufikirie jinsi tutakavyoweza kupanga zamu zetu za kazi. Aliona taswira yake mwenyewe kwenye kioo wakati alivyotamka maneno hayo, na akafikiria jinsi gani kijana kama yeye alivyoonekana kanuna na mwenye hasira, na hapo akatabasamu. Issa hakulielewa tabasamu la Badar na yeye akamrudishia tabasamu huku akishukuru Mungu kwa faraja aliyoipata na kumgonga Badar begani kidogo. Ahsante sana, alisema.

Alipitia kwenye mgahawa ili kujipatia kifungua kinywa wakati akirudi nyumbani. Televisheni ilikuwa wazi, ikionyesha marudio ya mashindano ya mpira wa soka huku sauti ikiwa ya chini. Ilikuwa ni mchuano baina ya timu ya Bayern Munich dhidi ya timu nyingine ambayo yeye hakujisumbua kuitambua. Alikuwa ameshika andazi na kombe kubwa la chai na akaelekea chumbani kwake. Alijitupa kitandani kwa muda, huku akijidadisi ikiwa anapaswa kuoga sasa au kujaribu kujitafutia usingizi kwanza. Usiku ulikuwa mrefu na wenye matatizo na mawazo yake yalijaa kumbukumbu za utotoni, za Bibie, za kutoridhika na matamanio tele ambayo hayakuweza kutimizwa. Alimfikiria Fauzia na jinsi alivyokuwa mnyonge, na ilhali hapo zamani alikuwa mtu mwenye utulivu na furaha. Sasa ilionekana kama vile kulikuwa na kivuli cha kutisha kilichosonga kando yake. Badar alikuwa amechoka kuvumilia mateso, kuwa mtu aliyetegemea rehema zilizotokana na ajali za maisha na bahati, wa kuhurumiwa tu au kutendewa kama vile yeye alikuwa zuzu na mjinga, wa kuwa daima mtu wa kutumwa na kutekeleza mahitaji ya watu wengine, au kuuangalia ulimwengu kwa kupitia ramani katika kompyuta. Alitaka kusafiri ilivyostahili, awe na safari zilizojaa matukio katika maeneo yasiyotarajiwa na baadaye kurejea na ari za kuneemeka na bahati, mifuko yake ijae, uso wake unenepe, nguvu zake zionekane kwa wote, aweze kutamka kile alichokitaka. Badala yake aliwajibika kupitisha usiku mwingine kwenye kitanda cha kukunja kwenye ofisi iliyojaa vitu tele, huku akiwa amejifunika kwa shuka ili kuwakwepa mbu.

Angalau hangelazimika kumchukua Jerry Bruno kwenye mgahawa wa hoteli wa bei ghali, Alhamdulillah. Hilo ndilo wazo lililofuata ambalo lilimjia akilini mwake. Chumba chake sasa kilikuwa ndiyo nyumbani, kilikuwa na starehe na amani, meza chini ya dirisha, picha zikiwa ukutani, ikiwa ni pamoja na ile ya Msikiti wa Buluu wa huko Istanbul. Aliipata katika duka la vitabu vya dini hapo Darajani, ikiwa tayari imeshawekewa fremu. Alikuwa na viti viwili vya starehe vilivyokuwa na sehemu ya kuegesha mikono, ingawa kusema kweli alihitaji kiti kimoja tu kwani wageni wake pekee walikuwa ni watoto wa Hakim, ambao walizurura nyumba nzima kama walivyopenda na wakati mwingine waligonga mlango wake ili kuruhusiwa kuingia ndani kwa raha zao wenyewe, huku wakiuliza maswali, wakichakura vitu vyake, wakiwasha redio yake na hata mara moja hawakai kwenye kiti. Alijaribu kulala lakini alikuwa amechoka sana kuweza kupata usingizi. Alioga na kuketi kusoma kitabu kimoja cha riwaya za uhalifu. Sasa hakupata tena furaha kubwa ya kuvisoma kama ilivyokuwa awali, na baada ya muda aliwachilia mbali na kujikalia kimya akitafakari afanye kipi yeye mwenyewe, akiwa amekunja mikono yake kwenye paja lake, akisubiri muda upite. Si kwamba mambo hayakuvumilika. Akiwa njiani kuelekea hotelini jioni ile, huku mvua ya masika ikinyesha kwa nguvu ya mafuriko, alijinunulia mkate, kipande cha samaki wa changu wa kukaanga na kibakuli cha chatne ya nazi kwa ajili ya karamu yake ya chakula cha usiku wa manane. Pindi kama hali ingeendelea hivi hivi kwa siku chache zijazo, ingebidi yeye ajipange vizuri.

19

Haikuwa furaha tena kurejea nyumbani, si kitu ambacho alitazamia kwa hamu kama alivyofanya hapo awali. Alikaa zaidi kazini kwake kabla ya kuondoka, na kwa vyovyote alitambua kwamba kwa hali yoyote sasa alikuwa mtu muhimu katika uendeshaji mzuri wa shughuli za ofisi. Sasa alikuwa meneja wa timu ya tathmini ya afya ya mradi mpya wa mji uliopendekezwa Kaskazini mwa kisiwa hicho. Kazi hiyo ilikuwa ina changamoto na ya kusisimua na halikuwa jambo gumu kubakia ofisini. Alijaribu kujichelewesha kupanda ngazi hadi kufikia ghorofani. Alichukia sehemu ya mwisho kabla ya kuingia ndani. Alijua angemkuta Fauzia amenuna na amekunja uso, akiwa na shughuli nyingi jikoni, au akiwa na Nasra au akiwa na kazi zake za shule, akijifanya kuwa na shughuli nyingi ili kumweka mbali asimkaribie. Fauzia hakupiga kelele wala kulipuka, alikuwa na mateso ya kimyakimya. Hakuweza kutambua ni nini hasa, ingawa alikuwa na fikra zake fulani. Alikuwa na maelezo yake. Fauzia alimlaumu kwa ajali ambayo karibu imuue mtoto. Karim alisema, mwache tu alie na mtoto karibu ajinyonge kwa mashuka. Alisema kuwa anasikitika kwa jambo hilo. Jambo hilo lilikuwa limetokea miezi kadhaa iliyopita, na hata hivyo baada ya yote hayo, mtoto alikuwa amenusurika bila ajali yoyote zaidi. Lakini Fauzia bado hakuacha ile hofu kwamba ule ulikuwa ni ugonjwa wa kuanguka, kwamba yeye Fauzia alikuwa amemwambukiza mtoto. Karim aliichoka hotuba hii. Kwa wiki kadhaa baada ya tukio la ajali hiyo, Fauzia alilala kwenye sofa na susu la mtoto likiwa kando yake. Karim alijitahidi kumwonyesha upole ili kumrubuni kurudi kitandani kwao na mwishowe Fauzia alikuja, lakini alikataa kuwa na uhusiano mwanzoni, huku akisema bado hajaanza kutumia vidonge vya uzazi wa majira. Hilo lilikuwa ni pigo la kukataliwa ambalo hakulitarajia, na hivyo alisita kumkaribia tena, na hivyo usiku kwao ulikuwa wa upweke na wa kutengana.

Hakujua jinsi ya kuzungumza naye. Kwa hali yoyote, Fauzia hakuonekana kuwa na shauku ya kusikia lolote kutoka kwake. Karim alitaka kuwa mkarimu, na alijua kutokana na kile alichosoma kwamba wakati mwingine akina mama waliugua unyogovu baada ya kujifungua, na kwamba maradhi yale yanaweza kudumu kwa muda mrefu. Kwa hivyo labda ndiyo hali hiyo ambayo Fauzia alikuwa akipitia, lakini ilikuwa ngumu kwake yeye Karim pia. Alichukia, ndiyo alichukia jinsi alivyomtumia mtoto kujikinga na yeye, kumsukumia mbali, kumtumia mtoto kama kisingizio cha ununaji wake, kwamba daima alikuwa amechoka, ukingoni mwa kufoka kuhusu jambo lisiloelezeka na lisilotokea. Alihisi kama mtu aliyetekwa, aliyeyachoka maisha haya pamoja naye. Alijua kwamba wakati alipoingia nyumbani, Fauzia angenuna kwa kuwasili kwake na kungekuwa na uwezekano mkubwa wa mtoto kulipuka kwa makelele yake ya vilio vya kumkaribisha.

Fauzia alitabasamu wakati Karim alipoingia. Umechelewa. Je, ni shughuli nyingi sana tena kazini? Aliuliza.

Namalizia tu baadhi ya mambo, alisema Karim. Hakuna mtu anayeonekana kuweza kufanya chochote isipokuwa nikiwepo mimi tu. Fauzia alikubaliana naye kwa kutingisha kichwa na kumtazama Nasra akitambaa kuelekea kwa mama yake na kisha akainua mikono yake ili abebwe. Nitamlisha tu na kisha tutakula chakula cha jioni, alisema, huku akimpeleka mtoto chumba cha kulala.

Karim alichungulia sufuria iliyokuwa kwenye jiko. Mchuzi wa nyanya, tena. Fauzia hakupata muda wa kupika vizuri tena.

Nilisahau kukuambia, alisema Fauzia aliporudi na mtoto mikononi mwake. Badar alikuja jana jioni wakati wewe ulipokuwa nje. Ana zamu ya usiku huko hotelini.

Mimi nilikuambia nilikuwa na mkutano Wizarani jana usiku, alisema hivyo kwa sababu alidhani kama vile alisikia sauti ya malalamiko. Ndiyo ninakumbuka alijibu Fauzia. Na dakika hiyo hiyo, uso wa Nasra ukapiga kiza. Muda huo huo akatoa sauti iliyochacharisha ambayo ingehitaji kuchambishwa. Ohoo chakula kitachelewa, Fauzia alicheka wakati Karim alijikuta kajaa karaha usoni kabla ya kugeuza sura haraka na kutoa tabasamau ili kuunga mkono cheko la Fauzia.

Karim alitaka kumwambia Fauzia kwamba Waziri alikuwa katika mkutano ule na alifuatilia asubuhi ya leo kwa kumletea ujumbe wa kumpongeza kwa mchango wake na kumkaribisha ampigie simu Msaidizi wake Mahususi ili kupanga mazungumzo naye. Ilikuwa ni furaha kutambuliwa, na alijua yeye alistahili. Hakukuwa na maana ya kujiweka nyuma nyuma wakati yeye alikuwa anastahili, alijiambia mwenyewe. Alipiga simu kama alivyoagizwa na alikuwa amepangiwa kukutana na Waziri Jumatatu asubuhi. Kwa vyovyote, lazima ingekuwa neema kwake yeye Karim.

Baadaye, wakati Nasra alipokwenda kulala na walipokuwa wameshakula chakula chao cha jioni cha wali na mchuzi wa chukuchuku wa nyanya, na Fauzia alipokuwa ametulia kwa maandalizi yake kwa ajili ya shule kwa siku iliyofuatia, na mvua ilipokuwa imesita, alisema angetembea na labda kupita hapo Tamarind ikiwa Badar alikuwa katika zamu ya usiku tena. Atamwambia kuhusu miadi na Waziri hapo baadaye, na kwa wakati huu alikuwa anaifurahia habari hiyo yeye mwenyewe.

Alimwona yule kwenye kioo alipokuwa amesimama katika ukumbi wa Tamarind. Alikuwa ameketi kwenye dawati kubwa lenye ngozi ya kijani kwa upande wa juu, akikabili kioo, huku akionekana amestarehe. Pia alimwona Badar kwenye dawati jengine, huku kichwa chake kikielekea upande wake. Kwenye kioo aliona uso mzuri na macho makali na nywele za kumeremeta za rangi ya dhahabu. Badar lazima alihisi kuwepo kwake hapo ukumbini ingawa alikuwa hamwoni kwa macho yake, kwa sababu alimwona akigeuka kutoka kwa mwanamke na kuelekeza mtazamo wake mlangoni. Karim alisonga mbele na Badar akainuka kwa furaha. Karibu, karibu, alisema, akimwingiza ofisini na kisha kuegemea mbele kusalimiana naye kwa mikono.

Alipomkaribia zaidi na kumwona ana kwa ana, alionekana mrembo zaidi, na Karim alisisimka kidogo, kama umeme au mlipuko mdogo wa umeme ulipita katika mwili wake. Yule mwanamke alimtupia jicho mfano wa kununa hivi, na Karim alihisi hivyo, na kujiuliza ikiwa ni yeye amekatiza kitu fulani katika maongezi yao. Karim alimwambia Badar, naona mna mfanyakazi mpya, ingawa alijua fika kwamba huyo mwanamke ni mgeni tu katika hoteli hiyo.

Huyu ni Jerry, Badar alisema, na mwanamke huyo alinyoosha mkono kumsalimia.

Karim aliona kwamba macho yake yalikuwa na rangi ya buluu iliyokoza na uso wake ulikuwa umekaa kwa uwiano mzuri, komwe lake, kidevu chake, pua yake, yote yakiwa yamewiana. Jerry alitabasamu na Karim alihisi kana kwamba alikuwa keshamsoma mawazo yake.

Anakaa hapa nasi, Badar aliendelea, baada ya Karim kuketi kitini. Nilitakiwa leo kumpeleka kwenye hoteli ya mgahawa usiku huu, lakini Ramadhani yuko hospitalini na lazima mimi nibaki katika zamu ya usiku. Bibi huyu hajafurahi, kama unavyoona.

Jerry alicheka kidogo, kisha akaurudia tena ule uso wake wa mfano wa kununa na ndipo hapo sasa Karim alipoelewa kwamba kumbe kufanya hivyo ilikuwa ni ishara ya kuonyesha kuvunjika moyo kwake. Alijiuliza ikiwa huyo mwanamke na Badar walikuwa ni wapenzi. Kulikuwa na dalili ya kujishaua kimapenzi katika mahusiano yao, na alihisi hivyo huku akiwa na wazo la wivu. Hakika kijana Badar alikuwa ametoka mbali.

Badar alisema kwamba jana usiku huyu bibi alikumbwa na mkasa wa chakula kibaya cha mitaani, ikiwa kama anamtania. Kuna mtu alimwuzia mfuko uliojaa pweza, ladha ambayo haikukubaliana na kile ya chakula alichozoea. Issa angekubaliana na Bi Jerry. Laiti ungemsikia akizungumzia wageni ambao huleta kababu zao na kile anachokiita chakula kichafu kisichofaa wanachonunua kutoka kwa wauzaji wa mitaani na kuviingiza vyumbani. Hata hivyo, nilikubali kumpeleka kwenye mgahawa lakini sasa sitoweza. Nilinunua mkate na samaki na chatne ya nazi ambayo anakaribishwa kushiriki kula nami, lakini halifurahii jambo hilo.

Ahsante, wewe ni mwema mno. Nilikuwa na hamu kubwa kwenda nje kwa ajili ya kula chakula, Jerry alisema, na kuonyesha uso wa huzuni. Nimekuwa nikifikiria juu ya hilo siku nzima. Usijali, nitakwenda nje na kuchagua kwa uangalifu zaidi.

Huenda mvua ikaanza kunyesha tena punde tu, Karim alisema kwa makini. Hutakuwa na bahati ya chaguo zuri kwa chakula cha mitaani katika hali hii ya hewa. Ninaweza kukupeleka kwenye mgahawa, ikiwa unataka. Ulikuwa umepanga kwenda wapi?

Macho hayo ya buluu iliyokoza yalimeremeta kwa muda mdogo, na Karim alikuwa na uhakika wa kuona hilo, na huyo bibi alimtazama kwa usawa na kwa kuonyesha shauku, huku akipiga mahesabu. Jerry alimgeukia Badar, kana kwamba alikuwa anatafuta kufahamu uridhiano wake, au labda kulielekeza swali la wapi walikuwa wanapanga kwenda. Badar alitikisa bega tu, bila ya kujiingiza, na Jerry akamwambia Karim, poa, popote unapofikiria kwenda. Niko tayari.

Karim alimtazama Badar na kuona tabasamu usoni mwake lakini hakuweza kuwa na uhakika kama ilikuwa ni wivu au kumwonea husuda au kucheka au kitu kingine kilichokuwa kikiendelea akilini mwake. Waliondoka papo hapo.

Karim hakuweza kujizuia kupata hisia ya kiburi kwamba huyu mwanamke alikuwa pamoja naye, na kwamba watu walikuwa wakiwakodolea macho wakati walipokuwa wakitembea pamoja. Alimpeleka kwenye mgahawa uliokuwa pale Forodhani, kando ya bahari, mahali pa taa zenye mwanga finyu na upepo wa bahari. Palikuwa pamejaa shughuli na ghasia nyingi na wakachanganyika bila ya kuonekana. Mwanzoni walifanya mazungumzo ya heshima. Karim alimwuliza kuhusu kazi yake, na wakati alipokuwa akizungumza, naye pia aliingia na kuzungumza kuhusu yake, na waligundua kuwa walikuwa na mengi ya kushirikiana. Tungeweza kuitumia huduma kama hiyo katika idara yetu pia, alisema Karim. Jioni hiyo ya magharibi ilipita kwa furaha katika mazungumzo na chakula. Jerry alikunywa bilauri ya mvinyo, lakini Karim hakunywa. Wakati wa kurudi hotelini, mvua ilinyesha, na walipokuwa wakiharakisha wakiwa wamejifunika chini ya mwavuli ambao Karim aliuazima kutoka kwenye mgahawa, alipata kunusa manukato ya mafuta mazuri aliyokuwa amejipaka Jerry na ilibidi ajizuie shauku ya kupapasa nywele za huyo bibi.

Fauzia alikuwa kitandani wakati Karim alipoingia na akajipenyeza kimyakimya kando yake. Alisubiri kuona kama angefurukuta lakini Fauzia hakufanya hivyo. Lazima ilikuwa siku ya kuchosha kwake, na ndiyo kwanza alikuwa ameanza kuzoea kurudia kazini tena. Yeye Karim hakuwa amefanya kosa lolote hadi sasa. Alienda kwenye mgahawa na mwanamke wa Kiingereza kwa sababu huyo bibi alihitaji mtu wa kuongozana naye. Pengine alikuwa tayari amejenga mahusiano na Badar. Yeye Karim alishapoteza mawasiliano na kujihusisha kujua hali na mipango ya Badar, pengine alikuwa mcheshi sana kwa wageni. Yeye Karim hakufanya kosa lolote, alichofanya ilikuwa ni kuzungumza naye tu wakati wakila pamoja. Pia alikuwa amemwambia kuhusu mke wake na mwanawe wa kike, na alisema angependa kukutana nao.

Fauzia alipumua akiwa usingizini lakini hakuamka, na baada ya muda Karim alitulia. Mawazo yake Karim yalienda kwenye mkutano ujao wa Jumatatu pamoja na Waziri. Alitarajia huenda ikawa ni mradi ambao alitaka kuzungumza naye, labda pia ingemaanisha yeye kupandishwa cheo, kama si wakati ule ule basi labda wakati mwingine karibuni. Au labda haingekuwa kitu chochote, kumpongeza tu kwa kikofi cha hongera mgongoni. Akili yake ilirudi nyuma tena kwa Jerry Bruno na urembo wa uso wake, macho yake, nywele zake. Hata sauti yake ilikuwa na kitu cha kusisimua na mvuto ndani yake, kujiamini. Naam, ni hicho hasa, ujasiri ambao unaambatana na uzuri. Alishusha pumzi na kugeuka na hakuamka hadi alfajiri wakati Fauzia alipoamka kumbembeleza mtoto arejee kulala.

Alikaa mbali na hoteli ya Tamarind kwa siku mbili zilizofuata, kwa makusudi kujitenga na kile ambacho mwili wake ulikuwa unaashiria kwake. Ulikuwa ni msisimko wa kupita tu, kitu ambacho alihitaji kukikandamiza, njozi isiyowezekana. Alikuwa na shughuli nyingi sana na hakuwa na haja ya kujiingiza katika vituko kama hivyo. Ijumaa usiku, walikwenda kuwatembelea Ali na Jalila. Walizungumza na kutazama televisheni wakati watoto wakicheza, jumuiko la furaha la nyumbani ambalo lilimruhusu Karim kujiliwaza, mbali na mfarakano wa mahusiano yao nyumbani. Siku iliyofuata, ilikuwa ni siku ya kazi za kawaida za Jumamosi, kwa yeye Karim ni kwenda sokoni au duka la vifaa kutafuta vifaa vya nyumbani vilivyopungua. Kwa Fauzia, ilikuwa ni kufua au kupika, kutembelea wazazi wake au kumtembelea Hawa, na pindipo Nasra atakuwa ametulia, ni kutumia takriban saa moja hivi kusoma. Alimwambia Fauzia kuhusu mkutano ujao na Waziri.

Sijui hasa inahusu nini, alisema Karim. Huenda ikawa kazi zaidi na tayari tuna shughuli nyingi za kutosha kama tulivyo hivi sasa. Hata hivyo, huwezi kumkatalia Waziri.

Natarajia pengine kutakuwa na mpango mpya ambao yeye anataka kukushirikisha, alisema Fauzia. Lazima anajua jinsi ulivyokuwa hodari katika kazi yako. Tutegemee ni jambo la kusisimua. Naam, nina hakika itakuwa hivyo.

Siku ya Jumapili walitazama filamu ya mtengenezaji wa filamu kutoka Mali kuhusu kikundi cha kigaidi cha Daesh barani Afrika, kisha Badar akafika kuwatembelea jioni hiyo.

Vipi hali ya mpenzi wako? Karim aliuliza, ingawa alikuwa amejiambia yeye mwenyewe kutomtaja huyo mwanamke.

Mpenzi wangu mimi? Unamaanisha Jerry Bruno, alisema, huku akicheka. Unasema nini hasa? Yeye si mpenzi wangu. Ni kitu gani hasa kilichokujia kichwani kwako?

Huyo ni nani? Fauzia aliuliza, huku akicheka nao wakati Nasra alipoponyoka kwa urahisi kutoka kwenye paja la mama yake na kutambaa kimyakimya kuelekea kwa ami wake kipenzi mwenyewe.

Nilipokwenda Tamarind usiku ule nilimkuta Badar ameketi ofisini na mwanamke, ni mmoja wa wageni katika hoteli hiyo, Karim alisema. Basi walikuwa wenyewe peke yao. Walikuwa wamepanga kwenda kwenye mgahawa jioni hiyo, lakini Ramadhani aliharibu mipango kwa sababu alilazwa hospitali, kwa hivyo kijana wetu hapa ilibidi achukue zamu ya mwenzake. Ni nini kingine ambacho ningeweza kufikiria isipokuwa kwamba ulikuwa unamtoa nje? Laiti ungewaona, walivyovunjika moyo na wamejaa tafrani, hasa yule mwanamke.

Karim alimtazama Badar, ili kuona kama angeiendeleza hadithi hiyo, kama angepata mbinu ya kuendeleza kile kilichofuatia baadaye ili kufanya ionekane kana kwamba yeye Karim hana hatia - hakufanya chochote kibaya - lakini alikuwa ameinama chini kumbeba Nasra na hakuwa akimtazama Karim. Karim alihisi kuwa Fauzia alikuwa akimsubiri aendelee na hadithi.

Niliandamana naye kwenye mgahawa ili aweze kupata kitu cha kula, alisema Karim. Kama unaweza kuamini, Badar alimkaribisha samaki wake aliyepoa na kuwa baridi na mkate uliovunda kama chakula chake cha usiku.

Alaa, ulikwenda kwenye mgahawa, alisema. Kwa hivyo, ndiyo sababu ulichelewa sana kurudi.

Hivi nilichelewa? Tulizungumza mengi. Sasa, akasema huku akimgeukia Badar, mambo yanakwendaje?

Anaondoka hotelini leo, anahamia ghorofani na mwenziwe mwengine wa kujitolea anayefanya kazi na Maria Caffrey. Jerry alikuwa akikuulizia, Badar alisema, huku akijitahidi kusikika alipozungumza wakati Nasra aliuvuta mdomo wake.

Karim alipigwa na mshangao mdogo, lakini hakuzungumza.

Jerry alisema ulimwahidi kumtambulisha kwa huyu chautundu, Badar alisema na kisha akainamia shingo nono ya Nasra na kupuliza kama kimpasuko cha bofu, na kumfurahisha mno mtoto huyo mdogo.

Nilimwambia kuhusu wewe, Karim alisema huku akimgeukia Fauzia. Alisema angependa kukutana na wewe, pamoja na binti yetu huyo. Nilikuwa nimekusudia kukuambia.

Sawa, alisema Fauzia. Anakaribishwa.

Fauzia aliponyanyuka kwenda chumbani ili kumbadilisha nguo mtoto, Badar aliaga na kuanza kujitayarisha kuondoka. Kukaribia ngazini, kama vile wazo lilimjia ghafla, akatia mkono wake ndani ya mfuko wa shati lake na kutoa kikaratasi. Akamkabidhi Karim. Jerry alisema nikupe hiki, unaweza kumpata kwa nambari hii, Badar alisema kwa sauti ya chini kisha akageuka na kuondoka.

Ofisi ya Waziri ilikuwa katika jengo jipya kuelekea barabara ya Mtoni. Karim alifika kama alivyoagizwa saa nne asubuhi na kujitambulisha kwa afisa katika ofisi ya mapokezi iliyokuwa mwanzo pa kuingilia jengoni, naye alimtaka aketi wakati yeye akimwita msaidizi wa Waziri. Hakukuwa na saa katika eneo la mapokezi na yeye Karim hakuwa amevaa saa, lakini ilionekana kwake kwamba alikuwa hapo kwa muda mrefu kabla ya msaidizi wa Waziri kutoka nje ya mlango wa ndani ili kuja kumpokea. Huyo mtu mnene wa rika lake Karim, alivalia vizuri, mavazi ya mtindo wa ofisi: shati jeupe, suruali nyeusi, viatu vilivyopigwa rangi ya kung'aa na tabasamu la heshima. Alisalimiana naye kwa kumpa mikono na kujitambulisha kama Wakili Hassan na kisha akaongoza njia kuelekea ofisi ya Waziri. Ilikuwa ofisi ndogo mno, na ilionekana kana kwamba ni ndogo zaidi kutokana na ukubwa wa dawati ambalo Waziri alikaa nyuma yake. Alikuwa mtu mfupi mwenye tabasamu lisilojiamini. Alifanya kama vile anataka kuinuka kwa kumkaribisha lakini ilikuwa ni ishara tu, akabaki vilevile ameketi. Wakili Hassan alinyoosha mkono kwa kumwelekeza Karim kwenye moja ya viti vinavyokabili dawati, naye Karim alielekea hapo na kukaa. Wakili Hassan alirudi nyuma na kuchukua kiti kingine kilichokuwa mbali zaidi na dawati. Maneno ya kukaribishwa yalifuata kutoka kwa Waziri ambaye alielezea kuwa serikali ilikuwa ikiajiri timu kwa ajili ya mpango endelevu wa maendeleo ya kijani. Umoja wa nchi za Ulaya umeahidi mamilioni kadhaa kuendeleza mpango huo ambao umeidhinishwa na pande zote mbili, kwa hivyo njia ya kuendelea kusonga mbele ilikuwa dhahiri. Timu hiyo itajumuisha wafanyakazi walioajiriwa na Umoja wa Nchi za Ulaya na wale walioajiriwa na serikali. Waziri hivi sasa alikuwa katika mchakato wa kuwatambua wagombea wanaofaa na yeye, Karim Bakari Abbas, alikuwa mmojawapo kati ya waliofikiriwa na washauri wa Waziri kama mgombea anayefaa.

Hongera, Waziri alisema kwa upole, huku akitabasamu kwa haya, alihisi kana kwamba kile alichokuwa akimkabidhi hakikuwa kitu kikubwa cha kustahili. Natarajia utakubali wadhifa huu kutoka kwenye cheo chako cha hivi sasa, jambo ambalo ninaelewa ni kwamba utendaji wako ni wa hali ya juu sana. Ninapaswa kusema kwamba ili kujiunga na timu hiyo itabidi ufanye mafunzo ya ziada huko nchini Denmark, ambapo wana uzoefu mkubwa na utaalamu katika miradi ya maendeleo ya kijani. Bila shaka utakuwa kwenye kiwango tofauti cha mshahara pindi tu utakapokuwa mjumbe wa timu hiyo. Je, ninaweza kuchukulia kwamba wewe utakuwa radhi kujiunga nasi?

Nitafurahi sana kujiunga na timu, Karim alisema, huku akijitahidi kujizuia kutoonyesha furaha yake. Ahsante sana, ndugu yangu. Tunathamini ushirikiano wako, Waziri alisema, hatimaye akainuka na kumpa mkono Karim. Ndugu yetu Wakili Hassan atakuelezea kila kitu kwa undani.

Kwa hivyo huo ndiyo uliokuwa mpango, alimwambia Fauzia alipofika nyumbani. Nitaajiriwa katika mradi huu wa maendeleo ya kijani na kulipwa mshahara ulioamuliwa na Umoja wa Nchi za Ulaya, ambao utakuwa mkubwa zaidi kuliko mshahara wangu wa sasa. Nitakwenda Copenhagen kwa wiki kumi za mafunzo zaidi. Itakuwa hivi karibuni, mara tu watapokamilisha mipango.

Fauzia alikuwa ameketi mbele yake, huku akimsikiliza kwa tabasamu dogo usoni mwake, na Karim hakuwa na uhakika kama alikuwa anafuatilia yote kikamilifu, ikiwa alikuwa akielewa kabisa hizo habari kabambe alizokuwa akimwambia. Je, wewe hujafurahia?

Alimwuliza Fauzia. Itafungua milango, italeta njia mpya za kazi kuwezekana. Maendeleo endelevu ya kijani, namaanisha hakuna uwezekano wa kusasisha zaidi ya hivyo.

Nimesisimka, alisema Fauzia, na nina furaha sana kwa ajili yako. Unastahili. Enhe Nasra, unaona jinsi ulivyopata Baba mwenye akili. Haya mpe baba yako busu la kumpongeza.

Karim alifarijika kuona kwamba Fauzia alikuwa akitabasamu na kucheka wakati alipomkabidhi mtoto, hata kujiunga kumfurahia Karim hatimaye. Karim alikuwa bado hajamwambia kwamba Wakili Hassan alikuwa amemtaarifu kwambia yeye angeenda Copenhagen peke yake ili kupunguza gharama. Kwa hali yoyote, Fauzia alikuwa na kazi yake, na kuishi Ulaya na mtoto kwa wiki kadhaa isingekuwa rahisi. Itampa fursa yeye Karim kurudia hali yake ya zamani, kuwa peke yake kwa muda, kuepukana na malalamiko ya kila siku ambayo yalikuwa yakitia doa maisha yao. Baadaye alimpigia simu mama yake jijini Dar es Salaam na kumpa habari hizo na kuzungumza na Haji pia, ambaye alisema daima alikuwa akijua kuwa kijana huyo mhuni atakuja kufanya vizuri.

Alikuwa bado katika hali hii ya furaha kupita kiasi alipoenda Tamarind siku kadhaa baadaye kumwangalia Badar. Alihitaji kuwaambia watu kuhusu majaliwa yake mazuri. Alienda huko akiwa njiani kurudi nyumbani kutoka kazini lakini hakuwa na uhakika kama Badar angekuwa kwenye zamu ipi. Alimkuta ofisini peke yake, na Badar alikuwa na shauku na msisimko na habari. Safi sana, safi sana, alisema. Utaweza kuona dunia. Ilimfurahisha mno Karim kuona furaha yake.

Unatakiwa kufanya kitu kwa ajili yako mwenyewe, Karim alisema. Huwezi kukaa katika kazi hii isiyo na kichwa wala miguu maisha yako yote.

Ndiyo, Badar alisema kwa haya, keshazoea makemeo yale.

Hata hivyo, vipi rafiki yetu? Karim aliuliza. Nilikuwa nataka kukuuliza ikiwa alikuwa vyema katika makazi yake mapya. Karim alikuwa akimfikiria, akitaka kumwambia habari zake, akitaka kumwona, lakini alikuwa amejizuia, akihofia kwamba msisimko wake ungeonekana kama upumbavu kwa mtu aliyeendelea kama yeye.

Jerry Bruno? Alipiga simu leo asubuhi. Kusema kweli alikuulizia, Badar alisema. Aliniuliza kama nimekupa namba yake. Aliniuliza kwa nini hakumpigia simu.

Ulimwambia nini? Karim aliuliza.

Kwamba sikujua imekuwaje, Badar alisema. Lakini nilisema kwamba hapo nitakapokuona, nitakuambia kuhusu yeye kupiga simu.

Nitampigia simu nitakapofika nyumbani, Karim alisema.

Walipanga kwamba angekutana naye Jerry katika mgahawa ule ule ambao walikula chakula ile Jumamosi mchana na angefuatana naye hadi nyumbani kwake. Alikuwa bado hajarudisha mwamvuli walioazima usiku huo, na hii ingekuwa fursa ya kuurejesha. Jerry alikuwa akisubiri nje ya mgahawa wakati Karim alipofika, akiwa amevalia shati pana la rangi ya zambarau na jinzi ya buluu, na alikuwa mrembo mno hata Karim alipata kichomi katika mfupa wa kidari chake.

Hatimaye, nilidhani umenisahau, alisema Jerry, akitabasamu na kumtazama juu hadi chini kwa kumfurahia. Umevaa shati la kupendeza. Unajua, mimi nina shauku ya kukutana na mtoto wako na mke wako. Badar alikuwa akiniambia kuhusu wao.

Vipi nyumba yako? Karim alimwuliza, walipoanza kutembea.

Inaridhisha, nipo pamoja na mwenzangu mwingine wa kujitolea. Yeye pia hajambo. Maji hukatika wakati mwingine, inahusika na pampu ya maji, na inabidi kumwita mwenye nyumba. Maria anafuatilia na atamwandama hadi atengeneze. Mtaa wenyewe una ghasia wakati wa mchana, magari, watu wanapiga makelele. Ni karibu na maduka, ndiyo hivyo. Hakuna kitu cha kifahari kama Tamarind au hata ofisi ambazo ninafanya kazi. Lakini kama nilivyosema, ni sawa tu.

Aliyasema haya yote kama vile ni mzaha tu. Karim alimwambia habari zake na Jerry aliushika mkono wa Karim kwa muda mfupi na kusema mambo poa, mara kadhaa. Jambo hilo ni poa hasa, lazima utakuwa umefurahi sana. Walipofika kwenye nyumba ya kina Karim, Jerry alisifia kuhusu ukubwa wake, na akapiga magoti kumsalimu Nasra, alitabasamu na kusema nimefurahi kukutana nanyi wakati akipeana mikono na Fauzia, na Karim aliwaza jinsi alivyokuwa mkarimu na mchangamfu, jinsi alivyo tayari kuonyesha furaha yake.

Vitabu vingi namna hii, alisema baadaye, walipokuwa wakinywa chai.

Vingi ni vya Karim, Fauzia alisema, vitabu vyake vya Chuo Kikuu na riwaya zake za uhalifu. Anazama ndani ya riwaya hizo.

Hapana, vitabu vingi ni vyake yeye Fauzia, Karim alipinga bila ya kuchukia. Anasoma vitabu vya maana, siyo vijitabu vya kipuuzi ninavyosoma mimi.

Jerry Bruno aliangalia rafu ya vitabu kwa muda na wakati mwingine alitamka jina la kitabu kwa mshangao au kukitambua kitabu cha Dante, *The Divine Comedy,* kitabu cha *Hamlet,* kile cha Plato kinachoitwa *The Republic*. Je, hivi ni vyako? Je, unavielewa? aliuliza, huku akimgeukia Fauzia.

Hasa, yeye ni msomi kabisa, Karim alisema kwa uchangamfu . Fauzia hakusema kitu lakini alitabasamu kwa upole, akilitambua swali na maelezo, huku akipuuza dharau zilizotoka kwa wale wote wawili.

Haya ni mambo mazito, Jerry alisema na kuendelea kupekua rafu la vitabu. Alisoma muhtasari wa kitabu kingine na kusema, hee, hiki kitabu kinavutia. Je, ninaweza kukiazima?

Fauzia alitikisa kichwa kwa kukubali, lakini si kwa shauku, Karim alihisi hivyo. Hakupenda kuviazimisha vitabu vyake. Kwa sababu havikurudi, alisema mara kadhaa. Ilikuwa nakala ya kitabu cha Zarate, *Discovery and Conquest of Peru* ambacho Karim alikuwa amemnunulia Fauzia katika moja ya safari zake za Dar es Salaam. Mgongo wa kitabu ulikuwa umeshikamana, kana kwamba kitabu hicho hakikusomwa, lakini Karim alijua kilikuwa kimeshasomwa, bila ya shaka zaidi ya mara moja. Hivyo ndivyo Fauzia alivyosoma vitabu, kana kwamba ni vitu dhaifu ambavyo vilihitaji utunzaji wa makini. Alimnunia Karim alipokilaza kitabu huku kimefunguliwa au kukifungua kwa mikiki na kuharibu mgongo wa kitabu. Alikuwa amemnunulia kitabu hicho kwa sababu ya mapenzi yake ya kudumu kuhusu Amerika ya Kusini na hususan kipindi hicho cha kihistoria cha bara hilo. Hakuweza kusahau kuhusu jambo hilo tangu alipojifunza shule kuhusu habari za wakoloni wa Hispania. Fauzia alimweleza hayo Karim walipokuja kufahamiana kwa mara ya kwanza, na tangu wakati huo alijisomea chochote ambacho angeweza kukipata juu ya mada hiyo, akitishika na ukatili wa kila tukio jipya alilokutana nalo. Laiti Jerry angeangalia kwa uangalifu zaidi angepata vitabu vingine juu ya mada hiyo, pamoja na *A Short Account* kilichoandikwa na De Las Casas. Labda alichagua Zarate kwa sababu jina la kitabu lilikifanya kionekane kama kinahusu mikasa na vituko.

Jerry alimpigia simu siku iliyofuata kumshukuru kwa kumpeleka kukutana na familia yake, na kumpigia simu tena siku moja baadaye ili kupendekeza kwamba wakutane tena kwenye ufukwe wa maji baadaye jioni hiyo ikiwa mvua haikunyesha. Karim alipendekeza angejaribu tena chakula cha mitaani. Lakini mvua ilinyesha sana hivyo Karim alimpigia simu kuahirisha hadi jioni iliyofuata. Hapana, alisema Jerry, yeye alikuwa akienda kwenye hafla katika Chuo cha Muziki, na kwa nini naye asije? Sasa Karim hakuweza tena kukosea kuwa Jerry anamhusudu, na Karim alijua jinsi yeye mwenyewe alivyomfikiria Jerry na alivyotaka kuwa naye. Alijua fika kile ambacho alichokuwa akikiingia, hata kama kwa upande mmoja alidhani ni jambo lisiloweza kufikirika.

Hakuwahi kwenda katika Chuo cha Muziki ingawa alijua kilikuwa katika ile nyumba ya zamani ya Forodhani. Ilikuwa ni maonyesho ya warsha iliyofanywa na kikundi cha wakaazi wa chuo na iliyohudhuriwa na idadi ndogo sana ya watu. Karim alihisi vyema tu alipokuwa pale, akiheshimu utamaduni, na alifurahi kuwa pamoja na Jerry ingawa kidogo alihisi kuwa na hatia kwa sababu alikuwa amemdanganya Fauzia. Alimwambia kwamba alikuwa anakutana na watu fulani huko Forodhani na pengine anaweza kula pamoja nao. Baada ya maonyesho ya warsha walikwenda Forodhani kununua mkate na kababu na sambusa na kisha wakapata meza iliyojitenga kwenye mgahawa ufukweni. Alimsindikiza hadi nyumbani kwake, kwa sababu ilikuwa usiku na yeye Karim hakuwa tayari kuachana naye.

Mambo yamekwenda vizuri, lazima tukutane tena, alisema Jerry na kumgusa mkono kabla ya kuondoka.

Hakuweza kuacha kumfikiria Jerry, na alijua sasa kwamba mambo yamefikia hatua ya hatari. Angeweza kurudi nyuma na kukandamiza shauku yake, hapana, muhemko wake. Karim angeweza kuweka mambo wazi kwamba alikuwa rafiki tu ambaye angemsindikiza hapa na pale wakati fulani tu, lakini siyo kila wakati. Kwamba hakuweza kujihatarisha katika machafuko ambayo yangejitokeza. Lakini hakuweza kuacha kumfikiria, na mara kadhaa kwa siku ilibidi azime hamu ya kumpigia simu.

Kisha asubuhi ya Ijumaa Jerry alimpigia simu na msimamo wake Karim ukateketea. Vipi mambo, hii imekuwa wiki nzima ya matatizo. Kila aina ya mkorogano katika mfumo umetokea. Leo ni Ijumaa, unafanya nini mwenyewe jioni hii? Maria ananiambia kuna mgahawa mzuri karibu na huku tunapoishi. Tunaweza kwenda huko, isipokuwa tu kama una wazo bora zaidi.

Sina wazo bora zaidi, alisema Karim, huku moyo wake ukidunda kifuani mwake. Hakutarajia kuwa na hofu kiasi hicho.

Poa tu, kwa nini usije kwangu na tuondokee kutoka hapo kwangu? Jerry alisema.

Alimdanganya tena Fauzia, akamwambia kuwa yeye alikuwa anakutana na baadhi ya watu wa kazini kwake na watakwenda kwenye nyama choma huko Mbweni. Ilikuwa ni zoezi la wao kufahamiana. Hawa alikuwa anakuja kwao jioni hiyo, kwa hivyo Fauzia hangekuwa peke yake, lakini ilipofika wakati huo, Karim hakujali hasa Fauzia angekuwa katika hali gani. Mlo aliokula na Jerry ulipita kama maruerue. Karim alihisi kwamba ule mgahawa ulikuwa mchafu mchafu na mazingira yenyewe kama yenye kukaba. Jerry alizungumza bila ya kizuizi, huru, hana wasiwasi wakati ambapo yeye Karim alikuwa na fadhaa. Alimsikiliza lakini hakusikia maneno yake yote. Alijiuliza ikiwa yeye alikuwa hajafahamu vyema alichokuwa anazungumzia, ikiwa Jerry alikuwa karidhika kufanya urafiki naye wakati yeye alikuwa akififikiria jambo kubwa zaidi.

Au kama alijua fika nini alitaka kitokee na alikuwa akimwongoza Karim kuelekea huko.

Alimsindikiza nyumbani kwake kutoka pale mgahawani, na walipofika kwenye jengo lake, Jerry alinena maneno kama Karim alivyotegemea, bado hujaiona nyumba yangu, karibu ndani.

Ilikuwa nyumba ndogo, vyumba viwili vya kulala na eneo la pamoja lenye sofa refu la mbao, kiti chenye mkono wa kuegemea na meza ya formika na viti viwili vya mezani. Kulikuwa na sinki la kuoshea upande mmoja na jiko la gesi lenye vichwa vinne vya kupikia kando ya sinki. Alimwelekeza kitini na kumkaribisha kuketi. Je unaonaje jumba letu la samani za kifahari? Jerry aliuliza, akiwa ameketi kwenye lile kochi. Kile pale ni chumba changu cha kulala, na hicho ni cha Edna. Yeye yupo katika mapumziko ya mwisho wa wiki huko Nairobi pamoja na rafiki wengine.

Ghafla wakati huo huo simu ya Jerry ilitoa sauti ya kengele. Labda ni yeye, akiniambia jinsi anavyopitisha starehe za shamrashamra anazozipata huko. Tazama hii, alisema huku akicheka, lazima wanastarehe kupita kiasi. Njoo, tazama.

Karim aliketi kando yake wakati Jerry akipitia hizo picha. Kisha Jerry akaegemeza kichwa chake kwenye bega la Karim na yeye akauchomeka mkono wake kwenye kiuno cha Jerry. Mwanamke akageuka kumkabili, macho yake ya kupendeza kayaregeza nusu na midomo yake kaifungua. Karim akamsogelea polepole hata walipobusiana, midomo yao ilikamatana taratibu na kufungana pamoja. Walirudia hivyo mara kwa mara, wakibusiana polepole bila ya kutingishika wala kusema. Kisha Jerry akasimama na kuelekea chumbani kwake, na Karim akafuata.

Fauzia alikuwa tayari kitandani alipofika nyumbani na Karim alijua kwamba bado hakuwa amelala. Fauzia alivuta pumzi kwa upole kama vile kunusa hewa, na baada ya muda mfupi Karim naye aliinusa pia. Karim alikuwa ameshakoga kwa hivyo hakuleta harufu ya kidume baada ya kufanya mapenzi pale nyumbani, na alipokuwa amelala kitandani gizani bado aliweza kunusa manukato ya sabuni ya kuogea ya Jerry.

Hiyo lazima ilikuwa nyama choma kabambe, alisema Fauzia, sauti yake ikionyesha furaha, na labda kidogo yenye kidokezo cha uchokozi.

Iliendelea kwa muda kidogo zaidi, alisema Karim.

Karim akamhisi akimgeukia na punde si punde mkono wa Fauzia ukawa kifuani mwake. Yeye akajitoa kama asiyekusudia.

Samahani, bila ya shaka umechoka, alisema Fauzia na kugeuka upande mwingine.

Ndiyo, Karim alisema na hakukumbuka kitu kingine chochote.

Jerry alipiga simu Jumapili asubuhi, akiuliza ikiwa angeweza kuja kuwatembelea jioni hiyo. Fauzia alikuwa chumbani wakati huo, ameketi kwenye kiti cha kuegemezea mkono huku akijaribu kusoma wakati Nasra akiwa ameshughulika kuupiga mguu wa kiti kwa kutumia michezo yake ya plastiki. Alitupia jicho wakati simu ilipolia, na Karim akamwitikia Jerry.

Ndiyo, bila ya shaka, alisema Karim. Unakaribishwa kuja huku.

Alimtazama Fauzia naye akamkubalia na kisha akanyanyua mabega yake kama anayepuuzia. Kama wewe unafurahiwa na hilo, basi mimi kwangu ni sawa. Karim alishangaa kwamba Jerry alitaka kuja kwao, ujasiri wake. Badala ya kujiweka mbali na hatia, Jerry alikuwa akijionyesha kama vile ni jambo la kawaida. Ilikuwa ni jambo la kusisimua, kujitosa hatarini, kujifanya shupavu. Jerry alipofika alipiga magoti kama alivyofanya awali na kucheza na Nasra kwa muda mfupi, akimsemesha semesha na kumtekenya na kumwita kipenzi. Alikiweka kitabu cha Zarate mezani bila kutamka neno na kisha akapendekeza wamchukue Nasra nje kumtembeza. Walitoka wote pamoja, Karim akisukuma kigari cha mtoto wakati Fauzia na Jerry wakitembea pande tofauti, ubavuni mwa Karim. Ilileta hisia nzuri. Wote wawili walikuwa ni wanawake ambao alilala nao. Alijiuliza ikiwa ni vile jinsi mtu alivyohisi anapokuwa na wake wawili. Hakuweza kufikiria ni jinsi gani ingekuwa panapokuwa na wake watatu au wanne. Alimtamani Jerry tena, na pupa yake ilikuwa inamsumbua. Alimwachia Fauzia atembee mbele kwenye kijia chembamba na kisha kwa muda mfupi aliweka mkono wake kwenye kiuno cha Jerry. Jerry alimpa tabasamu la siri la haraka na akatembea ili kumfikia Fauzia.

Wakati waliporudi kwenye nyumba tena, Karim alisema naona umerejesha kitabu cha Zarate, Je, umekisoma?

Enhe, ahsante kwa kuniazima. Ndiyo, nilisoma baadhi ya mambo, alisema Jerry. Nasikitika, kilikuwa hakina uchangamfu sana kwangu mimi.

Walizungumza kila siku kwa simu, na Ijumaa jioni alienda kumwona Jerry. Alifanya hivyo siku ya Ijumaa iliyofuata na nyingine iliyofuata tena. Jerry alizungumza na Edna ambaye alijiondoa pale nyumbani kwa muda wa saa chache, si kwamba hilo jambo la siri lilikuwa na umuhimu tena. Ilionekana wakati mwingine kwamba wao walijihisi kama wasioonekana. Kwa Karim, yote haya yalikuwa mapya kwake, hisia ya pendo la hatari. Wakati mwingine alipata hofu iliyompa tumbo joto, na kujiuliza ikiwa anapaswa kumpa siri yake Badar, amwambie awapangie chumba hotelini kwa ajili yao ikiwa kimoja kinapatikana, lakini aliamua kutofanya hivyo. Hakuwa na uhakika kwamba angeweza kumwamini Badar. Alihisi Badar alikuwa na uaminifu mkubwa kwa Fauzia na angemfanya ajihisi vibaya kwa kile alichokuwa akifanya. Hakutaka kujihisi vibaya. Alipokwenda nje katika mitaa wakati wa usiku baada ya kuwa na Jerry, alijua alikuwa amefanya kitu kisichoweza kubatilishwa, kitu ambacho yeye mwenyewe hakutaka kubatilisha.

Hebu tuondoke kwa wikiendi, Jerry alimwambia wakati wakilala kitandani baada ya kufanya mapenzi.

Siwezi kufanya hivyo, alisema Karim. Itakuwa imepindukia mno kwa Fauzia.

Huwezi tena kurudi nyuma kwa sasa, alisema Jerry. Hili ni jambo la kipekee. Huwezi kupata hisia kama hii kila siku.

Ndiyo, alisema na wakaanza kufanya mapenzi tena.

Nitafanya mipango ya wikiendi ya mapumziko Dar, Jerry alisema baadaye, huku akimshika Karim kwa karibu. Kuna hoteli nzuri ya bei nafuu Edna aliizungumzia. Tutaenda na kupitisha kiasi cha siku mbili huko na kujistarehesha. Itakuwa raha ndani ya roho, mustarehe. Usiogope. Yote yatakuwa sawa. Hakuna kitu cha kukuweka wewe hapa. Lazima uishi maisha yako na sidhani kwamba utayapata hapa.

20

Baadhi ya mambo huonekana kama vile yanaweza kutabirika baada ya kutokea, wakati kabla ya kutokea yangeonekana kama vile hayangeweza kutokea. Alishondoka, na ni kana kwamba yeye alishajua kwamba angekuwa keshaondoka. Alikuwa ameondoka, na kama angerudi tena, yeye Fauzia hangekuwepo. Fauzia hakutaka kuzungumza na mtu yeyote bado, hadi sasa. Aliketi kwenye sofa, mionzi ya jua iliingia kupitia dirisha lililokuwa nyuma yake, naye akifikiria jinsi ya kusonga mbele, huku akitafakari kile ambacho angeweza kukiokoa katika dhoruba ya maisha yake. Katika moyo wake binafsi alikuwa ameanza kushuku kwamba mahaba yao yalikuwa yameshapata dosari tangu muda fulani uliopita, lakini yeye hakujua kwamba mambo yangefikia vile kwa kasi ile.

Nasra alikuwa ameshughulika na mchezo wake mpya. Sasa aliweza kutembea huku akijiegemeza kwenye kiti au mguu wa meza na mara nyengine akijiachilia na kusimama dede huku akitetereka ili kufikia samani nyengine, ingawa hakuwa na uhakika wa kuifikia. Chumba kilikuwa kimejaa pomoni kwa hivyo alikuwa na vingi vya kujishikilia. Ilikuwa inakaribia kumbukumbu yake ya kwanza ya siku yake ya kuzaliwa baada ya wiki moja. Alidhani Karim angalikumbuka. Alimsubiri akumbuke, lakini asilan hakukumbuka. Akili yake ilikuwa katika mambo mengine. Na kwani ingalileta tofauti gani laiti angalikumbuka? Fauzia alipigwa na bumbuazi na kile alichokifanya Karim, lakini kwa namna fulani hakushangazwa. Hivi ilikuwaje? Labda alikuwa daima akijua, kwa uhakika, kwamba kama si muda huu, basi baadaye, angeondoka. Alikuwa akimkasirikia sana Fauzia, na hata wakati hakuwa na hasira, alisaga meno kwa hasira wakati hakuwa na ghadhabu. Fauzia hakuweza kujisabilia kwa kile alichokitaka Karim.

Ilikuwa ni kuzaliwa kwa Nasra kulikomgeuza moyo wake, Fauzia alikuwa na uhakika na hilo. Kwa kuangalia nyuma, Fauzia aliweza kuona jinsi alivyozidi kuwa na ubinafsi. Hapana, alikuwa ameshayaona hayo yote lakini hakutaka kukiri. Hakudhani kwamba Karim aliwahi maishani mwake kujifikiria kuwa angekuwa baba, licha ya mazungumzo ya kutaka kupata watoto. Alichoshwa na kupitisha usiku uliokosa usingizi na ulezi usiokwisha wa mtoto mchanga. Kwa uhakika hata kwake yeye Fauzia, ulezi ulimchosha, na alikuwa amehisi uchovu mkubwa, kama vile alitaka kukata tamaa, na mwenye maumivu mengi mwilini mwake na kichwani mwake. Dokta Khalid alisema huo ulikuwa ni mfadhaiko wa baada ya kujifungua na utapita. Jitunze wewe mwenyewe na mtoto wako pia, na jaribu kumfanya mume wako afurahi kadri utakavyoweza. Zaidi ya yote, jiangalie wewe mwenyewe binafsi. Wewe ni mshairi, Dokta Khalid, alisema Fauzia, huku akivutiwa na maneno yake yalivyojirudia.

Sasa unanidhihaki, Dokta Khalid alisema, huku akivuta pumzi kwa kucheka cheka kama kawaida yake.

Fauzia alikuwa akijaribu kufanya kama alivyomshauri, na lile neno kwa lugha ya Kilatini kwa kile alichokuwa akipitia, lilimsaidia kukabiliana na udhaifu wake. Ilikuwa ni *Portpartum depression*, yaani unyogovu baada ya kujifungua uliomfanya ahisi kuchoka sana, na hivyo kuhisi kama mtu aliyeshindwa kila kitu. Yeye hakuwa mtu asiye na maana au asiyekuwa na kipaji; La hasha, yeye alikuwa akipitia kile ambacho wanawake wengine wengi hupitia baada ya kujifungua. Hakika, Fauzia alijaribu kumfurahisha mumewe, lakini hakuweza. Hakuwa na nguvu, licha ya kutamani kumsaidia kushinda misukosuko yake na kutokuwa na uvumilivu. Hakuweza kumridhisha kwa matarajio yake mwenyewe. Ilikuwa kweli, ingawa, baada ya mwezi wake wa saba alianza kujihisi vizuri, jambo ambalo labda lilikuwa linahusiana na kurudi kazini, kuwa na wenzake, na kutoka nje ya nyumba. Kisha akamwona akifanya kitu ambacho kilimpa tumbo joto, na sasa alipokaa pale akikumbuka, alijiuliza ikiwa hilo ndilo tukio moja lililotokea mahaba yalipoanza kufifia. Kwa sababu alijua halikuwa tukio moja pekee ambalo lilibadilisha kila kitu ghafla, lakini hilo lilikuwa tukio moja alilolirudia rudia mara kwa mara akilini mwake.

Karim alikuwa ameleta baadhi ya karatasi nyumbani kutoka kazini na alikuwa akijaribu kuelewa maelezo ya kina na takwimu. Alihitaji kufanya kazi hii kabla ya asubuhi wakati alipotarajiwa kuwasilisha katika mkutano na mkuu wa idara yake. Nasra alikuwa ndani ya kisusu chake chumbani huku akilia na alikuwa akilia kwa dakika kadhaa. Mlango wa chumba cha kulala ulikuwa wazi ili Nasra aweze kuwaona lakini hata hivyo hilo halikuonekana kumtuliza mtoto. Fauzia alikuwa jikoni, akijaribu kupuuzia mbali hicho kilio ili aweze kumaliza maandalizi ya chakula cha usiku. Alikuwa amemweka Nasra ndani ya kisusu chake ili kumzuia asimkaribie kwa muda mfupi.

Huwezi kumzuia huyo? Karim alisema kwa hasira. Siwezi kufanya kazi kwa makini na ghasia zote hizo. Nitaenda kumwona sasa hivi, Fauzia alisema kwa tahadhari. Mtoto ana njaa. Nasubiri tu wali kuiva.

Utadhani kama vile mtoto alichochewa na kule kujibizana kwao, kilio cha Nasra kikazidi kufadhaika kwa kwikwi, na kufikia kilele cha mfadhaiko. Ghafla kwa sauti iliyojaa ghadhabu, Karim alisimama na kuingia chumbani, akakifikia kisusu cha mtoto na kumnyakua Nasra kichwani halafu akamnyanyua juu, mikono yake Karim ikiwa imeshika pembezoni mwa kichwa cha mtoto wakati mwili wa mtoto ukiwa umening'inia hewani. Mshtuko huo ulimlazimisha mtoto kushusha pumzi na kukatisha kilio chake. Akamwacha na kumdondosha kwenye kisusu chake kabla ya kurudi kwa kasi kwenye kiti ambacho alikuwa amekalia. Nasra akatoa mpasuko wa kilio cha majonzi kilichojaa uchungu na hofu.

Fauzia alikuwa akiangalia kama mtu aliyepooza. Yote yalikuwa yametokea ghafla, bila kutarajia, lakini alikuwa ameyashuhudia yote, aliona jinsi Karim alivyomwinua mtoto kwa shingo yake na kusababishia shingo kupata shida ya kuubeba mwili wake wote. Hivyo kweli Karim hakutambua ...? Alimkimbilia mtoto na kumchukua, akimbembeleza na kumtikisatikisa, wakati Karim akiketi kwenye kiti mikono kichwani. Alifunga mlango wa chumbani na kunong'oneza na kumbembeleza Nasra hadi polepole akatulia huku akitoa kwikwi chache.

Hiyo ilikuwa hatari, Karim alisema wakati Fauzia alipoingia sebuleni, Nasra akiwa bado mikononi mwake, amemng'ang'ania. Samahani, ilipindukia mipaka.

Fauzia hakutamka neno hata moja; hakuweza kuzungumza. Badala yake alimpa Nasra maji na kisha akamlisha. Kumbukumbu ya taswira ya Karim ya kumning'iniza mtoto kwa kumshika kichwa ilimrudia Fauzia mara kwa mara, na kila wakati ilipomrudia, alihisi kichefuchefu karibu na kutapika.

Hakutaka kuzungumza na mtu yeyote, bado kwa wakati huu.

Karim alimwambia Fauzia asubuhi hiyo ya Jumamosi, kwamba yeye alikuwa anakwenda Dar kwa wikiendi. Hakustaftahi, ila alikunywa kikombe cha chai tu na kisha akamtaarifu. Fauzia aliuliza, ni wewe mwenyewe peke yako? Angeweza kusema uongo, au angeweza kuonyesha mshangao kwa swali hilo, lakini hakufanya hivyo. Ilikuwa kama vile wote wawili walilijua jibu. Hapana, ninakwenda na Jerry, alisema. Dakika chache baadaye alichukua mfuko mdogo ambao dhahiri alikuwa ameutayarisha na akajiondokea zake.

Sasa kwa kuwa ilitokea, ilionekana kama kitu ambacho angeweza kujua kingetokea. Fauzia aliona jinsi Karim alivyomtazama Jerry ile mara ya kwanza alipowatembelea.

Karim alionekana kana kwamba hawezi kutomkodolea macho Jerry wakati alipotambaa pale sakafuni na Nasra. Kisha usiku ule Karim alirudi nyumbani akiwa amechelewa, baada ya kujidai eti alikuwa kwenye nyama choma na wafanyakazi wenzake. Badala ya harufu ya moshi na nyama na labda tumbaku na pombe, alinukia sabuni ya manukato. Hivi sasa Fauzia hakutaka kuamini kile ambacho alikuwa akikabiliana nacho. Wakati ule, hakujiruhusia kukubali tuhuma zake mwenyewe. Alifikia kutoa mkono wake na kumgusa lakini Karim aliusogezea mbali na kujigeuza upande wa pili. Ilikuwa ni kukataliwa, lakini sasa kwa kutafakari alijiuliza ikiwa labda kumgusa kwake kulimchukiza. Baadaye aliona jinsi walivyokuwa wakitizamana Jerry alipowatembelea tena na walipokwenda nje kwa matembezi. Ni kweli Fauzia alishajua lakini hakuweza kuamini fahamu zake, au hakujua jinsi ya kuyaongelea hayo au kwa nani.

Badar alikuwa amekuja kuwatembelea jioni moja siku chache kabla. Alikuwa na furaha kwa sababu alipumzika na kufanya zamu za usiku baada ya mwezi mzima. Ramadhani alipona sasa na aliweza kuendelea na majukumu yake. Zamu za usiku ni mateso, Badar alisema. Kila kitu kinafanyika bila wewe. Nasra alikuwa ndani ya kisusu chake tayari usingizi umemshika alipowasili na kuwasalimu. Bila ya shaka Nasra aliitambua sauti yake kwa sababu hakuwa tena na hamu ya kulala baada ya hapo, na aliridhika kwa furaha mara tu alipopakatwa kwa raha kwenye paja la Badar. Unadeka sana wewe kipanya, Badar alisema. Unapaswa kuwa kitandani umelala. Baba yako yuko wapi?

Ametoka kuonana na marafiki zake, Fauzia alisema, na wakati huo huo aliona mabadiliko ya haraka machoni mwa Badar, jambo lililomweleweshа kwamba alijua au kuelewa kitu fulani. Wakati huo, Fauzia hakutaka kuzungumzia juu ya kile alichokikhofia, siyo kwa wakati huo. Sasa alijua kwamba angemwita Badar, na pia angemwita Hawa. Ilikuwa Jumamosi asubuhi na wote wangekuwa kazini, kwa hivyo jambo hilo lingebidi kusubiri. Kwa sasa angefunga virago vyake na vitu vya Nasra na kisha angempigia simu Badar kumsaidia kuhamia nyumbani kwa wazazi wake.

Baadaye mchana huo, alimpigia simu Badar lakini hakuzungumza mengi kwenye simu, ila tu, unaweza kuja kunisaidia baada ya kumaliza kazi zako hoteli?

Nitakuja sasa hivi, alisema Badar. Issa yuko hapa.

Keshaondoka, alisema wakati Badar alipowasili. Alizungukwa na mifuko, sanduku, maboksi mawili ya vitabu na vifaa vya mtoto. Kisusu cha Nasra kilikuwa kimefunguliwa na kuegeshwa ukutani, kigari chake cha kumtembeza kilikuwa tayari mlangoni.

Amekwenda wapi? Unamaanisha nini?

Amekwenda Dar. Pamoja na yule mwanamke, alisema Fauzia.

Haiwezekani! Hapana! Alisema kwa mshangao Badar.

Fauzia alishangaa kwamba Badar wala hakumwuliza huyo mwanamke alikuwa ni nani. Je, unajua kuhusu wao? Aliuliza Fauzia.

Alitikisa kichwa chake, hapana, si kwa hakika, alisema Badar na Fauzia akatingisha kichwa kwa kuafiki. Hivi Karim alikuwa anawaza nini! Alisema kwa kelele.

Yule mwanamke ni mrembo sana, Fauzia alisema. Nadhani hakuweza kujizuia. Unaweza kunisaidia kuhamisha vitu hivi kuvipeleka nyumbani kwa wazazi wangu?

Fauzia alimpigia simu mama yake wakati Badar alipokwenda kuchukua teksi. Walipofika, Khadija alikuwa akisubiri mlangoni, akiwa amefunika mdomo wake kwa mkono wake kajaa huzuni kubwa, macho yake yakiwa mekundu kwa machozi. Alimkumbatia binti yake na mjukuu wake kwa wakati mmoja na kuwaingiza ndani, na kumwacha Badar ashushe mizigo kutoka kwenye teksi. Baba yake alijaribu kusimama kwa miguu yake lakini hakuweza tena kufanya hivyo bila msaada na akaporomoka tena kwenye kiti chake. Fauzia alimwendea baba yake, akatabasamu, na kumbusu kwenye paji la uso. Umejitahidi, mzee wangu, alisema Fauzia, na kisha akamgeukia Nasra na kusema, hebu msalimie Babu, mwambie chechei.

Musa alinyoosha mikono yake kumwelekezea mtoto ambaye alikubali mwenyewe ashikwe na kubusiwa. Kwa kawaida, Nasra alikuwa akipitisha siku za wikiendi pamoja na babu na bibi, kwa hivyo babu Musa hakuwa mgeni kwake. Baada ya muda mfupi Nasra aliondoka kwenye paja la babu yake na kuanza kutembea na kujishughulisha na michezo yake mwenyewe. Musa alimtazama Fauzia na kutikisa kichwa chake, Alhamdulillah, alisema kwa kushukuru.

Baadaye, wakati Fauzia alipokuwa keshahamia katika chumba chake cha zamani, Nasra alikwenda kulala, na Musa alisinzia kitandani akiwa katika usingizi wake wa mang'amung'amu, ambao ndiyo usingizi alioweza kuupata siku hizi, Khadija alimwambia binti yake. Karim hakukustahili wewe. Ameondoka kwenda kufanya mambo machafu na mwanamke wa kitalii, mbele ya kadamnasi, bila hata aibu. Siwezi kuzungumzia jambo lolote juu yake, hana aibu. Huyo mwanamke lazima kamtia wazimu, awe yeyote yule, ni mtalii mhuni mwenye pesa lakini aliyekosa heshima. Watu hawa hasa wanataka kitu gani kwetu? Kwa nini hasa wanakuja hapa? Wanakuja hapa na uchafu wao na pesa zao na wanatuingilia na kuharibu maisha yetu kwa ajili ya raha zao, na inaonekana kwamba hatuwezi kujizuia kwa tamaa za huo utajiri wao na maisha yao ya uchafu. Wanatutakia nini hasa sisi? Kila mahali unapoenda wapo tu, katika vichochoro vyembamba kabisa na barabarani, kote huko wapo, wanachunguza majumba ya watu na kutukaba koo, na miongoni mwao, kando yao, atakuwepo kijana wetu mmoja aliyekosa aibu, akijichekesha kama tumbili huku akiropokwa ovyo. Hivi wao hawana bahari na fukwe katika nchi zao? Wanakuja hapa na namna zao zisizo na maana ili kuongeza matatizo ambayo tumeshayakabili. Kulikuwa na kitu ambacho tulikitambua kuhusu maisha, lakini sasa hatukijui tena. Tumekuwa viumbe tuliokosa aibu kwa hiari yetu wenyewe.

Rika zote hujidanganya namna hiyo, wakidhani kwamba hapo zamani wakijua kile kilichokuwa cha thamani, lakini sasa hawajui tena. Ndivyo Fauzia alivyofikiria lakini hakuyatamka hayo. Alielewa kwamba mama yake alikuwa akiongea kwa hasira na hakuwa na hamu yoyote ya kumkatiza. Walikaa kimya kwa muda mfupi, kisha Fauzia akasema, yule bibi siyo mtalii. Yeye ni mfanyakazi wa kujitolea.

Kwani kuna tofauti gani? Khadija alisema kwa kejeli. Wa kujitolea! Unawaona katika magari yao makubwa mapya, wakituletea hiyo nia yao njema. Wanapaswa kukaa katika nchi zao wenyewe na kufanya hayo mema yao huko huko.

Hata hivyo, watu wengi hupata riziki zao kutokana na watalii, Fauzia alisema. Inaonekana kama hatuna shukrani tukilalamika.

Khadija alipumua kwa kukata tamaa. Bora wende ukalale, alisema. Hivi utaweza kulala? Nikutengenezee mchaichai unywe? Niite tu ikiwa utahitaji msaada kwa ajili ya Nasra.

Ilikuwa baadaye, wakati alipokuwa katika kitanda chake cha zamani gizani, ndipo hapo mshtuko ulipomwingia hasa Fauzia. Karim ameshaondoka, na yeye alikuwa peke yake na mtoto. Hatoweza kupata furaha tena. Kulikuwa na maumivu yaliyomkaba kama uvimbe kifuani mwake, hali aliyokuwa nayo hasa, na mshtuko wa wasiwasi kama mkondo wa umeme kupitia viungo vyake. Masikio yake yalivuma alipokuwa amelala huku akitetemeka gizani, na kwa mara ya kwanza katika siku hiyo nzito, machozi yake yalitiririka. Ilileta hisia kana kwamba mahaba yamemtoweka milele.

Haisaidii kitu kumlaumu yule mwanamke. Ni kama vile kumlaumu ng'e kwa kukuuma, Hawa alisema alipokuja kumwona siku iliyofuata. Ni yeye Karim, angepaswa kutambua vizuri. Utafanya nini? Je, utaweza kwenda kazini kesho? Naweza kuwaambia kwamba wewe ni mgonjwa.

Siwezi hata kufikiria vyema, lakini nitakwenda kazini. Ghafla kila kitu kimekuwa mkorogano tu, Fauzia alisema.

Bila ya shaka ni hivyo, ndiyo maana unapaswa kuchukua siku ya mapumziko, Hawa alisema.

Ili kufanya nini? Kukaa hapa nyumbani na kuhuzunika?

Huwezi kujua jinsi mambo yatakavyojitokeza bado, Hawa alisema. Karim anaweza akajirudi. Labda ni mahaba ya kujidanganya tu, anatembea naye tu na hivi sasa yeye tayari anajuta kwa nini amefanya hivyo.

Hapana, mahaba yameshaondoka. Najua kuwa yamekwisha, Fauzia alisema.

Hivi ulikuwa ukijua kuhusu wao? Hawa aliuliza. Wewe hukusema kitu chochote.

Labda nilijua, lakini sikutaka kusema, Fauzia alisema.

Karim ni mnyama, Hawa alisema, mwishowe akajiachia kumsema vibaya.

Yule mwanamke ni mrembo sana, Fauzia alisema.

Hee Fauzia wetu, huna haja ya kuwa mwema kwa yule changudoa, sharmuta mmoja, Hawa alisema, huku akicheka kwa macho ya tashtiti. Wewe ni mrembo zaidi kuliko yeye.

Mimi sijihisi hivyo. Ninajihisi kama vile nimetupwa, sina maana, bila kipaji au kusudio lolote, alisema.

Hatuwezi kuruhusu hilo, Hawa alisema, akimkaribia na kumkumbatia shoga yake. Wewe ni mtu mwenye kipaji kikubwa kupita wengi, mimi ninajua. Karim ni kama nyayo zako tu. Je kuna lolote ninaloweza kufanya? Niende kule kwako na kuleta baadhi ya vitu vyako?

Hapana, nina kila kitu ninachokihitaji, Fauzia alisema. Anaweza kubaki navyo vilivyokuwa kule.

Aka! hebu wacha hayo, hebu tusijigalagaze. Hebu tujifurahishe kama kawaida yako, tutoke twende kumtembelea mama yangu. Hajamwona mwanao wala wewe kwa wiki kadhaa na analalamika voo.

Uliyajua hayo? Fauzia aliuliza. Kuhusu kile alichokuwa akifanya Karim?

Hawa alionekana kuwa na wasiwasi kwa muda hivi, huku akifikiria nini cha kusema, kisha akasema, bosi wangu, Sultan, alisema alimwona Karim kwenye mgahawa akiwa na mwanamke kijana wa Kiingereza. Hakujua huyo mwanamke alikuwa nani. Alidhani alikuwa mtalii lakini mimi nilifikiri ingekuwa ni yeye. Ndiyo hivyo tu, ingeweza kuwa hakuna kitu chochote kwa hivyo mimi sikutaja mambo hayo. Sikutaka kuleta matatizo kati yenu, baina yako na yeye. Na hata hivyo, wewe ulisema kwamba alikutembelea nyumbani kwako zaidi ya mara moja, na ulienda matembezi pamoja naye na aliazima vitabu vyako, kwa hivyo nilifikiri labda nyinyi nyote ni marafiki. Kumbe hiyo siyo kweli. Sultan alisema walikuwa wakizungumza kwa namna fulani ambayo mtu usingeweza kukosea, lakini yeye ana fikra chafu na hudhani kila jambo linahusika na ngono. Sikujua kama nimwamini au la, lakini ilinifanya nijiulize. Nisingaliweza kukuambia yote hayo hivi hivi tu. Hivi ningeweza kweli? Lakini vipi angeweza kufanya hivyo? Kaenda naye kama vile kujitangaza ... Tutaita nini hii? Mahaba ya kujidanganya?

Nilikwambia.

Lakini, Hawa alikatiza, najua, yeye ni mrembo, lakini kuna kitu kwa huyu mwanamke ambacho lazima kilimzidi nguvu Karim, kilimfanya atongozeke. Uwezekano mkubwa ni kwamba huyo mwanamke anadhani yeye anajifurahisha tu, lakini yeye Karim lazima alipaswa kufahamu hilo. Angeweza kudanganya tu na kujifurahisha kisha akajisahaulia. Najua maneno hayo hayasikiki vizuri, sivyo? Naam basi, angeweza kuzungumza na wewe na kujielezea kabla ya kujiondokea mbali na kwenda kwenye tamasha lake la kufanya ngono. Hebu twende kumtembelea mama yangu bila ya hivyo mimi naweza kuropokwa na kusema kitu kibaya. Mama yangu ataweka kila kitu katika mtazamo sahihi.

21

Badar alijua, lakini ilikuwa asubuhi ile ile tu. Hakuweza kuvumilia kumwambia hayo Fauzia alieonekana kana kwamba dunia nzima ilizama chini ya nyayo zake.

Badar aliona jinsi Karim alivyotekwa na Jerry tangu mara ya kwanza alipokuwa amekaa naye pale ofisini. Aliweza kutambua hilo mara moja. Hilo lilikuwa ni tukio la wazi kabisa, na alihisi kwamba hata Jerry mwenyewe aliliona hilo pia. Wakati Karim alipojitolea kumsindikiza kwenye mgahawa kwa vile Badar hakuweza, ilimpitikia Badar kwamba janga fulani lingetokea. Alikuwa na matumaini kwamba Karim hangefanya vituko vya kijinga na hangejiaibisha kwa kufanya vituko vya kumtongoza yule mwanamke. Yeye hakuweza kusema chochote kwa Karim, hawakuwa na mahusiano ya namna hiyo. Karim alikuwa ndiye mtu wa kumfundisha yeye na Badar alikuwa akisikiliza tu na hakuthubutu kumsahihisha kamwe au kulalamika. Ilikuwa ndivyo hivyo baina yao tangu mwanzo, lakini hasa hali hiyo ilijizatiti baada ya Karim kuja kumwokoa, na hasa kwa vile yeye Karim mwenyewe alivyorudia tena na tena kumkumbusha Badar kuhusu wokovu ule. Kawaida, ingekuwa tofauti na hulka ya Karim kutongoza, lakini Jerry alikuwa katika kilele cha mng'aro wa uzuri wake na Karim alikuwa amepigwa na mshangao kwa uzuri wake, na kutokana na hayo, angeweza kutetereka. Ilipofikia suala la wageni au watalii – wote walikuwa sawa tu, tena kitu kimoja tu - daima Badar alijikumbusha kanuni moja chuma ya Issa ambayo ni muhimu kuliko zote. Usiwaguse!

Alihisi kama vile kulikuwa na mushkeli alipowatembelea, tabia isiyo ya kawaida ya Fauzia ya kuwa kimya mno, kana kwamba alikuwa amechoka kujisukuma, hasira iliyojionyesha dhahiri kwa upande wa Karim kutokana na kero ya mahitaji ya mama na mtoto. Mambo yakapindukia mipaka kwa sababu kile ambacho kilikuwa hitilafu tu kati yao kikajificha zaidi, na kujitenga zaidi. Alihisi kama vile Karim alizidi kuwa mkorofi, si ghafla lakini kama vile kila fanikio lake kazini, lilimzidisha kujitenga, na kujishughulisha na mengine, akahisi kwamba sasa amekuwa mwanamme kweli, na akapata jambo la kumfanya amchukie Badar. Badar alikuwa daima ametambua kwamba Karim angeweza kuwa mnyanyasaji na hata pia asiyevumilika, hata hivyo alimpenda Karim hata kwa mapungufu yote hayo na alikuwa na shukrani kwa upendo wake hata kama wakati mwingine ilileta hisia ya kutaka kumtawala mwenzake.

Mahaba baina ya Fauzia na Karim yalionekana kama vile yameshika hatamu, mabadiliko kutoka kuwa mpenzi mwenye huruma hadi kubadilika kuwa baba aliyekosa matumaini yalikuja kwa kasi mno. Kisha Jerry akaja na Karim akajipoteza katika huo msisimko uliofuata. Labda Jerry alikuwa kama ni afueni kutoka kwenye kero za kila siku, kutoka kwenye hisia za kumezwa na uchovu na usumbufu. Hivi urembo kama ule wa Jerry hutengeneza kanuni zake wenyewe, na kupuuza wajibu na majukumu? Au labda ni kule kuja kwenye mahali kama pao, Jerry alijihisi kuwa na haki ya kujifurahisha mwenyewe kwa sababu hatimaye ilikuwa ni yeye tu aliyekuwa na haki ya kustahili kila kitu?

Maria Caffrey alikuwa hapo hotelini ile Jumamosi kabla ya saa za mchana, macho yake yalikuwa ya usingizi na uso wake ukiwa umejaa dharau. Ilikuwa baada tu ya kifungua kinywa kilichochelewa na hoteli ilikuwa imejaa, wageni wakijiandaa kwenda nje, wahudumu wa usafi wakiwa katika shughuli zao, Meneja Msaidizi Issa kwenye kompyuta akijibu baruapepe na Badar akiwa ameketi kwenye dawati la pembeni akiangalia ankara za kila mwezi kutoka kwa huduma ya mapokezi. Aliingia ofisini polepole, akiwa amevaa jinzi yake ya kawaida na fulana, huku akiwa amebeba mfuko wa turubali begani.

Habari za asubuhi, alisema na kusubiri kusikilizwa kikamilifu na Badar. Rafiki yako yuko wapi? Sina anwani yake wala simu yake, kwa hivyo ninalazimika kukuingilieni hapa kazini kwenu. Nahitaji kuzungumza naye, kumpa fursa ya kujieleza yeye mwenyewe, vinginevyo nitakwenda polisi.

Maria Caffrey alivuta pumzi kwa nguvu na kupapasa mikono yake polepole kifuani mwake. Badar alimhisi Issa kama akitazama juu, na akamgeukia kwa muda mfupi na kuyaona macho yake yakimkodolea huku kukunja kwake uso kukiongezeka. Samahani kwa kuja juu, Maria Caffrey alisema, bila kuonyesha dalili yoyote ya kuwa na masikitiko. Mmoja wa wafanyakazi wa kujitolea, Edna, ambaye anaishi nyumba moja na Jerry Bruno, itakuwa unamkumbuka, alikuwa mgeni hapa wiki chache zilizopita, ametoa taarifa ya wizi. Kuna pesa zake hazipo. Rafiki yako, simjui jina lake, unajua vyema mimi ninamkusudia nani, amekuwa akitembelea nyumba yao na kutumia muda mwingi huko, akimtembelea Jerry Bruno na kufanya aliyokuwa akiyafanya. Tunawaonya wafanyakazi wetu wa kujitolea kuhusu uhusiano wa aina hiyo, tunawafuatilia bila ya kusita kuhusu mahusiano kama hayo. Mimi hainihusu mambo ambayo watu hufanya kwa faragha lakini ninalazimika kuwatupia jicho wafanyakazi wa kujitolea ili kuhakikisha hawaingii katika matatizo. Kwa vyovyote vile, hili ni jambo tofauti. Edna ametoa taarifa kuwa kuna pesa zake hazipo na Jerry hayupo, amekwenda mahali fulani. Alinipigia simu kwa ajili ya ushauri. Kwa hivyo kwanza kabisa nataka kumpa rafiki yako nafasi ya kujieleza, na kuzirudisha pesa kama yeye ndiye mhalifu, vinginevyo nitatoa taarifa polisi. Hainisaidii kitu kunipa hiyo sura tofauti, hiyo taswira ya kihoteli. Hainidanganyi mimi. Tafadhali fanya wema wa kutosha kuwasiliana naye na mwambie anipigie simu, vinginevyo nitalipeleka jambo hili huko polisi.

Meneja Msaidizi Issa alikuwa tayari kasimama. Badar aliinua mkono wake kumzuia kuropokwa na mlipuko wa hasira ambao alihisi ulikuwa unakuja. Sidhani kama Karim angefanya hivyo, Badar alisema. Sidhani pia kwamba polisi watahisi hivyo au hata kushughulikia hilo. Kwa hivyo endelea, katoe taarifa.

Bibi wee, jambo hili halihusiani na sisi hata kidogo, Meneja Msaidizi Issa alitamka kwa ukali. Tafadhali ondoka kwenye jengo hili

Maria Caffrey alitoa cheko la kejeli, akageuka na kujiondokea nje ya ofisi kwa kujivuta.

Huyo rafiki yako amejiingiza na yule mwanamke kijana? Issa aliuliza.

Badar alinyanyua mabega yake kama asiyeyajua. Sijui, alijibu. Nilifikiri walikuwa marafiki, wote watatu, na mke wake pia. Siwezi kuamini kwamba angeiba pesa kutoka kwa Edna.

Wakati huo huo tu simu iliita, na ilikuwa ni Fauzia, akimtaka aende kwake. Na alipomwuliza kama yeye anajua, alisema hapana, si kwa uhakika hasa, lakini alikuwa ameelewa kile ambacho Maria Caffrey alikuwa akisema, kwamba walikuwa pamoja mahali fulani.

Jumapili, alikuwa katika chumba chake, siku yake ya mapumziko. Walichukua Jumapili mbadala, Issa na yeye. Badar alijiuliza kama aende nyumbani kwa wazazi wake Fauzia ili kuona kama anaweza kuwapa msaada wowote. Fauzia alionekana kama aliyepigwa bumbuazi, na mama yake alikuwa kashughulika kumsaidia mume wake aliyekuwa mgonjwa, labda wangethamini ziara yake, japo kuwapa moyo tu. Hakutaka kuingilia kati, au kuonekana kama mmbea mpweke anayetaka kujichomeka katika majanga ya watu wengine. Kwa sasa asingekwenda ila siku moja baadaye, katika wiki hiyo hiyo, angeenda kusaidia ununuzi au kitu chochote. Kwa hali yoyote, Karim angekuwa amesharudi wakati huo na wangehitaji kuwa na muda wa kufanya kitu cha busara kutokana na vurugu alizokuwa amefanya Karim.

Kwa mshangao wa Badar, ilikuwa ni Jerry ambaye alikuja hotelini mchana mmoja katikati ya wiki. Ilikuwa mvua inanyesha tena na nywele zake zilikuwa zimerowa, jambo ambalo lilimfanya aonekane matimtim na aliyevutia kwa njia tofauti. Alitarajia kwamba Jerry angeonekana mrembo hata baada ya kutambaa ndani ya dimbwi la matope mazito.

Ninaondoka keshokutwa, nilihisi ningekuja kukukaga, alisema, akitabasamu kwa furaha, kama vile anayemnengulia Badar. Wewe ulikuwa ni rafiki yangu wa kwanza wakati nilipofika. Nasikitika tu kwamba hatukuwahi kwenda pamoja kula chakula cha jioni. Enhe, nasikia Maria Caffrey alikuja kukukaripieni kuhusu pesa za Edna. Ilikuwa ni mimi. Nilizikopa kwa sababu nilikuwa sina taslim kwa safari naye alikuwa hayupo. Nimemlipa tayari. Hivyo mambo yote ni sawa sasa.

Alijiuliza kama angesema kitu kuhusu wikiendi, kuhusu Karim, kuhusu mkasa wa mateso yaliyompata Fauzia, lakini hakusema. Kwanza Jerry alitazama akisi ya taswira yake kwenye kioo ukutani, akajitengeneza uso na kupitisha vidole vyake kwenye nywele zake zilizorowa maji na kisha akaingia kwenye dawati ambalo bado Badar alilifikiria kama ile meza ya Bibie ya kujipodoa.

Ukweli hasa nilifikiri kwamba tungeweza kuwa pamoja, mimi na wewe, alisema Jerry, akitabasamu kwa utani. Bado kuna wakati kama wewe una nafasi.

Hakukaa muda mrefu baada ya kituko hicho cha kipuuzi. Ilikuwa mara ya mwisho kumwona Jerry. Kwa muda mrefu baadaye, taswira yake ilimpitia akilini mwake, na kusikia beti moja au mbili za klarineti yake.

Siku tatu baadaye, Badar alipofikiria kuwa Jerry atakuwa ameshaondoka nchini kwa usalama, alienda nyumbani kwa Karim mapema jioni. Hakutaka kwenda kabla ya hapo kwa hofu labda angewakuta pamoja - wazo kama hilo lilimpa kizunguzungu. Ingawa Jerry alikuwa amemwambia angekuwa ameshaondoka siku mbili zilizopita, hata hivyo, bado alienda kwenye nyumba huku akiwa hana uhakika. Huenda alibadili mawazo yake na kuamua kubaki wiki moja ya ziada ili kuwa na Karim zaidi. Hakujua angemkuta Karim katika hali gani. Atakuwa katika majonzi kwa kuondoka kwa Jerry? Atajihisi mwenye hatia kwamba shauku ya mapenzi sasa imekwisha? Akiwa mpweke ameketi katika vurugu alilolifanya yeye mwenyewe? Hivi kweli angetarajia kumkuta Karim kwenye hali ya ushindani na labda amekasirika, kwa sababu tu katika nyakati za hivi karibuni alikuwa ameonekana kwenye kilele cha kutomvumilia yeye Badar.

Alimkuta Karim akitazama kipindi fulani cha kuigiza katika Televisheni. Karim alizima Televisheni na kukaa vizuri, akionekana mtu wa kawaida asiye na wasiwasi, au akijaribu kutoa hisia hiyo. Alionekana kuwa amechoka alipojinyoosha. Nyumba ilionekana kuwa tulivu, haikujaa kwa msongamano lakini vinginevyo si tofauti sana na hapo awali. Badar kwa namna fulani alitarajia kuona gofu, hali ya mparaganyo. Walikuwa wameiacha nyumba katika hali ya vurugu mchana ule wakati Fauzia alipojiondoa hapo, lakini Karim lazima alikuwa ameisafisha.

Vipi hali yako? Karim aliuliza, kana kwamba kila kitu kilikuwa sawa na hakuna kitu cha ajabu kilichotokea.

Mimi sijambo, alisema Badar. Na wewe je?

Karim alinyanyua mabega yake, hakuna kibaya. Kazi nyingi mno. Umemwona? Aliuliza.

Kwa muda Badar hakuwa na uhakika kama alimaanisha Fauzia au Jerry. Badar alitingisha kichwa kama kuitikia, lakini hakufafanua alikusudia yupi.

Kwa kweli, anajua niko wapi, Karim alisema, kwa hivyo alikuwa amemaanisha Fauzia lakini hakutaka kulitaja jina lake. Badar tayari aliweza kuhisi ghadhabu kutokana na hali yake ya kuongea. Aligundua wakati wamekaa kimya kwa muda mfupi kwamba hakujua namna ya kusonga mbele na mazungumzo, hakujua kama anapaswa kuhimiza upatanisho, au kuulizia juu ya hisia zake, au kukaa kimya kuhusu jambo hilo na kufanya kama vile hakuna kilichotokea. Alitambua kwamba daima ilikuwa ni Karim ambaye aliongoza mazungumzo na yeye aliyafuata tu.

Nina habari fulani, Karim alisema katika huo ukimya, akiongoza. Unaujua ule mradi niliokuwa nikikuambia kuhusu jambo la uendelevu, basi yote yamethibitishwa. Habari ni njema. Nitakwenda Copenhagen katika miezi minne inayokuja, wakati fulani mnamo mwezi wa Novemba. Unajua, mimi sijawahi kwenda Ulaya. Itakuwa majira ya baridi huko Denmark, kwa hivyo hilo litakuwa ni jambo la kukabiliana nalo, au sivyo? Wanataka kunihamishia Dar kwa mafunzo ya maandalizi kabla ya hapo. Sijui itakuwa lini, hivi karibuni natarajia. Watumishi wa makao makuu wote wapo pale, kwa hivyo mpango ni kwamba nitakapomaliza Copenhagen nitakuwa Dar. Itakuwa mabadiliko makubwa.

Mambo mazuri, Badar alisema, akitabasamu kuonyesha furaha yake kwa sababu alijua kwamba hicho ndicho Karim alichotarajia kutoka kwake. Umefanya vizuri sana katika kazi hii, na nina hakika utabobea zaidi katika hiyo mpya.

Kulikuwa na kitu katika sauti ya Badar au maneno yake kilichomfanya Karim ajiinue kidogo. Labda alitarajia sifa ya kufaharishwa iliyopendeza zaidi kuliko vile Badar alivyoweza kumudu na hivyo aliingia shaka kwa kile kilichoonekana kuwa kama cha kawaida tu, au labda alihisi kutoungwa mkono vya kutosha, au alipata kidokezo cha uwepo wa udanganyifu, au labda uadui baada ya hayo yote. Au labda alikuwa yupo tayari kumgonga. Alimtazama kwa makini Badar, huku akimpima, na kisha sauti yake ikaanza kubadilika.

Nini hasa shida yako? Aliuliza, sauti yake ya chini ikiwa imejaa tuhuma.

Hapana hapana! Badar alisema kwa haraka. Mimi nilimaanisha tu ni jambo zuri kwa hiyo kazi mpya, fursa kubwa.

Ndiyo ndiyo, najua, lakini kuna kitu kingine? Una kitu cha kusema? Kwa sababu kama unalo la kusema, basi bora uliteme, Karim alisema kwa ukali, macho yamemtoka.

Hapana, hapana, Badar alirudia ili kumbembeleza na kumpunguzia hasira.

Karim aliangaza akiwa kimya kwa muda wa dakika moja au mbili hivi, akipandisha hasira yake, na kisha akasema, huku amefunga mdomo wake uliokandamizwa na hisia za hasira. Haikuwezekana tena, si kwangu wala si kwake yeye. Wewe hukuwepo kushuhudia yote. Amezama sana katika mateso yake, pia amejifunga sana katika wasiwasi wake, kazidi kuhusu mtoto. Kila kitu mtoto. Siwezi kuishi namna hivyo, kunung'unika wakati wote, mvutano wakati wote. Sikutaka kumwumiza. Nilikuwa nimefikia tamati, kikomo cha mwisho. Haikuwa tu kuhusu ...

Alisita kidogo na kisha hakulitamka jina la Jerry.

Haikuwa tu kile unachofikiria, alisema na kisha kana kwamba ameshtushwa na kumbukumbu ya yule ambaye hakuwa amemtaja, aliegemea nyuma kwenye kiti, akaishiwa ari ya kuendelea. Ilikuwa ni yeye, ilikuwa ni Jerry aliyekuwa ana huzuni naye.

Badar alitaka kuuliza jinsi yalivyokwisha kati yao. Waliagana kwa mabusu na kuachana? Je, walifanya mipango yoyote? Je, kulikuwa na matukio ya kuvunjika moyo na ahadi za kukutana huko Copenhagen au London? Je, Jerry alikuwa anarudi tena au ilikuwa ni likizo tu?

Baada ya kimya cha muda mrefu, wakati ambapo Badar alijiuliza ikiwa kuwepo kwake pale kulikuwa hakuvumiliki tena, ikiwa kweli Karim alitaka kuachwa peke yake na televisheni yake na kumbukumbu zake na mipango yake ya baadaye, Badar alisema, Naam, nilikuja tu kukusalimia na kuona kama wewe hujambo na mambo yote yanakwenda vizuri kwako. Kama kuna kitu chochote naweza kufanya...

Karim alijivuta na kukaa vyema ghafla. Sihitaji chochote, alisema, sauti yake ikipandisha hasira.

Basi vizuri, nilikuwa nakusalimia tu, Badar alisema kwa utulivu, na kujitayarisha kusimama.

Karim alinyoosha mkono wake ili kumzuia, kitendo kilichojaa amri kali iliyolazimika kutimizwa kwa vyovyote. Na kwa taarifa yako, sihitaji maneno yoyote kutoka kwako, Karim alisema, sauti yake ikiongezeka kupanda polepole kwa kasi. Umenifahamu weye? Mimi sijali nini unachofikiri kuhusu hili. Hujui chochote kuhusu hili. Endelea kufikiria unachopenda, usinitafash, usije hapa kunisumbua kuhusu jambo hili. Ningetarajia shukrani kutoka kwako, lakini hapana, unakuja hapa na juso lako refu na ujinga wako, eti ninaweza kufanya nini kukusaidia wewe. Wewe wa kunisaidia mimi! Ebo! Kama isingekuwa mimi, ungetupwa nje huko na yule mzee jendaheka na ungekuwa mtumishi wa mtu mwengine tena. Au mhalifu au teja, mtumiaji wa madawa ya kulevya anayeomba mitaani. Nilikuondoa kutoka kule, mbali na hayo yote. Nilikuruhusu kuishi na mimi na kukulisha kwa miezi kadha. Nimekupatia kazi na kukulea. Wewe ni juha mmoja asiye na shukrani.

Karim alisita kidogo, akiangalia kando huku akipumua kwa nguvu. Badar alishangaa mno na kushindwa kuzungumza, kashangazwa kwa bumbuazi kutokana na hasira za Karim, dharau yake.

Sawasawa, zuzu mmoja, mtu dhaifu. Ni hulka yako wewe, Karim alisema huku akimtizama.

Badar alijitayarisha kusimama na tena mkono wa Karim ulichomoka na kumzuia.

Bado sijamaliza, alisema, hasira zake sasa zimemmiliki. Kuna kitu cha kuzoea kutumwa, kitu tofauti ndani yako, kitu cha kunyenyekea na kujipendekeza. Umeshazoea kuwa hivyo. Umejisabilisha mwenyewe kwa hilo. Hutakuwa na haiba yoyote isipokuwa ukibadilisha mtazamo wako. Hamna mtu katika ulimwengu huu anayekujali isipokuwa mimi. Hebu jiangalie mwenyewe, kazi za utumwa katika hoteli hiyo kama gofu kwa miaka mingapi sasa, wakati wewe ungeweza kutafuta kitu kingine, kitu cha kukunufaisha zaidi. Nilienedelea kukuambia ujifikirie wewe mwenyewe, uwe na lengo, lakini wewe mwenyewe hujiheshimu. Umeendelea kuwa hapo unaishi katika kile chumba peke yako, ukipoteza maisha yako kwa kupiga punyeto, unadhani eti wewe unaweza kuja hapa kunipa mawaidha mimi!

Karim! Badar alilalamika kujitetea, mshangao ukigeuka kuwa ni mshtuko wa ukatili wa maneno yake.

Karim alifanya ishara ya kumkatiza kwa mkono wake ili kumnyamazisha. Funga mdomo wako, sitaki kusikia chochote cha kilio chako, alisema, huku akiyatema maneno na kisha kuangalia mbali, macho yake yakiwaka na kutetemeka.

Nakushukuru kwa yote uliyonifanyia. Daima nitashukuru, Badar alisema katika ukimya, akizungumza kwa utulivu licha ya maumivu aliyohisi kutokana na dharau ya Karim. Alisimama kwa ajili ya kuondoka.

Kaa chini, Karim alisema kwa hasira na kusubiri hadi Badar aketi kitako. Yeye alitaka tupitishe wikiendi mbali pamoja, na hivyo ndivyo nilivyofanya. Ndiyo hivyo tu. Kuna ubaya gani kwa hilo? Ilikuwa ni jambo zuri, kutoka na kuondokana na hali isiyokuwa na furaha na ya kunung'unika. Usiku baada ya usiku mwengine sikuweza kulala, je, uliyajua hayo? Mtoto yule akilia kila wakati, na kununa sijui kwa sababu gani, kila wakati. Unadhani alikuwa na wasaa wowote kwa kile nilichokuwa nikipitia? Yule mtoto aliharibu maisha yetu. Wala hata sikutaka kuwa na mtoto yule mimi.

Badar alikumbuka shauku ya Karim wakati Fauzia alipokuwa mjamzito na wakati Nasra alipozaliwa. Hakusema chochote lakini alisimama tena kuondoka.

Kaa chini, Karim alimfokea. Bado sijamaliza. Wewe umethubutu vipi kuja hapa kutaka kunihukumu mimi! Siamini, kijidudu mtu kama wewe. Huna hata mawazo! Mnyonge, mjinga hafifu kama wewe kuja kunipa mawaidha mimi! Ulifikiri nini hasa, kwamba ungekuja hapa na kunikuta mimi katika majuto au kitu kama hicho? Hivi wewe unajua kile nilichojifunza kutokana na hili? Kutokuwa mwoga. Nimejifunza kutoogopa. Mimi sikupanga kumsababishia mtu yeyote maumivu, lakini nimejifunza kutoogopa. Nimejifunza kuendeleza maisha yangu mimi mwenyewe, kuendeleza mustakabali wangu bila ya hofu.

Kisha baada ya ukimya mrefu uliojaa hisia ya kuvutana, Karim alisema, Umejifunza nini katika maisha yako, wewe mpiga punyeto usiye na maana?

Badar alisimama tena na kusita kwenye mlango wa nyumba kwa muda, kana kwamba alikusudia kusema kitu, lakini hakusema chochote. Aliondoka kabla ya Karim hajapandisha tena mashetani yake. Baadaye alitafakari, nimejifunza ustahamilivu.

22

Kwa namna fulani, ilionekana kama muda mrefu uliopita, ingawa kwa hakika, kwa namna nyingine haikuonekana hivyo kabisa. Ilionekana kama jana tu. Karim alikwenda Dar es Salaam mara tu baada ya masaibu yote yale na kuhamia kwa Haji na Bibie wakati alipokuwa akifanya mafunzo kabla ya kwenda zake Copenhagen. Badar alijua kwamba, kwa muda fulani, Karim alirudi kwenye chumba chake cha zamani pale Dar kwa sababu Haji alipiga simu hotelini akiwa kapigwa na bumbuazi mara tu baada ya wanandoa kuachana na akamwuliza Badar nini kilitokea. Badar hakujua Karim angewaambia nini na akajibu kwa tahadhari. Kwa nini usimwulize?

Yuko hapa pamoja nasi sasa, anakaa nasi, Haji alisema. Anasema mambo hayakuwezekana. Hilo ndilo alisemalo. Vipi Fauzia? Je, anahitaji chochote?

Hapana, yuko na wazazi wake, Badar alisema. Hahitaji chochote. Nitamwambia ulipiga simu.

Pengine hakukaa nao kwa muda mrefu, kwa sababu alitakiwa kwenda Copenhagen mwezi wa Novemba. Baadaye angekuwa kwenye mshahara wa Umoja wa Nchi za Ulaya, mshahara uliofutuka na pengine akitumia Euro za dhahabu badala ya shilingi zao za bati, na labda angekuwa tajiri wa kutosha kupata nafasi yake mwenyewe. Hakurudi Zanzibar, isipokuwa kumtembelea kaka yake au kwa shughuli za serikali, au ndivyo Badar alivyosikia. Hawa alitabiri kwamba siku moja angekuwa waziri. Hawa mwenyewe alimwambia Badar hilo, akikusudia kufanya dhihaka kwa kijana yule mwenye tamaa. Ilionekana kwamba angethibitishwa kuwa sahihi. Bado hakuwa waziri, lakini, kwa kila hali, alikuwa anaelekea huko. Ndiyo, kwa hakika mambo yale yalionekana kutokea zamani sana.

Ilikuwa miaka minne tangu Karim aondoke kwenda Dar es Salaam, na sasa ilikuwa kumbukumbu ya miaka mitano ya kuzaliwa kwa Nasra na Badar aliahidi kuipitia keki ambayo Fauzia alimwagizishia kutoka duka la kuoka keki na mikate. Alikumbuka kwamba wikiendi ambayo Karim alikwenda na Jerry Dar ilikuwa siku chache kabla ya kumbukumbu ya mwaka mmoja wa kuzaliwa kwa mtoto. Ilikuwa kumbukumbu hiyo iliyomrudisha Karim akilini mwake. Ilimsikitisha kuwaza kuwa Karim aliwaacha kabisa. Mara nyingi aliufikiria wakati ule alipoenda kumwona na jinsi Karim alivyomgeuka kwa sumu na dharau. Aliyahisi macho yake yakiumia kwa maneno aliyomtupia, kwa kupoteza upendo wake, kwa kujua kwamba alimwona kama mhitaji aliyetakiwa kudharaulika tangu mwanzo. Je, chuki ile ilikuwa ndani yake muda wote ule? Mara nyingi haikuonekana kuwa hivyo. Ni lazima yeye Badar alikuwa juha asiyeona na kuelewa chochote, kama Karim alivyomwita kwa kutoiona ile dharau. Au ulikuwa ni ukatili mpya alioufikia kwa nguvu ya kupata mpenzi mrembo aliyeng'ara?

Alikutana naye mara moja tu tangu wakati huo, kwenye mazishi ya Ami Othman. Haji alimpigia simu na kumwambia kuwa baba yake amefariki. Je, Badar angeweza kuja kutoa heshima zake? Ingeonyesha ukarimu sana kwake, na ingefuta uchungu wowote uliosalia katika moyo wa Badar. Badar hakuhisi uchungu tena bali alikuwa na shukrani kwa Haji kwa wema wake mwingi, na akaenda kwa sababu Haji alimwomba. Alichukua boti ya asubuhi na mapema na kuwahi sala ya janaza saa nne, akawa kesharudi nyumbani kabla ya usiku kuingia. Alimwona Karim pale kwenye sala ya janaza Msikiti Zambarau, mstari wa mbele kando ya Haji. Kundi la waombolezaji lilikuwa dogo, wengi wao wakiwa majirani na baadhi ya marafiki zake wa zamani wa pale mgahawani. Juma alikuwepo huku akionekana mnyonge sasa, lakini bado macho yake yalicheza kwa kicheko alipopeana mikono na Badar. Karim alipendeza sana, akiwa amevalia kanzu na kofia na koti la hariri. Haji alitaka Badar ajiunge naye kwenye mstari wa mbele kulikabili jeneza lakini Badar alitikisa kichwa na kujizuia. Watu walikuwa wachache mno kutojua ni nani aliyekuwepo, na muda ulifika ambapo macho ya Karim na Badar yaligongana. Badar alinyanyua mkono kumsalimia na Karim akatikisa kichwa halafu akanyanyua mkono kumjibu kabla ya kugusa kifua chake kwa kiganja cha mkono wake. Salamu yenye madaha kutoka kwa mtu wa haiba, mwinyi. Hawakuzungumza.

Baada ya sala ya janaza, Badar alimtafuta Haji na kumwomba radhi kuwa hangeweza kujiunga na msururu wa magari yaliyokuwa yakielekea makaburini. Alipata ruhusa ya siku moja tu na makaburi yalikuwa mbali, hata kwa gari angechelewa na kukosa boti kama angeungana nao huko mazikoni. Ndiyo bila shaka, imekuwa vyema umeweza kuja, Haji alisema. Umefanya zaidi ya wajibu wako. Nitazungumza nawe baadaye.

Kabla ya kuondoka, alimpitia Bibie. Kwa heshima ya marehemu, kichwa chake kilikuwa kimefunikwa lakini aliweza kuona mvi chache zilizojitokeza pale kanga yake ilipokuwa imesogea kidogo. Bado alikuwa mrembo, licha ya mikunjo ya ngozi chini ya macho yake pale alipotabasamu. Lo Badar! Alisema kwa mshangao ulioongezwa chumvi, Imekuwa muda mrefu sana. Aliwahi boti ya alasiri na kuwa nyumbani baada ya usiku kuingia.

Bado alikuwa hoteli ya Tamarind, sasa Meneja Msaidizi, lakini si kwa muda mrefu zaidi. Issa alikuwa anahamia Crystal Bay ambapo angetakiwa kuvaa koti na tai, na Badar alitakiwa kuhamia Masri Hotel, Bwana Sharif Makame akisogeza vipande vyake kwenye ubao wa mchezo wake. Tamarind ilikuwa iuzwe kwa wafanyabiashara wengine walioungana, na walipanga kuigeuza kuwa mgahawa. Alasiri ya siku ya kumbukumbu ya miaka mitano ya kuzaliwa kwa

Nasra, Badar alikuwa katika ofisi ya hoteli, hana cha kufanya. Ilikuwa ni wakati ambao hakuna kilichoendelea, ambapo wafanyakazi wote walikuwa wameshaondoka na wageni walikuwa ama nje au katika vyumba vyao. Ilikuwa joto sana kusoma na mwanga ulizidi, kwa hivyo alifikiri angevinjari mtandao, na kwa sababu alikuwa akiwafikiria Karim na Jerry, alitafuta ramani ya Gemstone Street NW3.

Huo hapo ule mtaa wa Jerry. Miaka minne baada ya kuondoka kwa Jerry, Badar alikuwa pale, anadurusu katika njia panda kati ya mtaa na barabara kuu, anatazama chini na kuona picha kama ile aliyomchorea kwa maelezo yake jioni ile miaka iliyopita. Ingawa hakuuelezea mtaa kwa kina, hakumwambia kwamba ulikuwa mrefu hata asingeweza kuona mwisho wake, au kwamba upeo wa macho yake ungechanganyikiwa na kuzibwa na miti iliyojipanga kwenye sehemu ya barabara iliyowekwa mahsusi kwa watembea miguu, au kwamba ingefifia kule mbali na upeo wake. Hakukumbuka kumsikia akiitaja miti. Labda miti ilioteshwa tangu wakati ule. Ilionekena midogo, labda ilipandwa karibuni, kwa hivyo haikuwapo alipomsimulia kuhusu mtaa. Ilionekana kumea vizuri, tayari minene na imejaa jaa. Hakujua majina ya miti hiyo, lakini akajiamuru kwamba ilikuwa muhimu kuanza kuona vitu kama hivyo.

Barabara yenyewe ilikuwa ndefu, bila shaka, hata kwa jinsi ilivyochanganyisha, kwa jinsi nyumba zilivyosimama bega kwa bega katika uhakika wake na uamuzi fulani. Hakujua namna nyingine ya kuelezea uimara wao. Alijifundisha mengi yeye mwenyewe, alipenda kufikiria, lakini bado hakupata nafasi ya kujielimisha juu ya usanifu wa makazi katika mitaa ya London, au kusoma chochote kuhusu usanifu wa majengo kwa kweli. Alikuwa anachovya chovya, huku na kule, hivyo ndivyo angejielezea. Lakini hakufikiri kwamba alihitaji kujua ni mtindo gani au hekima gani ya usanifu wa nyumba uliotumika katika mtaa ule. Kwa kuziangalia, ilikuwa wazi kulikuwa na utiifu fulani.

Zilishabihiana, kwa namna fulani, lakini pia hazikufanana vile vile. Kwa mfano, milango ya mbele ilikuwa na rangi tofauti. Ule uliokuwa karibu na pale aliposimama ulipigwa vanishi rangi ya maziwa ya kakao, aina ambayo haiwezi kununuliwa tena ila ambayo simulizi za kale zinasimulia kuhusu mzee Habib ambaye alikuwa nayo na kuiuza kwenye kibanda chake Forodhani. Kuna ladha na rangi fulani ambazo husalia akilini hata wakati ulimi na kaakaa haziwezi kuzirejesha tena.

Mlango jirani ya ule wa rangi ya maziwa ya kakao ulipakwa rangi nyeupe. Chini zaidi aliona mlango wa kijani kibichi, kisha milango mingine iliyopakwa vanishi iliyopauka, mmoja wa kijivu, na kwa mbali ule uliopakwa rangi ya dhahabu, ambao alikisia kuwa ni nyumba ya mtu machachari kwa uchangamfu, labda msanii. Madirisha yote yalifanana na yalikuwa ya mtindo huo huo, labda kulikuwa na kanuni kuhusu madirisha.

Alimwambia kuhusu mtaa wake, aliuelezea. Hapa ndipo ninapoishi, na siku moja labda utakuja kutembelea, hivyo ndivyo alivyoesema. Watu husema maneno kama hayo lakini hawayamaanishi. Alisema Gemstone Street NW3, kisha akacheka. Alikuwa likizoni, au aina fulani ya likizo, mtu wa kujitolea kwa ajili ya manufaa ya utu, na alijua kwamba watu husema mambo nyakati kama hizo na maneno yao huwa ni matokeo ya urafiki tulivu wanaoupata wanapokutana na wengine bila ya kutarajia, na kawaida hawana matarajio kwamba ukarimu wao au mialiko yao, wanayoitoa bila kufikiria, itahitaji kutimizwa. Hakumwambia namba ya nyumba aliyokuwa akiishi. Hayakuwa mazungumzo ya namna hiyo.

Aligundua kuwa upande wa kushoto wa skrini kulikuwa na mtu mwenye hatua ndefu. Badar aliposogeza mishale ya ramani katika mtaa, mwanamme yule alionekana kusogea pia, ingawa hatua yake haikubadilika. Aliweza kuona kwamba mtu huyo alikuwa mmoja wa watu wake yeye, labda mzaliwa wa mtaa huo au labda mgeni.

Badar aliona kuwa mlango ulikuwa wazi kule chini zaidi na mtu alikuwa njiani kutoka. Ilikuwa mbali sana kwake kuweza kuutazama vizuri uso wa mtu huyo lakini aliona kuwa alikuwa mwanamme mrefu mwenye nywele nyeusi aliyevalia shati jeupe na suruali ya jinzi ya buluu na uso safi ulionyolewa vizuri. Je, alimfahamu Jerry? Je, alikuwa kaka yake Jerry, pengine, au hata mume wake au mpenzi wake? Je, ni huyo aliyemfanya arudi? Ikiwa huyu ndiye mwanamme ambaye Jerry alirudi nyumbani ili kuwa naye, ungeweza kuona usahihi wa hali ile. Ndiyo, hata kwa mtazamo mfupi uliofifia, unaweza kuona kwamba alikuwa mwanamme anayestahili kurudiwa nyumbani na kuwa naye. Lakini labda hakuwa yeye, na hakuwa na uhusiano wowote na Jerry.

Alijiuliza kama Jerry alikuwa akichungulia nje ya dirisha moja na kumwona mwanamme yule akitembea kwenye barabara mahsusi ya wanaotembea kwa miguu, na kama anajiuliza kama alikuwa mtu hatari au aliyepotea njia? Alijiuliza kama Jerry angeonekana mchovu, kafunzwa na dunia au kama bado alikuwa mwanamke afanyaye apendavyo. Aliwaza jinsi gani angetazama nyuma na kuyaelewa machafuko aliyosababisha. Labda akilini mwake alitoka tu na mwanamme maridadi aliyevutia alipokuwa mbali na nyumbani, tukio fupi na la kufurahisha. Hakukuwa na haja kwake kuzingatia athari za vitendo vyake. Muda wake ulipoisha alirudi nyumbani na kuendelea na maisha yake. Labda hivyo ndivyo ilivyokuwa kwake yeye. Alijiuliza jinsi Karim alivyozitazama nyakati zile. Badar alikumbuka yale mazungumzo yao ya mwisho. Nimejifunza kutoogopa, alinena. Kwa hivyo labda tafakari zake zisingekuwa na majuto ila shukrani kwa uhuru alioupata kwa kuachiliwa kutoka kwenye kitu ambacho hakukitaka tena.

Alizima ramani na kutazama baruapepe. Kulikuwa na moja kutoka kwa Fauzia: *Usijali kuhusu keki. Hawa atanifuata shuleni na tutaipitia tunavyorudi nyumbani. Love F xx.*

Kwa muda mrefu alifahamu jinsi gani alimtaka Fauzia, jinsi alivyokuwa mrembo, jinsi alivyopenda utulivu wake, lakini alihisi hisia zile zilikosa heshima wakati alipokuwa ameolewa na Karim, utovu wa nidhamu kwa wote wawili. Kisha baada ya usaliti na kuondoka kwa Karim, hisia hiyo ilikua na kukomaa, na aliazimia kuwa mvumilivu na kungoja kuona kama angekuwa na hisia kama zake kwake. Badar alisita kwa muda mrefu na hakuweza kujiaminisha kwamba Fauzia angeweza kumpenda yeye. Ndiyo, alilitamka neno hilo, mapenzi, wakati kwa muda mrefu sana aliogopa kulitumia kuelezea uwezekano wa hisia hizo kwa Fauzia kuhusu yeye. Hakutaka kujidharaulisha kwake kwa kumwudhi. Alijua kwamba Fauzia alimtegemea zile siku za mwanzo baada ya Karim kuondoka. Si kwa hisia - alikuwa na wazazi wake kwa hilo - lakini walikuwa na mengi na aliweza kuwasaidia kwa vitendo, kwa jasho lake. Alifurahi kutegemewa.

Fauzia alirudia ari yake miezi ilipozidi kusonga mbele, Badar akahisi kwamba Fauzia alikuwa na upendo mkubwa zaidi kwake, aliona hilo katika sauti yake, tabasamu lake na katika namna alivyoutarajia umakini wa Badar kwake na katika mahitaji yake. Siku zote alijisikia kama aliyekuwa nyumbani alipokuwa kwao, walimkaribisha na yeye hakujali kuwasaidia kwa kwenda markiti, dukani na kwengineko. Katika nafsi yake alijiambia kwa masikitiko fulani, unapokuwa mtumishi hata mara moja, basi daima utakuwa mtumishi, lakini hakupata hisia ya utumishi alipokuwa nao. Alianza kuhisi kwamba kwa kiasi fulani alikuwa mwenza wao, mwandani wao. Ikaanza kuwa wazi kwake kwamba, namna walivyokuwa walipokuwa pamoja ilibadilika. Akahisi kwamba Fauzia aliliita jina lake bila ya sababu, kana kwamba alipenda kulitamka, kulitaja, na wakati mwingine macho yao yaligongana na wakapeana tabasamu bila ya kusema neno. Hakuwa na haraka, alijiambia, ingawa ukweli ni kwamba hakujua afanye nini.

Halafu hatimaye, mambo yakawa rahisi tu. Hawa aliazima gari la wakala wa usafiri, jambo alilolifanya mara kwa mara, na akawachukua garini ili kutembelea fukwe za Mangapwani. Yeye alikuwa akicheza na Nasra ukingoni mwa bahari wakati Fauzia na Badar wakitembea mchangani kando ya maji. Halafu bila ya kusema neno, Fauzia akamshika mkono Badar, na wakatembea hivyo hivyo hadi kufikia kichaka kidogo cha minazi ukingoni mwa bahari ambapo mawimbi yalipiga. Wakasimama pale na kukumbatiana, wakiwa wameshikana kwa muda kabla ya kuwarudia Hawa na Nasra.

Hawa alipoona mambo yalivyokuwa, akanyanyua nyusi zake kuelekea mbinguni na kutabasamu. Nilidhani daima mngeendelea kuahirisha mvuto wa mahaba yenu.

www.ingramcontent.com/pod-product-compliance
Ingram Content Group UK Ltd.
Pitfield, Milton Keynes, MK11 3LW, UK
UKHW022329180226
468158UK00010B/125

9 789987 085453